I0724041

NGÔN NGỮ
TẠP CHÍ VĂN HỌC NGHỆ THUẬT
SỐ 17 1/1/2022

NHÓM CHỦ TRƯƠNG:
Luân Hoán - Song Thao - Nguyễn Vy Khanh - Hồ Đình Nghiêm - Lê Hân

CỘNG TÁC TRONG SỐ NÀY:
Bùi Dũng, BT Áo Tím, Cái Trọng Ty, Cao Nguyên, Châu Yến Loan, Chu Vương Miện, Dan Hoàng, Dzạ Lữ Kiều, Đào Minh Tuấn, Đặng Hiền, Đỗ Hồng Ngọc, Đỗ Thượng Thế, Hiền Nguyễn, Hoài Huyền Thanh, Hoài Ziang Duy, Hoàng Chính, Hoàng Quân, Hoàng Xuân Sơn, Hồ Chí Bửu, Hồ Xoa, Hùng Nguyễn, Huỳnh Liễu Ngạn, Huỳnh Thị Quỳnh Nga, Kiều Huệ, Lê Chiều Giang, Lê Hân, Lê Hữu Minh Toán, Lê Thanh Hùng, Lê Văn Hiếu, Loan Nguyễn, Luân Hoán, Lữ Quỳnh, Lưu Lăng Khách, Lương Thiếu Văn, Mã Lam, Mãn Đường Hồng, Minh Ngọc, Minh Nguyễn, MH Hoài Linh Phương, Ngàn Thương, Nguyễn An Bình, Nguyễn Châu, Nguyễn Đình Phượng Uyển, Nguyễn Đức Nam, Nguyễn Kiến Thiết, Nguyễn Hải Thảo, Nguyễn Hàn Chung, Nguyễn Hưng Quốc, Nguyễn Lê Hồng Hưng, Nguyễn Nhã Tiên, Nguyễn Sông Trẹm, Nguyễn Thái Dương, Nguyễn Thị Hải Hà, Nguyễn Thiếu Dũng, Nguyễn Văn Điều, Nguyễn Văn Gia, Nguyễn Vũ Sinh, Nguyễn Vy Khanh, Ninh Trần, NP Phan, Phạm Cao Hoàng, Phương Tấn, Quảng Thiện, Song Thao, Tâm Không Vĩnh Hữu, Thái Tú Hạp, Thành Tôn, Thảo Nguyên, Thiếu Khanh, Thục Uyên, Thương Tử Tâm, Thy An, Tiểu Nguyệt, Tôn Nữ Mỹ Hạnh, Trang Châu, Trang Thùy, Trần Dzạ Lữ, Trần Đình Sơn Cước, Trần Hạ Vi, Trần Hoàng Vy, Trần Thị Nguyệt Mai, Trần Thị Cổ Tích, Trần Thị Trúc Hạ, Trần Vấn Lệ, Triều Hoa Đại, Trịnh Bửu Hoài, Trung Chính Hồ, Trương Xuân Mẫn, Võ Phú, Vũ Ngọc Giao

BÌA: Uyên Nguyên Trần Triết

DÀN TRANG: Lê Hân

ĐỌC BẢN THẢO: Trần Thị Nguyệt Mai

LIÊN LẠC:
Thư và bài vở mời gởi về:
- Luân Hoán: lebao_hoang@yahoo.com
- Song Thao: tatrungson@hotmail.com

TÒA SOẠN & TRỊ SỰ:
Lê Hân: (408) 722-5626 han.le3359@gmail.com

MỤC LỤC

THƯ TÒA SOẠN

Lần thứ hai tạp chí Ngôn Ngữ được có mặt trong ngày đầu một mùa Xuân, và cũng là lần thứ hai chúng tôi không thực hiện được một số báo Xuân nghiêm chỉnh, đúng với khuôn mẫu của báo Xuân thời trước 1975 tại Việt Nam, hoặc những giai phẩm tại hải ngoại hàng năm, cụ thể như những tờ báo Việt Báo, Người Việt, Saigon Times... trên đất Mỹ. Tuy vậy Ngôn Ngữ cũng được một số tác giả góp cho những sáng tác đậm đà hương xuân nhật. Trong gần 300 trang, Ngôn Ngữ gởi đến bạn đọc 34 bài thơ xuân, trên tổng số thơ trong số này là 59 bài. Phần tản văn có 32 bài nhưng chỉ có 8 truyện ngắn có không khí mùa đầu năm. Bù lại chúng tôi có hai bài viết khá thi vị, thuần túy báo Xuân, đề cập đến con vật cầm tinh trong năm nay, của nam tác giả Nguyễn Kiến Thiết và nữ nhà văn Nguyễn Thị Hải Hà.

Nội dung của Ngôn Ngữ số 17 vẫn theo tinh thần những số đã ấn hành. Bên cạnh những cái tên quen thuộc góp tay, chúng tôi còn có một số tác giả mới. Trong thơ cũng như văn, có thể có một vài bài chưa hoàn toàn chắc tay viết, nhưng chúng tôi vẫn đi trong mong ước chóng có những người trẻ mới viết mạnh dạn vững tiến.

Trước một năm mới sống và làm việc, chúng tôi kính quý chúc bạn đọc, bạn viết giàu sức khỏe và an bình.

Kính,

Luân Hoán
1-2022

NGUYỄN THỊ HẢI HÀ
NHỮNG MẨU CHUYỆN LIÊN QUAN ĐẾN HỔ

Nhắc đến hổ là tôi nghĩ đến ngay bài thơ Nhớ Rừng của Thế Lữ. Bài thơ nói lên tâm sự của chúa tể rừng xanh, nhớ tiếc những tháng ngày tự do trong rừng thẳm và giờ đây "ngậm một mối căm hờn trong cũi sắt".

Giữa cọp và sư tử con nào mạnh hơn? Con nào thật sự là chúa tể sơn lâm? Giới săn bắn và giới nuôi dạy mãnh thú vẫn còn đang giằng co, bất phân thắng bại, con thú nào sẽ giữ ngôi vị chúa tể sơn lâm. Nhìn chung, người ta đồng ý ở những điểm như sau. Hổ thường sống và đi săn một mình. Sư tử sống và săn theo bầy đàn. Tùy con, sư tử đực hầu như chẳng săn gì cả. Hổ cũng có thể sống gia đình, nhưng hiếm.

Có bao nhiêu loại hổ? Có chừng 9 loại. Nhưng nổi tiếng đẹp, bị lùng kiếm để săn bắt lột da thì có hai loại nổi trội. Hổ Bengal và hổ Siberia. Nhưng trước khi kể chuyện về hai loại hổ này, tôi xin phép tóm tắt một câu chuyện khác, có tựa đề Giai Nhân hay Mãnh Hổ. Truyện này của Frank Stockton (1834-1902)[1].

Ngày xưa có một vị vua trị dân rất nghiêm khắc, đến độ khắc nghiệt. Ông ta cho xây một quảng trường giống như trường giác đấu. Đây là nơi những người tội lỗi bị trừng phạt, và những người có hạnh kiểm tốt được khen thưởng. Khi xử một vụ án, cánh cửa căn phòng ở ngay bên dưới chỗ vua ngồi sẽ mở ra, và bị cáo sẽ được dẫn ra giữa

---

[1] Trích trong 21 Essential American Short Stories, edited by Leslie M. Pockell. New York. Thomas Dunne Books. 2011

đấu trường. Đối diện, bên kia quảng trường, có hai căn phòng kích thước và màu sắc cũng tương tự căn phòng bị cáo vừa bước ra. Kẻ bị cáo sẽ bước tới phía trước, và, mở một trong hai cánh cửa. Nếu bị cáo là người vô tội, thì sau cánh cửa bước ra sẽ là một giai nhân mỹ miều; nhưng bắt buộc anh ta phải cưới làm vợ. Nếu hắn ta là kẻ có tội, thì đằng sau cửa sẽ là một mãnh hổ, và có lẽ bạn đoán được số mạng của kẻ có tội rồi.

Vua có một công chúa mà ông rất yêu thương, và công chúa cũng có tính nghiêm khắc giống như vua cha vậy. Trong triều có một vị tướng trẻ rất dũng mãnh, đẹp trai, và vô cùng hào hoa phong nhã. Cũng như bao nhiêu câu chuyện tình yêu lãng mạn thời vua chúa, vị dũng tướng và công chúa thầm yêu nhau. Khi vua biết được tình yêu này, vua nổi giận cực độ. Bởi vì ngài đặt công chúa ở ngôi vị cao nhất trong tình cảm của ông. Một kẻ thấp hèn như tên tướng trẻ kia sao lại dám phạm thượng, yêu con gái của ngài. Kẻ mang tội phải bị trừng phạt. Vua cho mang vào triều con hổ dữ dằn nhất vương quốc, và tìm chọn khắp dân gian một thiếu nữ nhan sắc đứng hạng nhì trên thế gian. Chỉ có công chúa xứng đáng ngôi hạng nhất. Giai nhân và mãnh hổ được giam trong hai căn phòng đối diện với căn phòng dưới chỗ đức vua ngồi trong đấu trường.

Công chúa từ khi người yêu bị bắt giam, biết ý định của vua cha, nàng không ngừng tìm cách cứu người yêu. Nàng biết cánh cửa nào sẽ dẫn đến mãnh hổ, và cánh cửa nào đưa đến giai nhân. Nàng e ngại, nhan sắc nàng kém thua mỹ nhân trong đôi mắt của chàng dũng tướng. Có lần nàng bắt gặp ánh mắt người yêu say đắm ngắm giai nhân kia.

Khán giả reo hò khi chàng dũng tướng được mang ra đấu trường. Cao lớn, uy nghi, tóc bồng bềnh sáng trong ánh nắng, nàng muốn chàng thuộc về nàng biết bao nhiêu. Cánh tay ấy đã từng ôm lấy vòng eo nhỏ nhắn của nàng. Đôi môi ấy đã từng thầm thì bên tai nàng. Ánh mắt hai người nhìn nhau vẫn nồng nàn, âu yếm như thuở ban đầu. Chàng biết là nàng vẫn yêu chàng. Nàng mơ hồ đưa tay phải ra hiệu. Chàng dũng tướng mạnh dạn bước tới, đặt tay lên nắm cửa. Theo độc giả, sau cánh cửa dũng tướng sẽ gặp giai nhân hay mãnh hổ?

Bên trên là bức tranh Tiger in Snow (Hổ Trong Tuyết) của Hokusai. Đây là bức tranh cuộn để treo, vẽ bằng mực và màu trên lụa, năm 1849. Theo Wikipedia, bức tranh này được nhà đấu giá Christie bán 772.500 Mỹ kim năm 1998. Con hổ, ở tư thế chuyển động rất dũng mãnh nhưng cũng rất uyển chuyển mềm mại. Mặt hổ hướng lên trời, hiền hòa, hóm hỉnh, mồm có vẻ như mỉm cười. Bốn chân đầy vấu nhọn được vẽ có chiều sâu 3D. Đuôi như rắn. Lông trên thân hình giống như vảy rồng. Hổ tung mình trong trời đầy tuyết. Chung quanh là những chùm lá trúc bị tuyết phủ, lá trúc giống như móng vuốt hổ. Hokusai qua đời năm 1849, đây là một trong những bức tranh ông vẽ lúc cuối đời. Một nhà phê bình, Narazaki Muneshige, đã nói rằng: "Trong khi cơ thể ông (Hokusai) tàn tạ, xương cốt mỏi mệt vì tuổi già, tâm hồn ông vẫn còn khí thế như một mãnh hổ đang chồm tới." Hokusai luôn luôn có ý muốn sống lâu hơn chút nữa. Ông tin là nếu ông sống đến 100 tuổi thì ông sẽ thật sự là một họa sĩ. Tiếc thay ông qua đời lúc suýt soát chín mươi.

Khi dự định viết một bài tản mạn về những con hổ trong văn học và nghệ thuật, tôi nghĩ ngay đến con hổ Richard Parker. Có lẽ vì cuộc hành trình của chàng trai trẻ người Canada gốc Ấn Độ tên Pi Patel, trong quyển truyện the Life of Pi (Cuộc đời của Pi) của Yann Martel, khiến tôi nhớ đến cuộc hành trình vượt biển của tôi. Chuyến đi của tôi rất ngắn, chỉ là con số lẻ trong số 227 ngày lênh đênh của Pi từ khu vực Canada Thái Bình Dương đến bờ biển Mexico, nhưng chuyến đi của tôi cũng giống chuyến đi của Pi ở một vài điểm, thí dụ như, gặp tàu lớn mà không được vớt, phải câu cá ăn để đỡ đói, hứng nước mưa để uống, và thấy vô số rác trôi từ trong đất liền ra biển. Nhưng xin bạn đọc tha lỗi, tôi không muốn kể chuyện vượt biên, mà muốn kể chuyện con hổ trong chuyến đi biển của Pi.

Pi thích thú vật từ khi còn nhỏ, đặc biệt là hổ. Ông bố của Pi, muốn dạy cho con một bài học về hổ, đã bắt các con phải chứng kiến cảnh một con hổ ăn thịt một con dê. Người ta bỏ đói con hổ liên tiếp mấy ngày nên nó vồ con dê ăn ngấu nghiến. Cảnh máu me khiến cậu bé nhớ đời. Cuộc hành trình bằng đường biển, cùng đi trên chuyến tàu Tsimtsum có gia đình Pi và một đoàn thú vật. Chẳng may tàu bị đắm. Bố mẹ Pi chết. Pi may mắn leo lên được chiếc thuyền cấp cứu. Cùng lên chiếc thuyền cấp cứu này có con hổ Richard Parker, ngựa vằn, con khỉ lông đỏ, và con linh cẩu. Richard Parker ăn thịt tất cả các con thú, chỉ còn lại Pi. Richard, có lẽ, một phần vì là thú được nuôi trong đoàn xiệc nên quen thuộc và ít hung hãn với loài người. Tuy vậy, bản chất của mãnh hổ rất hung tợn. Nó có thể giết các loài thú khác không hẳn vì đói cần phải ăn, mà giết chỉ vì bản tính thiên nhiên của nó.

Cả hai cùng sống trên chiếc thuyền chỉ cách nhau tấm vải bạt. Richard Parker bớt tìm cách giết Pi, khi Pi thuần hóa nó bằng cách phát cho nó cá và nước. Khó mà tưởng tượng được nỗi sợ hãi của người lênh đênh trên biển bên cạnh tử thần đến mấy trăm ngày, thêm vào đó là sóng, gió, và thiếu thốn thức ăn nước uống; thế mà Pi vẫn còn tỉnh táo để có thể viết đoạn văn sau đây.

"Có nhiều loại biển. Biển gầm rống như cọp. Biển thủ thỉ bên tai như một người bạn kể anh nghe những điều bí mật. Biển phát ra tiếng rủng rỉnh như những đồng xu trong túi. Biển sấm động như tuyết lở. Biển kêu rột rẹt như giấy nhám cọ vào gỗ. Biển có âm thanh như người đang ụa mửa. Biển im lìm như đã chết.
Và ở giữa hai thái cực, trời và biển, tất cả là gió.
Và chỉ toàn là đêm và toàn là trăng.
Kẻ trôi giạt trên biển, cuối cùng hẳn cũng là tâm điểm của vòng tròn. Tuy thế, sự vật nhiều khi thay đổi – biển có thể biến từ trạng thái đang thầm thì đến nổi giận, bầu trời có thể biến từ màu xanh tươi mát, sang màu trắng lóa mắt, đến màu đen thăm thẳm – nhưng hình dạng của bầu trời và biển cả thì không bao giờ thay đổi. Tầm nhìn của bạn luôn luôn là một đường bán kính. Chu vi thì luôn luôn rộng

lớn. Thật ra con số những vòng tròn bao quanh bạn cứ tăng lên. Là một người bị trôi giạt trên biển cũng giống như là bị bắt giam vào những vòng tròn khốn khổ của điệu múa ballet[2]. Bạn đang là tâm điểm của một vòng tròn, trong khi ở phía trên đầu của bạn có hai vòng tròn đối xứng đang xoay ngược chiều với nhau. Mặt trời làm bạn bực bội như một đám đông rất ồn ào và luôn lấn chiếm khiến bạn phải bụm tai, hay bịt mắt, hoặc phải chạy trốn. Mặt trăng khiến bạn cảm thấy ray rứt, bằng cách lặng lẽ nhắc nhở rằng bạn rất cô đơn; bạn mở thật to đôi mắt để chạy trốn cô đơn. Khi bạn nhìn lên trời cao, đôi khi bạn tự hỏi, ở tâm điểm của một cơn bão năng lượng mặt trời, ở ngay chính giữa của Biển Tĩnh Lặng, không biết có một người nào đó cũng đang nhìn lên trời, cũng bị giam hãm giữa những hình dạng của bầu trời và biển cả, cũng đang cố gắng chống chọi với nỗi sợ hãi, cơn giận dữ, điên cuồng, tuyệt vọng và nhàm chán giống như bạn không. " (pp. 215-6)

Bố của Pi nhiều lần dạy con rằng: "Thú vật chỉ là thú vật." Có nghĩa là dù Pi có thương yêu, khắng khít với con hổ Richard Parker đến bao nhiêu thì nó cũng sẽ không đền đáp tình yêu của Pi. Con hổ sống với bản năng sinh tồn của nó. Trong khi Pi xem con hổ như một người bạn đồng hành, giúp anh qua cơn tuyệt vọng mỗi khi cô đơn quá độ, thì con hổ chỉ xem Pi như một nguồn cung cấp thức ăn nước uống cho nó. Khi đến đất liền, con hổ phóng qua khỏi đầu của Pi rồi bỏ chạy luôn. Pi chỉ mong Richard Parker quay lại nhìn anh để chào từ giã, nhưng nó chẳng bao giờ, dù chỉ một lần. Pi nói lời giã từ.

"Tôi chúc bạn những điều tốt đẹp nhất. Hãy cẩn thận với loài Người. Hắn ta không phải là bạn của bạn đâu. Nhưng tôi hy vọng bạn sẽ nghĩ đến tôi như một người bạn. Tôi sẽ không bao giờ quên bạn đâu, chắc chắn là như vậy. Ồ có tiếng gì nghe cọt kẹt vậy? À thì ra thuyền của chúng ta đã đụng cát. Thôi chia tay nhé, Richard Parker. Cầu xin Thượng Đế ban ơn cho bạn."[3] (p. 286)

Hổ Tây Bá Lợi Á (Siberian tiger) sống ở miền Viễn Đông của nước Nga, miền Bắc của Trung quốc và Bắc Hàn. Giống hổ này dần dần trở nên hiếm hoi. Năm 2015 ước tính chỉ hơn 500 con hổ trên cả một lãnh thổ rộng lớn của các nước nói trên. Người ta sợ hổ vì nó to

---

[2] Xin lỗi độc giả, nguyên tác là harrowing ballet of circles. Tôi không hiểu rõ nghĩa của từ này nên đoán bừa, hết vòng tròn này đến vòng tròn khác
[3] Những chữ in nghiêng về Pi và Richard Parker là trích đoạn trong quyển Life of Pi của Yann Martel. Nguyễn thị Hải Hà dịch.

lớn và hung dữ, có thể giết người. Nhưng người ta cũng yêu mến vẻ đẹp của nó, khi thì dũng mãnh uy nghi, lúc lại uyển chuyển duyên dáng. Rất nhiều nhà giàu có, thích săn thú vừa to lớn vừa hung dữ, bỏ ra rất nhiều tiền của đi săn hổ, để có được bộ da thú trải trên nền phòng khách, hay xác hổ nhồi bông để khoe thành tích săn bắn. Có người bỏ ra thời gian mấy năm trời đi truy lùng tông tích hổ Siberia, cũng là đi săn nhưng chỉ săn ảnh và quay phim.

Ngày 10 tháng Mười chương trình PBS Nature thứ 31 mở đầu với bộ phim "Hành Trình Tìm Kiếm Hổ Siberia"[4] do Chris Morgan, nhà sinh vật học đã nhiều năm theo đuổi tìm kiếm các loại thú to, săn mồi, như hổ báo sư tử ở những vùng hoang vu hẻo lánh có thời tiết khắc nghiệt, thực hiện. Ông từng mang trong lòng một mơ ước là tìm thấy và quay phim loài hổ Siberia đang sống trong thiên nhiên. Cuộc tìm kiếm này đã đưa ông đến cuộc gặp gỡ với Sooyong Park, người đầu tiên quay phim hổ Siberia đang sống tự do nơi hoang dã. Khác với những nhà quay phim giàu có ở các nước tân tiến hiện đại, có máy thu hình tự động gắn rải rác khắp nơi trong rừng, máy của ông Park là loại máy thô sơ. Để có được những thước phim mang hình ảnh đẹp và sống động, Sooyong Park đã bỏ công rình rập, ăn ngủ trong rừng của nước Nga, tuyết phủ đầy, năm sáu tháng ròng rã. Đổi lại, ông có hàng ngàn giờ phim về hổ Siberia. Ông quen thuộc với những con hổ này đến độ ông có thể chỉ nhìn màu lông và dấu vết riêng mà nhận ra chúng. Ông đặt cho chúng những cái tên thật thơ mộng và mang tính chất huyền thoại. Thí dụ như Snow White, Sky White, và Moon White. Có hai con hổ con khác, một đực một cái, ông đặt tên là Hansel and Gretel. Ông cất một căn chòi, thật ra đó là một cái hang cạn, rất thô sơ, bên trên được che phủ bằng những cây gỗ tròn. Hang nằm trên một triền đồi, phần lớn được che kín trong lòng đất, chỉ chừa miệng hang làm lối ra vào nhỏ hẹp. Muốn vào chòi ông phải bò và cho hai chân vào trước vì bên trong khá hẹp khó xoay trở. Có khi ông ở trên một chạc ba, cách mặt đất chừng mười lăm mét. Ông phải khéo léo lẩn tránh cả hổ và những người đi săn hổ, vì họ làm điều phạm pháp lại có vũ khí nên rất nguy hiểm. Có khi ông phải ở lì trong chòi suốt sáu, bảy tháng trời rình hổ. Thức ăn là cơm nắm, muối, và đậu. Cứ vài ba tháng ông có một cộng sự viên đến tiếp tế thức ăn và mang chất uế thải của ông ra khỏi nơi ông ở. Nhiều lần quá đỗi cô đơn, ông muốn bỏ cuộc quay về. Khi người cộng sự đến, cả hai không dám nhìn tận mắt nhau, bởi vì cả hai đều sợ mình sẽ bật

---

[4] Siberian Tiger Quest, DVD, PBS Thirteen, 2012

khóc, và yếu đuối đến bỏ cuộc. Lời khuyên của ông với những người muốn quay phim về các loại thú hiếm là "Đừng nghĩ đến chuyện quay phim, đừng nghĩ đến hổ. Hãy im lặng, lắng nghe tiếng thiên nhiên, biến mình thành một phần của thiên nhiên. Tránh đừng để có mùi. Biến mình thành một phần tử của thiên nhiên." Có lần ông đang ở trong chòi, mấy mẹ con hổ được ông đặt cho cái họ White đang chơi đùa trên nóc hang. Hổ to lớn nên rất nặng. Một con hổ đực có thể nặng đến 300 kí-lô. Một phần góc hang bị sập và một chân hổ bị thọc sâu vào trong hang. Con hổ rút chân ra, và cả bọn kéo nhau đi. Có lẽ loài hổ Siberia cũng quen mùi của ông nên chúng để ông sống sót.

Người mình sợ hổ, tìm giết nhưng cũng thờ hổ. Có nhiều câu tục ngữ ca dao về hổ. Thí dụ như: "hổ dữ không nỡ ăn thịt con." Để chỉ trường hợp tiến thoái lưỡng nan không có cách giải quyết tốt đẹp, người Mỹ dùng từ "treading the tiger's tail" câu này cũng tương tự như "lỡ leo lưng cọp." Còn nói về sự bí hiểm của lòng người, chúng ta có mấy câu ca dao như sau:

> *Họa hổ họa bì nan họa cốt.*
> *Tri nhân tri diện bất tri tâm*
> *Ở xa không biết anh lầm*
> *Bây giờ rõ mặt anh tầm nơi xa.*

Nguyễn Thị Hải Hà
viết xong ngày 27 tháng Mười Một 2021

khó làm thơ-con-cóc
gắng vắt lòng ít câu
mong cõng lời cầu chúc
xuân nhật đến năm châu
chia nhau những ngôn ngữ
nuôi giọng tình yêu nhau
châungọc

NGUYỄN ĐÌNH PHƯỢNG UYỂN
Hồi Ức Giáng Sinh

Anh Hữu đã ủi xong bộ đồ vía, treo vào móc áo cẩn thận. Đàn ông, ai bảo không điệu? Ổng ra vào, nôn nao, chải đầu, huýt sáo… Chiếc xe đạp được ngài cọ rửa bóng láng từ cái niềng đến sợi dây thắng cong cong trước tay lái, yên sau mới thay, dày cộp để lấy điểm với "ẻm".

Phải thôi, rong ruổi cả đêm, chả lẽ để con người ta ngồi yên sắt… chịu sao thấu?

Thằng Hoàng hí hửng không kém. Nó chả có "ghệ" nhưng có một băng đực rựa loi choi lít chít trong xóm, í ới hẹn hò từ hôm qua, cùng đi chinh chiến. Chốc chốc lại thấy một thằng tạt ngang, ong óng ngoài cửa "Chờ tao nha." "Đừng đi trễ, đông lắm." "Tao rủ thêm thằng Trực." "Nhớ đem thuốc lá"…

Năm ngoái nó và đám bạn đạp xe, hòa vào đám đông đen nghẹt, lên Saigon chơi Noël suốt đêm cho giống mấy anh chị lớn. Vui tàn canh! Người ở đâu tuôn về thành phố nườm nượp, ai cũng diện bảnh tỏn, nhiều đôi nam nữ mặc áo sơ mi ca-rô, quần Jeans xanh, dép sa-bô cao nghều, cho đúng mô-đen mô đủng.

Trời càng về đêm, người đổ về khu nhà thờ Đức Bà càng đông. Từ khu Sở Thú trở đi đã đen nghẹt những người cùng ngợm, cuốc bộ còn phải nhích từng bước, nói gì đến xe pháo. Không sao, thiên hạ có thêm thì giờ ngắm nghía "xế" nào ngon hơn, quần áo nào bảnh hơn, em nào thơm hơn…

Ông Hữu kể, khi đã dính vào đám đông, họ đẩy mình tới đâu mình phải theo tới đó, miễn dừng, miễn quẹo trái, quẹo phải, lòng đường, lề đường chật như nêm.

Quán cà phê, khỏi nói cũng biết, kín mít khách khứa ngồi nghe nhạc, chuyện trò. Đó là chỗ dành cho dân nhà giàu, ở một thế giới khác. Chỗ của ông Hữu và thằng Hoàng chỉ là mấy quán cóc, nước mía, bò bía, bắp rang đại loại…

Đông như thế, mất dép, rách áo vía là chuyện thường tình nhưng chỉ ai gặp xui thôi, một năm được một bữa hưởng không khí chộn rộn, náo nhiệt, có cái để kể với thiên hạ rằng, "Ừ, hôm qua, tao có mặt chỗ đó… đó…" cũng đáng! Chả lẽ chỉ biết dỏng ra-đa nghe ngóng, quê một cục!

Điểm ca nhạc ngoài trời gắn loa phóng thanh to tướng, mở hết ga, hấp dẫn lắm, ai đi ngang cũng muốn ghé vào nhưng làm sao len qua rừng người? Đứng xa coi không đã, một chốc là mình muốn bỏ đi xem cái khác.

Đêm sáng lóa đèn chớp thì ít, rực rỡ bong bóng đủ màu thì nhiều. Đó cũng là ngày kiếm cơm của hàng trà đá, đậu phộng rang và nhất là tủ thuốc lá.

Đoàn người cứ tiến lên, tiến lên các con lộ lớn: Đồng Khởi, Nguyễn Huệ, Pasteur, Lê Thánh Tôn... đến khi hết đi nổi thì về.
Vô bổ? Không, bổ lắm luôn! Dễ gì được bữa cả nước cùng nhau đàn đúm qua đêm như thế? Mệt thì có mệt nhưng hào hứng, khối chuyện để kể.

Có ông chở đào thế nào mà áo đầm của nàng quấn vào bánh xe đạp, rách một mảng làm em tơ hơ, khóc nhặng xị.
Hai ba thằng khác khích bác chuyện gì đó, nhào vào đánh nhau bươu đầu sứt trán.

Hàng chè là chỗ mấy cô gái trẻ chụm đầu cười nói, mặt tươi như hoa, đẹp nghiêng thành. "Ghệ" của ông Hữu cũng từ hàng chè ngày Noël mà ra.

oOo

Giữa phòng khách, Hoa ngồi trên chiếc ghế gỗ cũ kỹ, tróc vẹc-ni, ôm đàn hát những bài Giáng Sinh quen thuộc.

Giáng Sinh thì hát nhạc này, hợp quá còn gì?
"Ơn châu báu không bờ bến
Biết tìm kiếm của chi đền"

"Mừng ngày Chúa sinh ra đời
Người người đó đây vui cười"

"Trong hang Bê Lem
Tiếng hát thiên thần vang lừng"

Không gian bàng bạc, huyễn hoặc bao trùm. Hoa như nhìn thấy một hang đá với mấy bức tượng nhỏ xíu bên trong, đặt dưới cây thông xanh lập lòe ánh đèn màu…

Chỉ tưởng tượng thôi, thời chạy ăn từng bữa, lấy đâu ra những thứ xa xí phẩm ấy mà trưng bày?

Nghe tiếng đàn và chính giọng mình hát, Hoa nhận rõ sự cô đơn, vắng vẻ đang bủa vây.

Bạn của Hoa đã có đôi có cặp. Lịch của nó còn hấp dẫn hơn ông Hữu và thằng Hoàng: rước lễ trong nhà thờ, ăn Réveillon… Ngày thường, bồ bịch còn dẫn nhau đi chơi, huống hồ Noël. Chúng nó bàn tán, thậm thụt cả tuần trước, đứa băn khoăn, sợ gia đình không cho về khuya, đứa mượn Hoa sợi dây nịt hồng, đồng bộ với áo xống…

Hoa nghe lời mẹ, làm con ngoan, nghĩ yêu đương là điều xấu xa, bao nhiêu ong bướm lượn lờ, Hoa đều làm mặt nghiêm, cho qua phà hết.

Mấy ông con trai trong nhà không thế, mẹ mắng thì mắng, chuyện gì đến, cứ đến. Thích em này tới em kia. Yêu rồi bị đá lăn lóc, thành bài học máu xương. Ít nhất họ cũng có mục đích để xếp đặt việc riêng, để sống khác ngày thường, để sưu tập kỷ niệm.

Mấy năm rồi Hoa nhận ra Giáng Sinh của Hoa trôi qua nhạt nhẽo, ở nhà một mình với cây đàn, lúc có bố mẹ lúc không vì ông bà cũng được bạn bè mời đi ăn.

Mẹ Hoa bắt đầu lo lắng cho duyên phận con gái. Nhìn con đơn chiếc trong khi thiên hạ bằng vai phải lứa rần rật ngoài đường, bà ân hận việc ngăn cản con yêu đương. Bà nhớ hồi còn trẻ, Noël, ông dẫn bà đi ăn, đi nghe nhạc phòng trà. Bà đã từng hãnh diện biết bao khi được giới thiệu với bạn ông. Xung khắc chồng vợ, cơm áo gạo tiền, con đau con ốm làm bà tối mặt tối mũi, chỉ thấy vợ chồng là gánh nặng của nhau nên bà không muốn con gái gánh chung cảnh khổ.

Dẫu gì bà cũng biết thế nào là khung trời mơ, thế nào là mật đắng, mật ngọt. Dẫu gì, đã có thời, bà chiếm vị trí quan trọng nhất trong tim một người. Chả lẽ con gái bà không đáng được vậy?

Thấy cô em họ độc thân, ba mấy bốn chục tuổi, vẫn được mẹ già phần phò cơm nước, chả phải chạy ăn cho mấy cái tàu há mồm, bà ước được như cô nên muốn con gái thong thả, rảnh rang y vậy.

oOo

Không gian xung quanh tĩnh lặng dần. Chả còn nghe tiếng xe rột rẹt qua lại, chả còn ai í ới ngoài đường. Phòng khách nhà bên văng vẳng mâm bát khua lanh canh, ăn tiệc nửa đêm, mừng ngày Chúa sinh ra đời.

Hoa muốn ngủ vùi cho nỗi cô đơn chìm lắng, cho đêm Noël qua nhanh nhưng mắt cứ mở thao láo.

Mẹ Hoa nằm vắt tay lên trán, thở dài. Ai chả mong con mình hạnh phúc? Bà đâu thể thay thế một người bạn, dẫn con gái đi bụi suốt đêm như thằng Hữu, thằng Hoàng.

Hai mẹ con trong hai căn phòng riêng rẽ nhưng cùng chung ý nghĩ, "Giá như… cá không ăn muối thì cá đâu có… ươn sình"

Nguyễn Đình Phượng Uyển
30/11/21

Chúa về thăm và đi rồi
    dây đèn vàng đỏ đón mời còn chong
        trời có không gian, người có lòng
        Chúa cao xa ban hồng ân từng nhà
chưng cây lá đỏ như hoa
    ấm những ngọn nến an hòa giáng sinh
châungọc

NGUYỄN KIẾN THIẾT
CON CỌP QUA NGÔN NGỮ DÂN GIAN

Năm Nhâm Dần 2022 cầm tinh con Cọp, có nhiều điều thú vị để nói. Người viết xin sưu tầm và thử giải thích một số thành ngữ, tục ngữ, ca dao, hò vè về Cọp vẫn thường được lưu truyền trong dân gian ở miền Nam để hầu bạn đọc. Ngoài ra còn một số "dị bản" do sự giao lưu văn hóa giữa các vùng miền được lưu hành rộng khắp Nam Kỳ Lục tỉnh, thỉnh thoảng cũng xuất hiện trong bài này.

Cọp là một con vật hung dữ nhứt trong các loài thú ăn thịt. Người ta còn gọi cọp là hùm, là hổ, là kễnh, là khái, hoặc gọi trịnh trọng hơn là "ông Thầy", "ông Hổ", "ông Ba mươi", "ông Cả" hay "chúa Sơn lâm", "chúa tể rừng xanh". Cọp có tên khoa học là Panthera tigris. Ngoài văn học nghệ thuật, hình ảnh con cọp được sử dụng trong một số lãnh vực khác như quân sự, kinh tế, văn hóa. Ở đâu có con người, có cuộc sống, ở đó có ca dao, dân ca. Ở đâu có ca dao, dân ca thì chúng ta đến đó sưu tầm, khai thác. Do vậy, lời ăn tiếng nói của dân gian miền Nam gắn liền với cuộc Nam tiến của tổ tiên người Việt, nói chung và gắn liền với một trong những kẻ thù hung hãn phải chạm trán trước tiên chính là Cọp, nói riêng.

Lịch sử Nam tiến là bản trường ca - đồng thời là bản hùng ca của dân tộc Việt. Để hoàn thành công cuộc mở đất về phía Nam, ông cha ta đã đổ biết bao xương máu trong việc chống chọi với **thú dữ** cũng như áp dụng những **kế sách** kết hợp chánh trị, quân sự và ngoại giao khôn ngoan, mềm dẻo để có được dải giang san gấm vóc miền cực Nam của tổ quốc. Thật vậy, miền Nam hay Đàng Trong hoặc Nam Kỳ Lục tỉnh ngày xưa vốn là vùng đất hoang vu sình lầy, đầy rẫy cọp beo, rắn rít và cá sấu, *"dưới sông sấu lội, trên rừng cọp um"* hoặc *"U Minh Rạch Giá thị quá sơn trường / Dưới sông sấu lội, trên rừng cọp đua"** và *"muỗi kêu như sáo thổi, đỉa lềnh như bánh canh"* đến nỗi đám di dân đầu tiên khi đặt chân tới đây phải khiếp sợ:

Nhưng với chí tang bồng hồ thỉ và bản tánh ngang tàng bất khuất của người đi mở đất, đám lưu dân đầu tiên chỉ có một con đường là đạp bằng mọi chông gai trở lực để đi tới, đạt cho kỳ được mục đích đã vạch ra. Đối với họ, lùi bước là chấp nhận thua cuộc, chỉ có nước "đâm đầu xuống biển mà chết". Một nhà văn miền Bắc đã có nhận xét sắc sảo: "*Đất nước ta càng về phương Nam càng là đất mới, đất lưu đày, đất của những người không có quyền sống trên những mảnh đất đã được khai phá, vì vậy càng là đất của những người nổi dậy! Miền Tây Nam Bộ là mảnh đất lưu đày và nổi dậy cuối cùng của tổ quốc. Đến đây là sơn cùng thủy tận rồi. Đến đây là đến trên bờ Thái Bình Dương, vịnh Xiêm La mịt mù rồi. Đến đây chỉ còn có hai con đường: một là không đủ nghị lực sống nữa thì đâm đầu xuống biển mà chết; hai là cố bám lại đấu tranh để sống. Con người đến đây là con người liều, con người ngang tàng, nghĩa khí, tính mạng coi nhẹ tựa lông hồng, tiền tài coi khinh như rơm rác. Đối với họ **nghĩa khí** là trọng*" (Nguyễn Văn Bổng, *Sau Một Cuốn Sách*).

Thật vậy, làm công việc "Phá sơn lâm, đâm Hà Bá"**, ông cha ta đã dũng cảm chiến đấu với hai giống vật hung hãn nhứt: cọp và sấu. Chỉ nói về cọp ở miền Nam vào thế kỷ XVII-XVIII nhiều vô số kể. Chúng sống rải rác ở khắp mọi nơi, từ những cánh rừng ngập mặn tại các cửa sông Tiền, sông Hậu đến những nơi đã được khai hoang khá sớm, như Sài Gòn, Vũng Tàu, Long An, Mỹ Tho, Bến Tre, Vĩnh Long. Nhà văn Sơn Nam cho rằng: "*Cọp sống giữa sình lầy nước mặn, ở bãi bùn nước lợ với rặng dừa nước dày bịt hoặc trên gò đất với vài cây kè, cây gừa giữa cỏ thấp, bên đám tràm lưa thưa*" (*Đất Gia Định Xưa*). Nơi này "*cọp tùa bằng trâu*"- tùa nghĩa là *to lớn, bự tùa* (*Bạc Liêu là xứ quê mùa; Muỗi bằng gà mái, cọp tùa bằng trâu*). Nơi khác cọp "*dữ như cọp Vườn Trầu*". Còn cọp U Minh rất dữ tợn, đối mặt với chúng là coi như đối mặt với tử thần! Chúng thường bắt các con vật nhỏ hơn như nai, dê, chồn, chó sói, heo rừng để ăn thịt. Chúng cũng ăn cả thịt người, tha luôn xác như trong bài *Vè Mười hai con giáp* có câu: "*Tuổi Dần con cọp chỉn ghê; Bắt người ăn thịt tha về non cao*" (chỉn: vốn thiệt; chỉn ghê: nên ghê gớm - *Đại Nam Quấc Âm Tự Vị*). Để sanh tồn và giữ vững địa bàn vừa mới khẩn hoang, dầu cho cọp nguy hiểm tới đâu, người xưa vẫn đối đầu đánh cọp, bắt cọp, câu cọp và diệt cọp. Giết cọp xong thì lập miếu, tạc tượng mà thờ. Điều này cho ta thấy *tín ngưỡng thờ cọp* đã có từ buổi đầu khai hoang, lập ấp. Bởi lẽ trong tâm thức đám lưu dân tới "xứ sở lạ lùng" này, cọp là biểu hiện của quyền lực, sức mạnh của đấng siêu nhiên. Rải rác đó đây khắp Nam Kỳ Lục tỉnh, cọp được thờ ở hầu hết các đình, đền, am, miếu với bài vị trang trọng: "Sơn quân chi thần", "Sơn lâm đại tướng quân" hoặc dưới nhiều hình thức khác như: tượng, điêu khắc, tranh vẽ, hình ảnh, kể cả bùa đeo để trừ tà ếm quỷ... Đình Bình Thủy (Cần Thơ) có thờ "cốt ông Hổ". Đây là "xác ông Hổ Bạch" có thật trong lịch sử. Tương truyền ngày xưa có hai ông Hổ - một Vằn, một Bạch, cắn xé nhau giành đất, giành rừng để bám giữ địa bàn hoạt động và xác định "chủ quyền". Câu tục ngữ *Rừng nào cọp nấy* có lẽ ra đời trong hoàn cảnh ấy. Kết quả ông Bạch thắng và sau khi chết, dân làng lập miếu thờ. Tại Tân Châu (An Giang) có miếu thờ "Hộp sọ ông Bạch Hổ" để ghi nhớ "chiến công" của ông đã từng cõng đức Cố Quản Trần Văn Thành (?-1873) - thủ lãnh cuộc khởi nghĩa Bảy Thưa bị thương nặng, thoát khỏi vòng vây. Còn ở đình Quới Sơn (Bến Tre) cũng có thờ "Hộp sọ ông Bạch Hổ". Ngôi đình này chiếm kỷ lục với sáu sắc thần của các đời vua Gia Long, Minh Mạng, Thiệu Trị, Tự Đức. Theo truyền thuyết dân gian, ông Hổ Bạch này đã "ngộ đạo" đi tu, chẳng những không ăn thịt người, lại còn giúp người, đôi khi cứu người (?). Một số nơi có cổ tục bầu ông Cọp làm Hương Cả trong làng gọi là "Lễ bầu Ông". Như vậy, 12 viên chức Hội tề trong làng, đứng đầu là "Hương cả Cọp", sau đó theo thứ bậc lớn nhỏ do dân làng đảm trách lần lượt là Hương chủ, Hương sư, Hương hào, Hương giáo, v.v... Đó là những "Ông Cả Cọp" ở Biên Hòa, Mỹ Tho, Bến Tre đến nay vẫn còn truyền tụng.

Ngoài ra, nhiều địa danh đã nhắc tới Hổ/Cọp. Chẳng hạn như "cọp Vườn Trầu", "cọp Rừng Sác", "cọp U Minh", "đường mòn Ông Hổ" (Vũng Tàu), "đìa Cứt Cọp" (Bến Tre), "rạch Ông Hổ" (Tiền Giang), "đồi Ngũ Hổ" (Hà Tiên), "cù lao Ông Hổ" (An Giang).

Người ta còn thuần hóa cọp, nuôi cọp trong Sở Thú, dạy chúng làm xiếc, đánh cướp, đưa đường cho khách viếng am tự trên núi (Thất Sơn, Châu Đốc). Có nơi, cọp còn được dạy "đi tu" (Tây Ninh, Châu Đốc), bị bắt "kéo cày" thay trâu, bắt "xay lúa" - như giai thoại về chuyện *dóc hết chỗ dóc* của bác Ba Phi ở Cà Mau. Có bà mụ trời ở Cà Mau "đỡ đẻ" cho vợ cọp, được cọp chồng trả ơn hậu hĩnh (*Cứu vật, vật trả ơn*). Cọp cũng có nghĩa như chó: chủ mất, cọp buồn rầu gầm rú thê thảm rồi nằm cạnh mộ chủ cho đến chết, giống như chuyện tiểu đồng "che chòi giữ mả" cho chủ mình là Lục Vân Tiên...

Nhiều bài học luân lý thường mượn hình ảnh cọp để khuyên răn người đời. Để thể hiện lòng dũng cảm *Không vào hang hùm sao bắt được cọp con*, người xưa đã mạo hiểm vô hang ổ cọp để bắt cọp con về nuôi - như Sơn Nam đã mô tả trong truyện ngắn *Đánh cọp Gò Quao*. Cũng trong truyện này, nhà văn gọi cọp đực là "Ông Vện", gọi cọp cái là "**Ông** Mun" (không phải "**Bà** Mun"). Người xưa khuyên không nên khinh lờn với kẻ có bạo lực bằng câu: *"Chớ vuốt râu hùm"*. Nhưng cũng có chuyện trẻ con *"vuốt râu cọp"* sẽ trừ hết bịnh (?). Người ta chê đủ thứ thói hư tật xấu của người đời qua ngôn ngữ dân gian về cọp, như *"Ăn cọp"*: không phải ăn thịt cọp, mà là ăn không phải trả tiền, ăn khín; *"Đọc cọp"*: tức mượn sách đọc không trả tiền mua/mướn (Tại các tiệm sách nổi tiếng ở Sài Gòn và các đô thị lớn, đội quân thiếu nhi ưa *"đọc cọp"* sách hằng giờ nhưng chưa chắc đã mua. Rồi đến độc giả sinh viên, các cụ già cũng chăm chăm chú chú lật từng trang sách, hết cuốn này sang cuốn khác và chỉ chọn mua cuốn nào ưng ý); *"Coi cọp"*: coi hát (hát bội, hát cải lương) mà không mua vé. Theo nhà văn Sơn Nam trong quyển *Hương Rừng Cà Mau* thì cọp cũng mê coi "hát bội giữa rừng" và cho rằng coi cọp/coi hát cọp có lẽ bắt nguồn từ sự tích của mấy ông cọp hồi xưa. Để ám chỉ những người có thủ đoạn mượn thế kẻ mạnh đi hù dọa, lòe bịp người khác nhằm phục vụ mục đích riêng của mình, dân gian sử dụng thành ngữ: *"Cáo mượn oai hùm"*; phê phán sự giả dối: *"Bán chó buôn hùm"*; đả kích những kẻ nói năng hùng hổ nhưng thực chất lại nhát gan, như: *"Miệng hùm gan sứa"*; rồi tánh chủ quan, vô tình tạo cơ hội cho kẻ ác hoành hành: *"Thả cọp về rừng"*. Theo lẽ thường, con nhà tông không giống lông cũng giống cánh như câu *"Hổ phụ sanh hổ tử"* theo cả hai nghĩa, hẹp và rộng. Để ám chỉ "phong cách" ăn uống có câu *"Nam thực như hổ, nữ thực như miêu"* (con trai ăn khỏe như cọp, con gái ăn uống nhỏ nhẹ như mèo). Người ta ca ngợi trước hết là trí thông minh: *"Điệu hổ ly sơn"*, rồi đề cao nhân tính, sống sao cho có nghĩa có tình: *"Hùm dữ chẳng ăn thịt con"*. Nhằm giáo dục tinh thần đoàn kết và cảnh tỉnh những kẻ ỷ lại vào tài năng sức mạnh của mình, tác giả dân gian sử dụng câu tục ngữ *"Mãnh hổ nan địch quần hồ"* (con cọp mạnh không thể chống lại cả bầy cáo). Lại có câu *"Cõi lên lưng cọp (khó xuống)"* - (Ky hổ nan hạ) nhằm chê trách kẻ thiếu suy nghĩ đã trót làm một việc liều lĩnh, nguy hiểm nên lâm vào thế tiến thoái lưỡng nan. Nhưng câu tục ngữ về cọp đáng để chúng ta suy ngẫm nhằm nêu cao phẩm giá, chân lý sống tốt đẹp mà ông cha ta để lại: *"Cọp chết để da, người ta chết để tiếng"*. Con cọp tuy chết đi vẫn còn bộ da quý giá. Tương tợ như con người dầu chết đi vẫn để lại tiếng tăm (tốt hay xấu) muôn đời *"Trăm năm bia đá thì mòn; Ngàn năm bia miệng vẫn còn trơ trơ"*.

Trong khoa bói toán, người ta "ngán" nhứt tuổi Dần. Theo quan niệm xưa, con gái tuổi Dần thường cao số, bị gán cho là "con cọp cái" giống như *hũ mắm thúi* trong nhà, nên rất khó lấy chồng (?). Đã có biết bao đôi nam nữ yêu nhau thắm thiết phải tan vỡ vì mê tín dị đoan xem bói toán và được các thầy (thầy tướng, thầy số) phán: khắc khẩu, không hợp tuổi, hợp mạng, xung khắc bởi cái tuổi Dần "vô duyên" này. *Câu hát huê tình* ở Lục tỉnh dưới đây đã nói lên lý do các cuộc tình duyên lỡ làng:

> *Giáp, Ất, Bính là tam bất hạp,*
> *Dần, Thân, Tỵ, Hợi tứ hành xung.*
> *Khuyên anh hãy xét lại cùng,*
> *Hiệp hôn giá thú em sợ trùng không nên.*

Hoặc: *Gặp mặt nhau đây, em phải phân trần,*
> *E em tuổi Hợi, anh Dần khắc xung.*

Nhưng với ý thức phản kháng thói mê tín dị đoan, chàng trai miệt vườn bất chấp mọi trở ngại hiểm nguy, quyết một lòng son sắt với người mình yêu, thể hiện qua ca dao:

> *Miễn bậu đành ừ, Qua chẳng từ lao khổ,*
> *Dẫu đăng sơn cầm hổ, Dầu nhập hải tróc long*
> *Trước sau giữ trọn một lòng,*
> *Vào lòn ra cúi, anh cũng đành lòng theo em.*

(Đăng sơn cầm hổ, nhập hải tróc long: Lên non giữ lấy cọp, xuống/vào biển bắt rồng).

Hoặc: *Họa hổ họa bì nan họa cốt*
> *Tri nhơn tri diện bất tri tâm*
> *Bậu nghi như vậy mới lầm,*
> *Lòng anh như sắt đá, thâm trầm chẳng sai.*

Dị bản: *Bậu nghi như vậy mới lầm,*
> *Khoai lang khô xắt lát anh tưởng nhơn sâm bên Tàu.*
(Họa hổ họa bì nan họa cốt; Tri nhơn tri diện bất tri tâm: Vẽ cọp vẽ da (bề ngoài) khó vẽ xương cốt của cọp; Biết người chỉ biết mặt mà không biết rõ lòng).

Chưa hết, trai gái miệt vườn cho rằng hôn nhơn do trời định nên nguyền rủa mấy ông thầy này bằng câu *"Hùm tha sấu bắt"* cũng như mượn "cọp vật", "yêu nhai" chúng:

> *Cọp mà vật mấy ông thầy địa,*
> *Yêu mà nhai mấy chú chọn ngày.*
> *Trớ trêu họ khéo đặt bày,*
> *Mình thương nhau thiệt ông trời định đôi!*

oOo

Còn rất nhiều ngôn ngữ dân gian về cọp, vì khuôn khổ tờ báo có hạn, chúng tôi xin tạm dừng nơi đây. Duy có điều cần nhấn mạnh là người xưa đánh cọp, diệt cọp xong thì lập miếu, tạc tượng mà thờ - một hình thức tín ngưỡng dân gian. Trong thời đại "đạo tặc" lên ngôi, từ *tin tặc, đinh tặc, dâm tặc, y tặc* đến *cẩu tặc, địa tặc, sa tặc (cát tặc), sơn tặc, lâm tặc, hải/thủy tặc, không tặc* rồi *dịch tặc* (Covid-19), *Hán tặc*…, còn có loại "*Hổ tặc*" cần phải nhắc tới trong bài này. Bọn "*Hổ tặc*" đã tìm mọi cách săn cọp, giết cọp bất chấp khuyến cáo của Quỹ Bảo tồn Thiên nhiên Thế giới (WWF). Mục đích của họ nhằm mưu cầu lợi lộc riêng bởi họ tin rằng bất cứ bộ phận nào của con cọp cũng đều có vị thuốc, làm đồ trang sức đắt tiền, đôi khi dùng để luyện bùa ngải. Theo Đông y, *Râu cọp* (Hổ tu): trị nhức răng, tăng cường sức khỏe và chế thuốc độc. *Thịt cọp* (Hổ nhục) trị sốt rét, bổ thận, tăng lực. Một chén cháo thịt cọp ở Đài Loan bán ra với giá 320$US. *Răng cọp* (Hổ nha, Nanh cọp) dài từ 7-9 cm, dùng làm đồ trang sức đeo ở cổ để trừ tà ma, đạn bắn không trúng (?). Răng cọp được dùng để trị bệnh dại, hen suyễn, đau ở "thằng nhỏ". *Xương cọp* (Hổ cốt) xay thành bột, ngâm rượu, nấu cao trị phong thấp, viêm khớp, làm lành xương gẫy, kéo dài tuổi thọ, bổ thận cường dương, ông uống bà khen liền! Chính bọn "*Hổ tặc*" nầy đã góp phần làm tuyệt chủng loại động vật hoang dã quý hiếm như cọp - điều mà thế giới đang báo động song song với việc bảo vệ môi trường.

Kính chúc quý bạn đọc một năm mới Nhâm Dần an khang, cường tráng như Cọp, mặc dầu chưa, và không nên uống rượu Cao Hổ Cốt!

Nguyễn Kiến Thiết
Tết Nhâm Dần 2022

* *Thị quá: thiệt quá, đích thị, quả đúng như thế.*
Sơn trường: Ám chỉ đại đồn điền ở vùng rừng núi, do triều đình tổ chức từ đời Lê, để quy tụ số lưu dân và những tội nhân bị đày lưu viễn đến khẩn hoang (theo Bảo Định Giang).
** *Phá sơn lâm, đâm Hà Bá:*
Sơn lâm là rừng núi; Hà Bá là vị thần cai quản sông trong tín ngưỡng đạo giáo. Xưa kia ven sông thường có đền thờ Há Bá để cầu cho mọi người không gặp nạn trên sông và bắt được nhiều cá trong mùa mưa. "Phá sơn lâm" là phá rừng, xẻ núi, đốn củi, khai hoang. "Đâm Hà Bá" là làm nghề chài lưới ở sông, biển. Câu tục ngữ trên ám chỉ việc xúc phạm đến thần núi (Cọp) và thần nước (Sấu).

TIỂU NGUYỆT

MỘT NHÁNH MAI RỪNG CHIỀU CUỐI NĂM

Lâm nhận được tiền từ người chủ thầu xây dựng, liền vội vã lên sân ga Nha Trang, vào mua chiếc vé "Nha Trang - Tuy Hòa", thì được biết chuyến tàu TN2 còn mười lăm phút nữa sẽ từ Sài Gòn ra tới. Anh thở phào nhẹ nhõm, vậy là mình cũng kịp chuyến tàu chiều cuối năm, trở về cùng gia đình, sau gần hai tháng đi làm. Anh lại mua một ổ bánh mì của cô bé bày bán trước cửa ga, vào phòng đợi ngồi ăn cho đỡ lòng. Anh thấy đói bụng nhưng ăn chẳng biết ngon, có lẽ vì quá lo lắng sợ không kịp giờ tàu chăng? Lòng anh vui và rộn rã hơn khi nghe tiếng còi tàu đang chuẩn bị vào sân ga; và anh nghĩ, chỉ vài tiếng đồng hồ nữa thôi, là anh có thể về đến nhà, gặp vợ con, để đón giao thừa, cùng những người thân yêu của mình.

Cổng số một đã mở, tiếng mời hành khách vào sân ga từ chiếc loa vang lên, anh mang túi quần áo lên vai, vào ga, theo đoàn người hối hả; ai cũng vội vội, vàng vàng, nôn nóng được trở về cho kịp ngày, giờ - ngày cuối cùng của năm, để đón một năm mới đầy niềm tin và hy vọng. Tàu đến. Anh lên tàu, đến số ghế của mình, thở phào, trút hết những lo âu, ngả lưng nhắm mắt. Anh hít thở đều đặn, những rung cảm yêu thương, dạt dào, nhớ nghĩ về người vợ hiền lành, đôn hậu, con cái, và hai đứa cháu ngoan ngoãn, xinh xắn, mà một đời anh yêu thương, hy vọng sẽ trưởng thành tốt đẹp.

Những dòng suy nghĩ rời rạc, mỗi lúc một nhiều hơn, niềm thương nhớ vợ con nhiều, nhiều lắm. Nhìn ánh nắng chiều chiếu rọi vào khoang cửa sổ, anh thấy lòng thật ấm áp. Từng phút trôi qua, là từng phút quãng đường được thu ngắn lại, và cũng từng phút sự chờ đợi, khát khao, gặp vợ con, càng thôi thúc trong anh. Không gì vui bằng, được mang tiền mình làm được, về cho vợ con, sắm sửa chút gì cho ngày Tết, mặc dù mình về muộn. Biết làm sao được, có một việc làm trong thời buổi khó khăn này, có dễ gì; anh đã phải chịu đựng, chờ đợi, từ hai, ba hôm nay, mới nhận được tiền công. Người ta hẹn, và hẹn, mình chờ, thì cứ chờ. Sự kiên nhẫn của anh đã thành công, anh đã nhận được tiền; đó là công sức, mồ hôi của anh đã bỏ ra, gần hai tháng nay mà. Anh mỉm cười cảm thấy một chút bâng khuâng, xao xuyến, nghĩ mình chiến thắng được sự tự ái, dẹp bỏ được cái gọi là "bản ngã", mà trước kia anh khó mà vượt qua được. Tiếng lòng anh lao xao, người rung theo tiếng "xình xịch" của con tàu đang rầm rập lao nhanh.

Tàu đã qua hầm đèo Cả. Hình ảnh ruộng đồng, nhà cửa, qua khung cửa sổ của con tàu, làm anh thấy như về đến ngôi nhà thân yêu của mình rồi. Anh nghe ngọn gió nồm mát dịu thổi nhẹ vào lòng, như đang thổi trên đồng lúa reo vui, xanh thắm, nặng tình, thủy chung, mỗi năm hai vụ không thay đổi, bên ngoài kia.

Tàu đã về đến ga Tuy Hòa. Lâm xuống tàu vội vàng, mang túi xách trên vai, bước nhanh về phía vườn hoa "Diên Hồng". Hoa bày ngổn ngang đủ loại, đủ màu sắc, rực rỡ. Mọi năm, đến giờ này, là hoa còn ít lắm; người nào mua trễ là không còn hoa đẹp. Tiếng gọi mời mua hoa thật nhiệt tình của những người bán hoa, người mua thì cứ lượn vòng, xem tới xem lui, hết hàng này, hàng khác. Có lẽ, họ thấy hoa còn nhiều, chờ cuối giờ, phải bán rẻ chăng? Lâm thấy lòng chua xót, thương cho người nông dân trồng hoa, vất vả; mồ hôi, công sức đổ ra, họ muốn mang "cái đẹp" đến mọi nhà, để đổi lấy một ít tiền trang trải cuộc sống; may mắn bán được, có tiền sắm sửa Tết chu đáo; chẳng may đến gần Giao Thừa mà còn hoa, họ phải đổ hết, chỉ mang chậu về nhà, để sang năm trồng tiếp! Cuộc sống của người nông dân là vậy!

Ngang qua một người đàn ông trạc tuổi anh đang đứng cùng mấy chục nhánh mai rừng, mặt bần thần, lo lắng vì hoa còn quá nhiều. Có lẽ, anh ấy cũng nôn nóng, muốn bán cho nhanh hết để còn trở về nhà, khiến anh thương cảm cho những số phận cơ cực, nghèo khó; đã nghèo là phải khó rồi. Lâm chợt nhớ những năm còn trong trại cải tạo - ngày nối ngày, đêm tiếp đêm, có biết chi là Tết; nhìn thấy mai nở vàng đồi núi, mới biết là mùa xuân đang về. "Thấy mai nở khắp núi rừng xa tít, anh giật mình mới biết đã sang xuân. Trong Giao Thừa không có gì đón Tết, anh thở dài khói thuốc cũng bâng khuâng..." - lời thơ của một bạn cùng đội; đó cũng là lời tự tình đầy chua xót và thương đau, của một thời, không thể nào quên!

Lâm bước lại chỗ người đàn ông bán mai rừng, muốn mua một nhánh về chưng ở phòng khách; trước là để nhớ lại kỷ niệm cũ, sau là đón chào một mùa xuân mới đang về (một cành mai nhỏ cũng là xuân).

Người đàn ông bán mai, nở nụ cười tươi chào đón anh, giọng niềm nở:

- Anh chọn một nhánh mai rừng đi anh! Mai rừng vùng Thạch Thành đó!

Lâm nhìn lên gương mặt rám nắng của người bán hoa, thân mật:

- Anh ở Thạch Thành à? Xưa kia tui cũng có thời gian ở đó - giọng đăm chiêu, xa vắng, đâu hơn ba mươi năm rồi. Ôi thời gian!

Người bán hoa, cởi mở:

- Anh học tập ở đấy à?

- Thì cũng như mọi người thôi, tui vượt biên bị bắt, ở hơn hai năm rồi về.

Người bán hoa vui như gặp lại người quen, hớn hở:

- Anh ở đội nào?

- Đội xây!

Người bán hoa nhìn chằm chằm vào Lâm, cố lục trong trí nhớ khô cạn dần trong chiếc đầu nhỏ bé của mình, chợt sửng sốt, nhớ ra nét thân quen của người bạn chung trại thuở nào, reo lên mừng rỡ:

- "Lâm Ròm" phải không? Tao, "Ba Đui" đây! Trời ơi! Mấy chục năm rồi chứ ít gì. Hiện giờ mày ở đâu?

Lâm nhìn sững người bán hoa đang ríu rít, dồn dập hỏi thăm mình, và anh đã nhận ra người bạn chung đội chuyên gánh nước cùng mình ngày nào, giọng xúc động:

- Lâm Ròm đây. Cảm ơn mày còn nhận ra tao. Đứa nào đứa nấy "già chát" rồi, thời gian đã bào mòn tất cả, khó mà nhận ra nhau.

Lâm ôm chầm lấy Thông - người bạn có tên gọi thân mật của lán trại đặt cho là "Ba Đui". Anh có giọng hát hay, truyền cảm; đôi mắt cận nặng, mỗi lần nhìn ai, cứ nước mắt nheo nheo, hỏi tới hỏi lui, nên có cái tên này. Hai người bạn mấy mươi năm mới gặp nhau, vui vô kể. Người nào cũng tranh nhau hỏi, muốn biết bạn mình hiện thế nào, làm gì, cuộc sống có ổn định, con cái ra sao? Bao nhiêu kỷ niệm cũ cứ tràn về, lai láng; cả hai như trẻ lại, sống lại những kỷ niệm yêu thương giữa vùng đồi núi xa vắng, thuở nào.

Lâm nhìn bạn rưng rưng, giọng xúc động:

- Tao ra trại trước, hình như mày có tên về đợt sau thì phải? Cũng như bao người, mình không dễ dàng gì kiếm được miếng cơm. Mình làm tất cả, mọi việc, cả làm thuê, bốc vác, có lúc lên rừng tìm trầm, đãi vàng; có lúc xuống biển theo người bạn đi câu. Cả cái "Hòn Cỏ" tao đã giẫm nát, vàng đâu không thấy, chỉ thấy da vàng như nghệ vì sốt rét liên miên. Có người bạn thường nói, "Dân đãi vàng, mặt vàng như nghệ" là vậy. Thật buồn cười, phải không mày?

Thông buồn buồn:

- Ai mà chẳng vậy! Tao ra trại ở lại khu Mai Liên luôn, vì tao không có chỗ nào để về. Lấy người vợ ở ngoài làng, một thời gian sau xin chuyển về nhà bà già vợ, vì bà đã yếu. Bà chỉ có một cô con gái là vợ mình. Ông mất, bà ở vậy nuôi con, không đi bước nữa. Mỗi năm, sắp đến Tết, tao vào vùng núi cũ, chặt mai rừng về bán, kiếm ít tiền cho bà xã sắm Tết, năm nay "ê sắc ế" mày ạ!

Lâm ngậm ngùi:

- Tao cũng có hơn gì đâu. Dù đau nhức liên miên mỗi khi trời trở, cũng gắng theo người ta đi làm thợ xây kiếm tiền, mà chờ cả chục ngày nay, chủ thầu mới trả tiền đây nè. Nghĩ cũng "mắc cười" mày hén! Tự nhiên mình có cái nghề này. Hồi đó mình cứ đi gánh nước, thơ thẩn thôi, vậy mà làm cũng "ngon" à nghen!

Hai người bạn trao đổi thông tin, số điện thoại nhau, và hẹn sẽ đến thăm gia đình của nhau trong dịp Xuân này. Thông chọn tặng bạn nhánh mai rừng đẹp nhất làm quà xuân. Lâm cầm nhánh mai một cách trân quý, gởi ít tiền "lì xì" cho các cháu, Thông từ chối mãi không được, nhận để bạn vui.

Hai ông già xấp xỉ bảy mươi, nhìn ánh nắng chiều cuối năm vàng hiu hắt, trong lòng vui vẻ, hân hoan vì cuộc hạnh ngộ này.

oOo

Lâm ôm nhánh mai rừng bước vào sân, con Mực nằm trước cửa chạy ra vẫy đuôi mừng rỡ, nhào lên người anh kêu "ẳng ẳng". Anh xoa đầu nó, vui vẻ:

- Mực! Im nào. Từ từ nào!

Nghe tiếng Lâm, bé Trang chạy ra, mừng rỡ:

- A! Ông Nội về! Cháu chào ông!

- Ông chào cháu! Có nhớ ông không nào?

Bé Trang trả lời ông, "Dạ, cháu nhớ ông nội nhiều", rồi vụt chạy vào nhà, gọi ríu rít:

- Bà ơi! Ông về rồi!

Nghe tiếng hai ông cháu, bà Lâm từ bếp vội bước lên nhà, ông cũng vừa vào cửa. Lâm đưa nhánh mai rừng cho vợ, hôn lên gương mặt mừng vui của bà, giọng thì thầm:

- Tặng em một nhánh mai rừng, chiều cuối năm!

Tiểu Nguyệt

6/2021

VŨ NGỌC GIAO
Tái Sinh

Đã qua tháng Chạp tiết trời vẫn rét mướt, cơn mưa cuối đông không nặng hạt nhưng đủ xuyên cái lạnh buốt vào da. Mãi đến bốn giờ chiều, Thứ mới đến được miền quê heo hút này. Bên con dốc đổ xuống, những nếp nhà cô đơn nằm lọt thỏm giữa những khu vườn rộng. Thứ cho xe chạy nhanh hơn, đến lối rẽ xuống con đường đất anh dừng lại ngoái nhìn phía sau. Từ xa một chiếc xe máy trờ tới, tiếng phành phạch ồn ã cả con đường vắng. Trong chiếc áo khoác phong phanh, đôi vai Quang so lại vì lạnh, "Đi chớ! Sao dừng đây?" Quang nhìn Thứ ngạc nhiên, "Có thuốc không, đốt tao điếu cho ấm?" Thứ cài thêm khuy áo cổ, xuýt xoa vì rét, "Có đây!" Quang lập cập móc gói thuốc trong túi áo rút một điếu châm lửa, "Nhanh đi, còn tìm nhà chớ tối!"

Hai chiếc xe máy rẽ xuống con đường ngoằn ngoèo, bên kia cánh đồng mùi rạ đương phơi xông lên ngai ngái, lác đác vài nếp nhà mái tôn thấp lè tè nằm im lìm trong mưa lạnh. Bóng chiều dần sẫm lại, tiếng xe máy ồn ã như đánh thức mọi thứ nơi đây. Thứ nhìn thấy sau vuông cửa căn nhà bên đường mấy cái đầu người lớn và con nít lố nhố nhô ra, tiếng chó sủa ran, tiếng trẻ con ngằn ngặt khóc, tiếng ru hời cất lên trong chiều muộn… Tất cả tạo nên một thanh âm chỉ có ở miền quê nghèo heo hút này. Cái ao giữa đồng bụi bèo dâu giạt về phủ kín, một con trâu đang ngụp lặn, ọ lên từng hồi, tiếng ọ nghe cũng buồn thiu. Nhác thấy người đàn bà đứng ôm con ở cửa, Thứ dừng lại, "Chị làm ơn cho hỏi nhà ông Bốn Mành". Người đàn bà e dè nhìn Thứ, cái nhìn không giấu giếm, dừng lâu hơn trên cái cổ xăm đầy những hình thù kỳ quái của anh: "Đi hết con mương, rẽ xuống, nhà phía trước có cái am đó chú." Người đàn bà đưa tay chỉ. Thứ cảm ơn bà, vẫy tay ra hiệu Quang tiến về phía trước. Đến căn nhà nằm trơ trọi cuối xóm, giữa vườn có đụn rơm cao ngất, anh dừng lại ngó nghiêng, căn nhà tường vôi ẩm xịt, loang lổ, trong sân mấy con vịt lạch bạch đi lại. Nghe tiếng xe, chú chó từ trong nhà xổ ra gầm gừ sau cánh cổng.

Một ông cụ trong bộ đồ nâu sồng từ trong lững thững đi ra quát lên, "Nô, đi vô!" Chú chó sợ chủ cúp đuôi nem nép vào nhà. "Chú cho con hỏi nhà ông Bốn Mành?" - Thứ nhướng người qua hàng rào hỏi vọng vào. "Là tui đây!" - Ông cụ mở cổng - "Có chuyện chi vô đây đã chú!" Thứ và Quang vào nhà, ông cụ thủng thẳng rót nước ra hai cái ly to mời khách, Thứ ấp bàn tay vào ly nước chè nóng hổi, nghe ấm hẳn, anh nhìn ra vườn, "Nghe chú có mấy chậu mai, tụi con tới hỏi mua về bán, tết nhứt rồi." "À… là chuyện đó." Ông cụ trầm ngâm, "Nhà có hai chậu mai trồng mấy năm ni để chưng Tết, khổ nỗi Tết tới nơi rồi mà vợ chồng tui kẹt quá." Nói đến đây ông cười, "Mà hai chú đây thiệt tài, răng biết tui có mai mà tìm tới?" "Tụi con nghe mách miệng thôi." Thứ hớp ngụm nước chè, nhìn hai chậu mai vừa bung nụ ngoài vườn. Trong nhà, ngọn đèn vàng chạch tù mù khiến căn nhà càng tối tăm, ẩm thấp, trước gian thờ hồ hết hai đứa trẻ chạy loăng quăng, đứa lớn chừng sáu tuổi, đứa nhỏ hơn còn ngọng nghịu nói, thấy người lạ, chúng nhớn nhác nhìn ra. Thứ nhấp nhổm nhìn đồng hồ, thấy vậy ông cụ đứng lên chống cây gậy ra vườn, vừa đi vừa đấm thùm thụp vào cái lưng đau. Đến bên hai chậu mai thế uốn lượn hình chim phượng, ông chỉ: "Đó, mấy chú có mua thì mua hai chậu ni, còn gốc mai kia tui không bán".

Thứ săm se hai chậu mai vừa hé nụ, mừng rơn, thế mai đẹp quá, anh thầm nghĩ hai chậu chở về thành phố mỗi chậu bán chục triệu như chơi. "Vậy chớ chú để hai chậu cho con nhiêu đây?" - Thứ hỏi. "Tui xưa chừ có bán chác chi mô, mấy chú quen mua bán rồi, liệu chừng bao nhiêu thì lấy". Thứ lại nhìn vào nhà, dưới nền xi măng hai đứa nhỏ đang sì sụp ăn, vừa ăn chúng vừa xuýt xoa vì nóng, gương mặt trẻ thơ ngây ra, chốc chốc lại chọc ghẹo nhau cười. Thứ bỗng thấy lòng chùng lại, hai đứa nhỏ cũng trạc tuổi con anh. Thứ nhìn Quang ra ý hỏi, thấy gương mặt cậu em cũng trầm ngâm… "Thôi vầy," Ông cụ ông lên tiếng, "Hai chậu mai ni tui để sáu triệu, mỗi chậu ba triệu, tui tính vậy hai chú thấy sao?". Thứ mừng rơn, thiệt là không phí cái công chạy hơn tám mươi cây số về đây, hai chậu mai này mấy tay nhà giàu ở thành phố thấy là rinh liền, anh nhẩm tính, hai chậu bán lại chừng hai mươi triệu mà chỉ mua với giá sáu triệu, thiệt quá lời. Thứ quay qua nhìn Quang, bắt gặp ý nghĩ đó trên gương mặt người anh em. "Dạ, vậy giờ tụi con chở luôn còn về chợ tối!" Nói đoạn Thứ móc bóp đếm sáu triệu đưa ông cụ.

Ông Mành cầm xấp tiền run run nhét vô túi áo, "Để tui kiếm sợi dây cho hai chú cột thêm cho chắc", ông lúp thúp vô nhà. Quang ghé tai Thứ thầm thì, "Còn gốc mai kia nữa, trả ổng sáu triệu, đang cần tiền có khi ổng bán." Ông Mành từ trong nhà lập cập đi ra, "Đây! Hai chú cột vô, tui phụ cho!" Sau một hồi hì hục hai chậu mai cũng cột được vô hai xe máy gọn tưng. Ông Mành vào nhà rót nước đem ra, "Hai chú uống ly nước cho ấm bụng, đi đường xa lạnh lắm!" Thứ nhấp ngụm nước, đến bên ông Mành tỉ tê, "Còn gốc mai kia con ưng, hay ông để con luôn đi, con gửi ông sáu triệu, một gốc ni bằng hai chậu kia chớ con không để ông thiệt." "Sáu triệu à?" Ông Mành kêu lên, nhìn cây mai giữa vườn rồi chầm chậm lại gần rờ rẫm vào thân cây, "Thôi, gốc mai ni ở với gia đình tui mười mấy năm rồi, nó chứng kiến bao nhiêu thăng trầm của gia đình tui, tui không nỡ." Ông ngậm ngùi.

Có tiếng dép loẹt quẹt đi ra, cụ bà đến sau lưng ông từ lúc nào, nắm vạt áo ông khẽ giật, "Ông ra đây tui nói cái ni." Ông Mành theo bà ra vườn sau. "Bán gốc mai đi ông, để cũng có ăn được mô, nhà mình chừ cần tiền, ra Tết thằng Ri đi nhà trẻ, con Mi vô lớp một rồi mà thiếu thốn đủ thứ, còn tiền thuốc cho ông nữa, ông Ba Cử nói ông phải uống thêm hai mươi thang nữa may ra cái đầu gối mới đỡ đau..." Nói đến đây bà ôm ngực ho sù sụ, "chớ thiếu thốn tội hai đứa nhỏ quá!" Ông Mành nhìn cây mai bằng con mắt mờ đục: "Ờ... bà nói cũng phải."

Từ trong nhà hai đứa nhỏ chạy ào ra nắm vạt áo ông cười rinh rích, "Mau đi nội, mau vô ăn cơm rồi chơi múa lân với con!" Thứ ngẩn người nhìn hai đứa nhỏ lem luốc, gầy gò đến tội nghiệp. Ông Mành cúi xuống xoa đầu chúng nựng nịu, "Ờ ờ... vô nhà đi kẻo lạnh, rồi ông vô!". Hai đứa chạy biến vào trong, ông lại nhúc nhắc đến bên cây mai sờ soạng thân cây hồi lâu rồi quay qua Thứ, "Tui đồng ý bán, mai chú cho người tới đào đi!" Ông nói một cách nặng nhọc rồi ôm ngực ho khan. Đợi ông ngớt cơn ho, Thứ nói luôn, "Tụi con không có nhiều thời gian đi lại, Tết nhứt rồi, còn đi nhiều nơi gom hàng về. Giờ ông cho con mượn cái xẻng, tụi con làm luôn rồi thuê xe chở trong đêm." Lần này Thứ cũng nhanh nhảu móc bóp đếm sáu triệu đưa ông.

Đêm sập xuống nhanh, tiếng gió rít lên bẻ mái tôn kêu răng rắc. Hì hục gần hai tiếng đồng hồ cây mai cũng được bứng lên, cho vào chậu tạm, cũng vừa lúc điện thoại Thứ réo vang, xe đã đợi ngoài đường. Anh và Quang vội vã chào vợ chồng ông bà Mành rồi trở ra.

Ông Mành đưa hai chàng trai đến đầu đường, trước khi quay về, ông đến bên cây mai, chạm vào nhánh rễ vừa bị phạt đứt, bàn tay ông run rẩy như thể mình vừa bị chặt lìa ngón tay. Nhìn ông, Thứ bỗng thấy nhói lòng, anh vội quay đi giục Quang mau mau khiêng cây mai lên xe về kẻo khuya.

Chiếc xe lăn bánh đi rồi ông Mành vẫn còn đứng nhìn theo, nước mắt ông tuôn giàn giụa như vừa từ biệt đứa con. Đêm về khuya lạnh căm, gió táp vào mặt ông từng cơn bỏng rát, chiếc xe đã khuất từ bao giờ ông vẫn đứng nhìn theo. Ông khóc nấc, chẳng khác gì cái ngày ông đưa con trai và con dâu về nơi an nghỉ. Tụi nó về với đất, để lại hai đứa con thơ cho ông bà, hai năm qua rồi mà ông tưởng như mới hôm qua. Ông chầm chậm đến cây bông gòn bên đường tựa vào nấc nghẹn.

Gió vẫn rít bên tai, ông sực tỉnh quay về, chân ông nặng nhọc bước trên con đường heo hút, tối om. Đến ngõ đã thấy bà và hai đứa cháu nội đứng bên hiên ngóng ra. Lặng nhìn ông, bà hiểu hết, bà thấy mình như người có lỗi nhưng khổ nỗi cái nghèo túng cứ bám riết lấy ông bà từ ngày vợ chồng con trai ra đi, nhìn cháu người ta đủ đầy, cháu mình thiếu thốn bà lại xót xa, Tết cũng kề cận rồi, kiếm đâu ra cho hai đứa cháu một cái Tết đủ đầy như cháu người ta...

Đêm, bên trời lóng lánh mấy vì sao nhạt nhòa. Hai đứa nhỏ đã ngủ say, ông vẫn ngồi bên hiên đốt thuốc. Bà khẽ khàng vén màn, sẽ sẹ ra hiên, ngồi xuống bên ông, "Ông buồn... tui cũng buồn theo." Bà nâng vạt áo chấm vào mắt. "Thôi mình!" Ông nắm tay bà, "Cho tui buồn hết đêm ni thôi..." Ông nấc lên, loạng choạng ra vườn, đến bên cái hố sâu hoắm vừa đào xới ông ngồi thụp xuống sờ soạng. Bà lặng lẽ theo sau khoác cho ông cái áo rồi ngồi xuống bên ông. Trăng lên, treo trên tận đỉnh trời, ánh trăng vàng ruộm trải dài trên sân gạch, bóng ông tựa vào bà như tìm kiếm, ủi an. Bàn tay xương xẩu bà xoa nhè nhẹ lưng ông như vỗ về. Càng về đêm gió càng thổi mạnh, vầng trăng cũng tái mét, run rẩy. Bỗng bà ôm ngực ho sù sụ, ông giật mình đưa tay chạm vào tóc bà, mái tóc bạc đã ẩm lạnh vì sương. Ông vội vàng đứng lên kéo bà vào nhà.

Tiếng con gà trống ngoài chuồng gáy te te, ông choàng dậy. Bên bếp lửa bà đang lúi húi với nồi cơm đương sôi, khói bay lên mù mịt, hai đứa nhỏ cũng thức dậy từ lúc nào, chúng chạy đuổi nhau ngoài vườn, tiếng cười rộn lên khiến lòng ông ấm lại. Chiều nay ông sẽ chở bà lên chợ thị trấn sắm cho hai đứa bộ đồ mặc tết, nhất định ông sẽ sắm luôn cho bà bộ đồ mới, không nhớ mấy cái tết rồi bà cứ mặc đi mặc lại bộ đồ gấm hoa con dâu may hồi nó mới về nhà chồng.

Ông ra hiên, cái đầu gối hôm qua phải đi nhiều nay bắt đầu hành hạ, đau nhức. Ngoài đường làng tiếng xe máy phành phạch chạy qua rồi dừng lại trước ngõ, con Nô xồ ra sủa ăng ẳng, ông hấp háy đôi mắt mờ đục nhìn ra. Bên ngoài hàng rào là Thứ, hai tay ôm chậu mai nhỏ, trên cành những nụ mai vừa hé nụ, vàng ươm, "Ông ơi! Con biếu ông cây mai nhỏ này, giờ con vô trồng cho ông luôn!" Gương mặt Thứ hớn hở. Ông nhìn chậu mai trên tay chàng trai, không nén được nỗi vui, lập cập mở cổng. Thứ nhanh nhảu đến bên cái hố sâu đổ thêm đất, nhẹ nhàng đặt cây mai vào, anh lấp đất rồi dọn dẹp sân vườn sạch sẽ. Thứ làm xong, trời cũng vừa hửng nắng, những tia nắng sớm rải xuống khu vườn như mật ngọt.

Ông Mành ngồi bên cây mai nhỏ, khẽ khàng chạm vào từng chiếc lá non, nghe trong gió sớm mùi lúa thơm từ đồng trên thổi về, bên gốc mai cũ một sự sống khác đã được thay thế, mơn mởn, non tơ...

Vũ Ngọc Giao
(Đà Nẵng)

bắt chước kiểu chúc Tết
của cụ TÚ XƯƠNG xưa

nỗi cay đắng đã hết ?
hay càng thêm dư thừa ?
xã hội đang hưng thịnh ?
tình người giàu thêm chưa ?

người làm quan lãnh đạo
bằng cấp đã khỏi mua ?
hồng hơn chuyên bảo đảm
vô địch không hề thua
tàu lạ hay ai lạ
đều gốc gác chúa vua
rộng lòng nên thuần phục ?

đâu phải là
đàn lừa !

TRẦN THỊ TRÚC HẠ

NGUYỆN

Mười ba tuổi, Nguyện gặp anh.

Anh đứng trước giàn hoa Tigôn đang ra hoa trong mùa tháng giêng tây dịu dàng se se lạnh.

- Anh Khải nhờ anh đến giúp bé làm báo tường.

- A, anh Nghi!.. Em đang chờ anh đến cứu đây, anh vào đi.

Nguyện mũm mĩm, tròn vo trong chiếc áo len vàng với đôi mắt bồ câu ướt, hồn nhiên cầm tay anh dắt qua khoảng sân có hàng cây mãng cầu đang ra lá non xanh mơn mởn, còn long lanh những giọt nước mưa đêm qua. Trong phòng khách nhỏ, có ba cô bé tròn xoe mắt nhìn anh. Anh muốn bật cười trước vẻ ngơ ngác, lo âu của các cô bé bị giao cho một trọng trách nặng nề của lớp mà chưa bao giờ biết đến báo chí là gì. Vậy là anh phải bắt tay vào, vừa làm vừa phân công cho bốn cô bé, anh trải tờ giấy roki trên mặt bàn, phân công cho bốn cô bé mỗi cô mỗi góc viết bài, còn anh thì bắt đầu vẽ... Phải làm khẩn trương trong một buổi sáng vì chiều nay cả anh và bốn cô bé đều phải đi học. Hì hục đến gần trưa, tờ báo tạm ổn, Nguyện bưng lên mấy ly nước lọc và một đĩa cóc dầm, me dầm, ổi dầm... Trời đất, bụng đang đói mà ăn mấy thứ này vào chắc tiêu luôn. Vậy mà bốn cô bé nhai rau ráu, giòn tan... Đúng là con gái, chúa ăn vặt. Anh cười bảo:

- Thôi bốn đứa cứ tự nhiên, anh không xài được thứ này, để anh vẽ nốt đường viền của tờ báo cho xong.

Loay hoay thế nào một cô húc tay anh làm đổ bình mực tím vào giữa trang báo, cả bốn cô đều tái mặt nhìn anh, anh cười trấn an:
- Không sao đâu, để anh xử lý…

Anh xóa xóa, bôi bôi vệt mực biến thành cây cổ thụ màu tím với những tán lá mềm mại làm nền cho tờ báo thật sinh động, bốn cô bé nhìn anh như vị thần có tài biến hóa. Và mùa xuân năm đó tờ báo tường của lớp được giải nhất. Nguyện là trưởng ban báo chí, đương nhiên Nguyện bước lên bục sân khấu nhận giải về cho lớp trong ngày liên hoan văn nghệ báo chí của trường. Đêm đó lần đầu tiên Nguyện biết thế nào là mất ngủ. Đến gần sáng, Nguyện thiếp đi và mơ thấy nụ cười và đôi tay kỳ diệu của anh bay lên trong giấc mơ...

Mười bốn tuổi, anh Khải đưa Nguyện vào sinh hoạt trong một tổ chức thi văn đoàn, ở đó có anh... Nguyện bắt đầu tham gia những buổi dã ngoại, cắm trại, sinh hoạt ca hát và sáng tác văn thơ... Anh là ngôi sao của thi văn đoàn, anh làm thơ, sáng tác nhạc, vẽ tranh... Những cuộc thi bao giờ giải nhất cũng thuộc về anh, bài ca anh viết trở thành hành khúc cho thi văn đoàn... Nguyện đã theo anh xuống biển, lên núi và những hành trình đường dài không mệt mỏi... Nguyện đã hát với anh những bài ca hùng tráng, cùng anh thức những đêm lửa trại bập bùng trong tiếng sóng vỗ, cùng cười đùa với anh trong tiếng gió ngàn của núi rừng... Nhưng ánh mắt anh không bao giờ nhìn Nguyện, ánh mắt anh dành cho những chị Phụng Hoàng lớn hơn Nguyện. Nguyện chỉ là một nhóc nai...

Trong mắt anh, Nguyện là con bé ngốc nghếch thích ăn vặt me xoài cóc ổi... chua lè. Anh chẳng bao giờ biết được đêm đêm con bé mơ về giấc mơ rừng già có nàng công chúa nai tơ và chàng hoàng tử kiêu hùng... Anh chẳng bao giờ biết được có những buổi sáng mưa rơi, cô bé mơ ước anh xuất hiện dưới giàn hoa tigôn như một phép nhiệm mầu... Và anh đã xuất hiện thật, trong chiếc áo mưa ướt sũng. Nguyện vội vàng chạy ra mở cổng cho anh nhưng anh chẳng thèm nhìn Nguyện mà chỉ hỏi: "Có anh Khải ở nhà không nhóc?" Rồi sau đó chui tọt vào phòng anh Khải bàn chuyện đại sự về Thi văn đoàn... Có những buổi chiều cô bé ngồi lặng trong ráng chiều tím thẫm của hoàng hôn trên bãi biển, ôm một đống áo quần của anh và anh Khải để hai ông tướng tha hồ vẫy vùng cùng sóng biển… như một nhiệm vụ đương nhiên.

Rồi những buổi tối có vầng trăng như vành móng tay treo chơi vơi trên bầu trời đêm, Nguyện ngồi bên cửa sổ nhìn ra khu vườn lắng nghe tiếng đàn ghi-ta réo rắt cùng với tiếng hát buồn buồn da diết của anh.

"Buồn đã tới rồi, cả một trăng đêm khơi

Tình đã hoen màu vàng cả tóc mây ngời
Ôi những mối dây tơ đã rối mù rồi
Oan tình đầy vơi mở rộng lưới giam bao người..."

Anh đang buồn vì ai? Nguyện cũng đã biết buồn vì anh!

Nguyện bước vào tuổi mười lăm, thành phố loạn lạc, cổng trường đầy người tị nạn. Nguyện theo anh cùng Thi văn đoàn giúp người tị nạn, cắm lều, tìm kiếm người thân thất lạc... Nguyện phơi nắng đen nhẻm, anh chụp chiếc mũ lát rộng vành lên đầu Nguyện nheo mắt nói:

- Lo dưỡng da đi nhóc, lớn rồi đó biết không?

Rồi anh chạy biến đi đâu đó để Nguyện ngơ ngẩn ngóng chờ.

Mùa thu khai trường năm học mới, trường nam nữ nhập chung, Nguyện nhìn thấy anh đứng ở lớp cuối cấp, Nguyện đứng ở dãy đầu cấp, anh nheo mắt đưa tay lên mũi trêu Nguyện... Tổ chức Thi văn đoàn bị cấm không được sinh hoạt, anh lao vào học luyện thi đại học. Những giờ ra chơi Nguyện đứng trên lan can tầng hai đưa mắt tìm anh, anh ôm quyển sách dày cộm ngồi trên ghế đá dưới gốc phượng già chăm chú học chẳng biết gì đến chung quanh...

Mùa hè năm đó anh đỗ vào Trường Kiến Trúc với số điểm thật cao. Rồi anh rời xa thành phố. Nguyện buồn hiu và càng buồn càng đẹp, đôi mắt ướt của Nguyện làm bao chàng trai lao đao. Nhưng Nguyện chẳng quan tâm, chẳng ai giống anh, tài hoa như anh. Cho đến ngày đám cưới của anh Khải thì anh về với một cô gái xinh như búp bê và tiếng hát của cô gái trong vắt như sơn ca. Khi cô gái cất lên tiếng hát cả hội trường lặng đi:

"Khi anh nhìn em mùa xuân bừng dậy
Khi anh nhìn em nắng bỗng tràn đầy..."

Ánh mắt anh nhìn cô gái ấy như bị thôi miên và Nguyện chợt nhận ra, anh sinh ra không phải dành cho mình. Nguyện ơi, đừng buồn, đừng nhớ, đừng chờ đợi nữa...

Nguyện chọn một chàng trai hiền lành, ít nói trong những người theo đuổi mình, rồi mặc áo cưới, ra trường đi dạy và sinh đứa con gái đầu lòng...

Một buổi chiều, anh xuất hiện đột ngột cùng anh Khải đón Nguyện trước cổng trường. Mắt cay xè, Nguyện run chân tưởng chừng không thể bước tới, anh cười thật buồn:

- Chào cô giáo, vậy là con nhóc khóc nhè đã lớn tự lúc nào mà anh không kịp thấy...

- Chị ấy đâu rồi, sao anh về có một mình?

- Chị ấy bỏ anh đi lấy chồng rồi, cũng như nhóc thôi.

Nguyện quay đi tránh ánh mắt của anh. Em đi lấy chồng để quên... Bây giờ tưởng đã yên, anh về làm gì?

Ba anh em ngồi trong quán cà phê trước cổng trường, anh và anh Khải hút thuốc liên tục, mắt Nguyện cay nồng:

- Anh Nghi nè, hay anh về tìm chị Yên đi, chị ấy vẫn còn chờ anh.

- Sao nhóc biết?

Chị Yên cùng sinh hoạt trong Thi văn đoàn, chị hiền lành chân chất như lúa. Trong những ngày buồn bã, chông chênh đó Nguyện đã tìm về với chị ở vùng quê có con sông hiền hòa. Chị học sư phạm ra trường về quê dạy học và giúp đỡ gia đình chăm sóc đàn em dại mười đứa nheo nhóc. Những mơ mộng của thời con gái đành khép lại. Nguyện ở với chị một tuần, chiều chiều cùng ra sông ngồi với chị nhìn con nước thủy triều lên xuống, dòng nước cứ trôi đi và chẳng biết trôi về đâu? Buổi sáng chị Yên đi dạy và dặn Nguyện ở nhà có buồn lấy sách trên kệ mà đọc, chờ chị về. Trời xui đất khiến thế nào để Nguyện cầm phải quyển nhật ký của chị và những dòng chữ như nhảy múa trước mắt Nguyện ".... Nghi, mình đã yêu bạn và trái tim nhói đau... Bạn cứ lởn vởn hoài trong tâm trí và mình không thể nào yêu ai được... Mình sẽ chờ đợi, Nghi ơi..."

Buổi chiều, Nguyện chia tay chị Yên trở về, chị đưa Nguyện đi dọc bờ sông ra đường lộ đón xe. Con nước buổi chiều dâng đầy với những cụm lục bình tím ngắt trôi về biển... Nguyện nghẹn ngào nói với chị:

- Chị Yên lấy chồng đi, đừng chờ anh Nghi nữa, buồn lắm!...

- Biết lấy chồng rồi có hết buồn không hở Nguyện?

- Lấy chồng sinh con đẻ cái... với nhiều nỗi lo toan, chị sẽ quên được anh ấy

- Thôi cứ để cho số phận quyết định em à.

Nguyện òa khóc, chị lau nước mắt cho Nguyện dỗ dành:

- Nín đi Nguyện, chị không khóc sao Nguyện lại khóc?

Chị sẽ không bao giờ biết được Nguyện cũng đau như chị. Và bây giờ Nguyện không muốn cả anh và chị Yên phải buồn.

- Anh Nghi về thăm chị Yên đi, anh hứa với em sẽ về thăm chị nha...

Anh Khải trầm ngâm lên tiếng:

- Nguyện nói đúng đó Nghi, mình về thăm Yên đi, luôn tiện rủ Yên về thành phố họp mặt bạn bè Thi văn đoàn.

Buổi tối họp mặt bạn bè, nhìn chị Yên rạng ngời bên anh, Nguyện vừa vui vừa buồn nhưng rồi thương chị quá Nguyện cố quên đi và hòa vào tiếng hát của bạn bè.

Vậy mà anh cũng đành bỏ chị Yên lại và đi mất biệt... Ba năm sau, anh trở về với người con gái khác có khuôn mặt thánh thiện như Đức Mẹ Maria. Chị Yên trốn biệt không về thành phố tham dự buổi gặp mặt anh em bè bạn. Một năm sau Nguyện nghe tin chị Yên lấy chồng, anh ấy dạy cùng trường với chị. Vậy cũng yên một đời, chị Yên ơi!...

Mười năm sau anh quay trở lại... Anh bây giờ là người đàn ông thành đạt trong công việc, vợ đẹp con ngoan nhưng sao ánh mắt anh mệt mỏi, muộn phiền... Ngày họp mặt anh em Thi văn đoàn, anh ngồi bên Nguyện, nụ cười vẫn hiền như ngày xưa, trái tim yếu đuối vừa qua phẫu thuật của Nguyện đập những nhịp đập bất an.

- Em sao rồi hở nhóc?

- Em già rồi mà anh vẫn gọi em là nhóc.

- Trong ký ức của anh, em cứ mãi là con nhóc đáng yêu... mà sao em gầy và xanh quá? Anh nhớ ngày xưa em tròn như hột mít... Nguyện cúi đầu né tránh đôi mắt anh. Chị Thanh ngồi bên cạnh nói nhỏ:

- Nguyện đã trải qua ba cơn đại phẫu đó Nghi, gia đình chạy lắm Nguyện mới vượt qua được...

Anh ôm chầm Nguyện vào lòng và xoa lên mái tóc lơ thơ xơ xác:

- Trời ơi, em gái tôi! Sao Khải không nói gì với anh?

Rồi anh lại đi, chưa lần nào trở về anh thấy lòng mình đầy những lo âu như lần này, đôi mắt ướt và nụ cười buồn của Nguyện làm anh khắc khoải... Anh không có em gái nên anh đã yêu thương em gái của bạn như chính em ruột của mình, Nguyện trong anh như một nụ hồng vàng, vừa dịu dàng vừa tinh nghịch... Anh trân trọng và giữ gìn tình cảm trong sáng ấy. Anh linh cảm có điều gì đó thật mong manh trong sự sống của Nguyện.

Buổi sáng mùa đông lạnh, thời tiết thật lạ. Mười mấy năm trời sống ở thành phố này anh chưa bao giờ cảm nhận được cái lạnh của mùa đông, vậy mà năm nay lạnh kéo dài cả tuần không dứt, đường phố dường như vắng hiu, thưa thớt người qua lại. Anh mặc chiếc áo len vào người chuẩn bị đến nơi làm việc thì điện thoại rung lên, tiếng Khải nghẹn ngào: "Nghi ơi! Nguyện mất rồi!..."

Anh tưởng chừng như tim mình đông lại. Rồi anh lái xe ra phi trường trong vô thức... Đến lúc bồng bềnh trong đám mây trắng, anh mới chợt nhớ là mình chưa gọi báo cho cơ quan và cũng chưa nói gì với vợ. Mặc kệ, tới đâu thì tới, Nguyện ơi, trễ rồi!... "Anh Nghi nè, cõi niết bàn có xa không anh?" "Gần lắm nhóc à, một ngày nhóc không giận hờn, oán trách, nhóc chỉ biết đến yêu thương là ngày đó nhóc đã ở cõi niết bàn rồi." Nhìn thấy mắt Nguyện sóng sánh nước anh đã đùa: "Mà ở cõi niết bàn buồn lắm nhóc, xuống địa ngục vui hơn. Ở đó, nhóc tha hồ quậy mà không bị ai chỉ trích. Vì ai cũng quậy như nhau." "Ở dưới có chân dài không?" "Vô tư!... chân dài miên man..." "Vậy tha hồ cho anh chọn ha?" "Còn nhóc? Xuống đó nhiều trai đẹp lắm, tha hồ cho nhóc chọn..." "Em hổng thèm trai đẹp... em tìm một thằng khờ khờ... cho dễ ăn hiếp!" "Ha ha, em gái tui khôn thật!" "Vậy nha, hai anh em mình cùng xuống đó nghen! Hổng được thay đổi ý kiến, bỏ anh một mình đó..."

Anh đứng lặng trước ngôi nhà của Nguyện, học trò đứng lớp lớp chen nhau chật ních. Anh nhích dần vào gần bên trong linh cữu, di ảnh Nguyện mặc áo dài lụa vàng, vẫn là đôi mắt ướt và nụ cười buồn. Khải đến bên anh tự lúc nào, môi Khải mím chặt, mắt đỏ hoe. Chỉ có hai anh em, Khải lúc nào cũng bảo bọc em gái... Nghi hiểu bạn không muốn tính lãng tử của mình làm em gái khổ. Có những chiều anh ngồi lặng bên bờ biển xa lạ, nhớ đôi mắt nai hiền và tiếng cười giòn tan của em đến quay quắt Nguyện ơi, anh đã trốn chạy em như trốn chạy chính mình.

Con gái Nguyện mới mười ba tuổi, như một bản sao của Nguyện khi lần đầu tiên gặp anh... Con gái! Con đừng buồn giống mẹ nha con!...

Bên cạnh linh cữu, có một cậu bé nhỉnh hơn con gái một chút đang đứng cạnh người chồng hiền lành của Nguyện lạy tạ người phúng điếu... Nghi ngạc nhiên, Nguyện chỉ sinh được cô con gái duy nhất, sao bây giờ có cậu bé này... Khải giải thích, đó là cậu học trò mồ côi mà Nguyện đã cưu mang nuôi nấng như con ruột, cậu bé đã xin được để tang cho cô giáo như mẹ. Nghi ngước lên cho nước mắt chảy ngược vào trong.

Nguyện ơi! Cõi niết bàn đã ở trong trái tim em…

Trần Thị Trúc Hạ

nguyên đán gốc gác Tàu
âm lịch dùng coi bói
á đông triết lý sâu

tính được kiếp giàu có
dùng tiếp có sao đâu

duy trì được ngày Tết

thân thiết như tóc râu | không nên, không cần bỏ

NGUYỄN NHÃ TIÊN
Sương Trắng Người Đi
Lại Nhớ Người *

Có những hiện hữu cứ như là huyền nhiệm đang bày biện trước thiên nhiên, kiểu như thi thố với thời gian. Vì nếu không như thế, thì làm gì trước tôi, và rồi sẽ còn tiếp tục sau tôi nữa, người ta sẽ tìm về Núi Đôi để thực chứng. Để được chạm vào cỏ dưới chân, chạm vào thông reo gió hát trên trời mà vọng tưởng để được nghe ra một chuyện tình bi tráng...

Như một khách du xuân lang thang bước lạc giữa rừng âm thanh vi vút gió lùa qua đỉnh núi. Thế giới có là tha thể hay không tôi không rõ cho lắm, có điều, tôi phát hiện ra dường như gió Núi Đôi là thứ gió biết tình tự kể lể cho con người ta nghe bằng một thứ âm thanh khôn nguôi đánh thức từng quá vãng. Đưa mắt nhìn quanh đồng bằng bao la dưới chân núi, hòa trong cái màu nõn xanh của lúa vụ đông xuân mơn mởn đương thì con gái là mây khói mỏng mảnh mơ hồ. Một thứ tơ trời dễ đánh thức vọng tưởng trong mỗi con người. Tôi thầm nhủ, chắc là: *Xuân Dục, Đoài Đông hai cánh lúa*, mấy cái làng ấy ở loanh quanh vùng này đây. Vậy thì, con đường... tình yêu: *Lối ta đi giữa hai sườn núi!* Cái lối, cái ngõ quê gần gũi, mộc mạc đơn sơ, tưởng như cụ thể đến từng cành sương cọng cỏ ấy, cái lối tỏa bóng tình yêu huyền thoại đó, sao nhìn mãi vào khoảng cách giữa hai ngọn núi, trông ngược xuôi hoài mà tôi chẳng thấy đâu.

Trong miên man âm thanh bất tận của thông ngàn, tôi chợt hiểu ngộ ra, rằng con đường làm nên huyền thoại tình yêu "Núi Đôi" của ng xưa ấy, bây giờ đã trở thành những lối của vô tận - Một con đường siêu hì mà ngàn thông trên hai ngọn núi này vi vu tình tự mãi, tưởng chẳng bao g dứt được chuyện tình yêu Núi Đôi thuở nào. Vậy nên, mặc tình cho b chân tùy hứng bước theo cảm xúc dẫn dắt mà mỗi người tưởng vọng ra N *chồng núi vợ đứng song đôi.*

Có những hiện hữu cứ như là huyền nhiệm đang bày biện trư thiên nhiên kiểu như thi thố với thời gian. Vì nếu không như thế thì làm trước tôi, và rồi sẽ còn tiếp tục sau tôi nữa, người ta sẽ tìm về Núi Đôi được thực chứng. Để được chạm vào cỏ dưới chân, vào thông reo gió k trên trời mà thỏa sức vọng tưởng để nghe ra một chuyện tình bi tráng được xây đắp thành một tượng đài Thơ - Núi Đôi suốt từ hơn nửa thế qua.

Từ Hà Nội chạy xe về phố huyện Sóc Sơn chỉ mất độ nửa giờ, q khỏi chợ huyện thêm một quãng nữa độ chừng hơn cây số là đến xã P Linh. Phố xá vùng ngoại ô đang thời ồn ã tấp nập bất động sản đua bơi mua người bán. Nhà cửa lầu đài các kiểu mọc lên chen chúc, có vẻ như x tan hẳn cái bầu không khí thanh vắng trong lành thi vị của một vùng q trung du thơm ngát hương đồng gió nội. Thôi thì vui với đường xa mà xuân, bận lòng gì chuyện vật đổi sao dời. Cứ thế, bạn tha hồ làm bạn đườ cùng những cơn gió rét giêng hai rơi rớt lại để còn nghe ra chút hơi hướ thời xưa gió thổi về!

Trong bầu không khí mùa xuân trong veo thanh khiết và tràn đ gió lạnh, tôi men theo những lối đi mòn bước lên sườn đồi. Có ngày x nào của tôi ở quanh quất đâu đây mà lòng bồi hồi như thể mình gặp lại q quán của chính mình. Hóa ra "Núi Đôi" của những: *Bảy năm về trước e mười bảy/ Anh mới đôi mươi trẻ nhất làng/ Xuân Dục Đoài Đông hai cán lúa/ Bữa thì em tới bữa anh sang...*, có ai ngờ thơ ấy đã lắng sâu hòa vào v thức tự bao giờ, để rồi có lúc tưởng vọng mơ hồ bỗng bật lên thành l thương nhớ. Ví như bây giờ nhìn mây khói mỏng mảnh như tơ trời giă trên Núi Đôi, không dưng mà tôi hòa điệu cùng cây lá ngâm tràn: *Sươ trắng người đi lại nhớ người!*

Loanh quanh cùng với thông reo gió hú bạn đường. Chả cần ph nhọc nhằn đi dò hỏi tìm kiếm nhân chứng lịch sử, tôi cũng bắt gặp cái... cốt to đùng dày mấy lớp meo mốc của lính Pháp ngày xưa đóng đồn c nguyên vẹn trên đỉnh núi. Thì ra, cái "đồn Thứa" trong thơ: *Giữa đêm đội vây đồn Thứa*, nó rõ mười mươi như thế này đây. Và, cho dù khôr rành địa chí Sóc Sơn, tôi vẫn ngờ rằng, cái đồn Thứa trên núi ngày xưa l tên núi Thứa làm tên đồn. Bởi vào thời đó, những bót đồn của thực d

Pháp đóng trên các cao điểm, hoặc là yếu điểm nào đó, thường gắn liền với địa danh nơi đó. Ví như ở quê tôi, đồn Bồ Bồ của Pháp gắn liền tên núi Bồ Bồ, đồn núi Lở gắn liền với tên núi Lở... Cứ theo *logic* đó mà truy nguyên, thì chắc rằng tên núi Thứa có trước tên gọi Núi Đôi. Chính xác hơn là từ khi chưa có bài thơ "Núi Đôi" của Vũ Cao ra đời, thì trong địa chí của Sóc Sơn chỉ có mỗi tên gọi núi Thứa. Bài thơ "Núi Đôi" của Vũ Cao hẳn là do xuất phát từ hình ảnh rất thực của hai ngọn núi mà thi sĩ đã đặt tên cho bài thơ của mình. Để rồi từ tên gọi bài thơ và chuyện tình huyền thoại ấy, dân gian đã lấy tên Núi Đôi làm tên gọi chung cho núi. Nếu là vậy, thì thi sĩ - người không chỉ đắp cho núi cao vời trong tâm tưởng mọi người một tượng đài thi ca, mà chính ông còn là người đặt tên khai sinh cho núi - Để từ đấy vang danh một Núi Đôi cho người muôn phương hành hương tìm về.

Vâng, Núi Đôi của núi, Núi Đôi của thơ, Núi Đôi của một chuyện tình, tựu trung lại là ngọn thi sơn đã làm nên tên tuổi Vũ Cao. Đây là một câu chuyện tình yêu có thật, thấm đẫm chất bi tráng của một thời chiến tranh mà các nhân vật trong bài thơ đều là những người con của xứ sở Núi Đôi này. Hẳn là suốt cuộc trường chinh năm xưa, đã có biết bao chàng trai cô gái mười bảy đôi mươi đã hy sinh cao đẹp như thế. Nhưng, sự bí nhiệm của thơ là ở chỗ tương quan giữa cái tôi thi sĩ và thế giới mà sinh thành khoảnh khắc huyền thoại. Diễn giải một cách khác, định mệnh đã trao câu chuyện tình yêu Núi Đôi cho thi sĩ Vũ Cao chứ không phải một thi sĩ nào khác. Và bằng nguồn thi liệu đó, Vũ Cao đã xây đắp nên một Núi Đôi thơ bên cạnh một Núi Đôi núi sừng sững hai chiếc bóng đổ dài trên cánh đồng Xuân Dục - Đoài Đông bất sá thời gian dâu bể.

Du xuân về Núi Đôi, cũng giống như từng tìm về Mai Châu, Mường Lát trong "Tây tiến" của thi sĩ Quang Dũng. Bước lang thang tùy hứng, tôi cứ tưởng ra người xưa còn để lại dấu chân trên đường. Hình như Tagore có nói đến một ý thế này, rằng thi sĩ là tình nhân của nhân loại. Chao ơi, họ có là tình nhân của nhân loại hay không thì bao người trước và sau tôi, khi đặt chân lên Núi Đôi này, cây lá xanh tươi sức sống ấy sẽ trả lời cho ta về cái điều ta muốn hỏi. Với tôi, có thể là một phút xao lòng. Hay là tiếng gió vi vút thổi qua rừng thông kia đã truyền cho tôi cái cảm hứng để hòa vào tiếng gió mà nghe kể chuyện tình yêu Núi Đôi một thuở!

Nguyễn Nhã Tiên
Đà Nẵng

* *thơ Vũ Cao*

NGUYỄN ĐỨC NAM
NÀNG CHỈ CA HÁT MỘT MÙA XUÂN

1.

Sáng nào trên đường đi làm, Nhân cũng thấy người con gái ấy cắp sách đến trường. Nhân luôn luôn nhìn thấy bóng dáng thanh tú, mái tóc xõa ngang vai và những bước đi yểu điệu, kiêu sa ấy ở cuối dốc Beverly Drive. Nhân không biết nàng học trường nào vì gần đó có trường High School của Quận và trường Saint Paul của Công Giáo.

Thường thường, đến cuối dốc, Nhân cho xe chạy chậm lại, để coi chừng xe cộ từ phía đường Edgewood phóng tới. Nhờ thế mà Nhân được thấy rõ khuôn mặt đẹp và đôi mắt buồn của nàng. Đôi mắt ấy đã bắt gặp ánh mắt quyến luyến của Nhân, và theo ý nghĩ chủ quan của Nhân, đã nhiều lần cho Nhân những giao cảm kín đáo.

Khuôn mặt, mái tóc, đôi mắt và dáng người ấy đã ám ảnh Nhân suốt ngày và cả trong đêm tối, trong những giây phút chập chờn, cô đơn. Nhớ nhung và cô đơn làm cho thời gian dài vô tận. Mới gặp nàng vài tháng mà tưởng chừng đã nhiều năm.

Nhưng sáng nay, tại cuối dốc Beverly, Nhân không thấy nàng! Nhân nghĩ là mình đi trễ hơn mọi ngày nhưng nhìn đồng hồ đeo tay, thấy mới có 7 giờ 45 phút, thì biết là mình không trễ mà lại sớm năm phút. Nhân ghé vào sạp báo bên đường, mua một tờ tạp chí về Golf, dù rằng chẳng có thời giờ đọc báo bao giờ. Nhân có tiền lẻ nhưng cố tình đưa tờ giấy trăm để đợi tiền trả lại và trao đổi một vài chuyện xã giao với bà bán hàng cho đến 8 giờ cũng không thấy bóng dáng nàng đâu.

Nhân vào sở như một người mơ ngủ. Mọi người đã cầm ly cà-phê từ phòng họp ra và ai nấy đều đang đi về văn phòng của mình. James chờ Nhân ở cửa văn phòng Executive Committee, dựng ngược đôi lông mày sâu róm lên và nhăn nhó:

- Ngủ quên hay sao mà vô trễ vậy? Mình là manager, phải làm gương cho nhân viên chứ! Sáng nay, bên văn phòng Quận, có một cuộc họp khẩn, you đại diện công ty đi họp, chiều nay về làm một báo cáo, gửi lên General Manager. OK?

Nhân chào tên Trưởng Phòng, lặng lẽ lái xe sang City Hall. Buổi họp diễn ra nhanh hơn là Nhân nghĩ. Trên đường về, Nhân ghé vào quán Bamboo, một tiệm cà-phê mới mở trên đường Maple. Vừa bước vào, dù đèn trong quán không sáng lắm, Nhân cũng đã nhận ra nàng ngồi trong đám bạn, quanh chiếc bàn gần cửa sổ.

Bàng hoàng, ngây ngất vì ngạc nhiên và vui mừng vì gặp nàng, Nhân đứng im giữa phòng, chưa biết đi về hướng nào, chưa biết ngồi đâu thì một người con gái, ngồi chung bàn với nàng, đứng lên, đưa tay vẫy:

- Anh, anh Nhân!

Nhân đã nhận ra người quen. Đó là Liên, em của Quí, một bạn học và cũng là cộng sự viên cùng công ty. Cảm thấy tự nhiên hơn, Nhân mạnh dạn bước tới chỗ bốn cô gái đang ngồi. Liên, "bé Liên" cô bé con, em của bạn ngày nào, không còn bé nữa mà đã là một thiếu nữ với thân thể nẩy nở, tràn đầy sức sống.

Còn một ghế trống, cạnh nàng, Liên mời Nhân ngồi. Nhân nhìn nàng, trước khi kéo ghế ngồi. Nàng nhìn Nhân, hé môi cười. Liên liến thoắng:

- Anh Nhân, bạn thân với anh mình. Còn đây là Mỹ Hòa, Lệ Dung, bạn học ở Fairfield High School và Ngọc Châu, bạn học cùng lớp với em ở Saint Paul VI.

Bây giờ thì Nhân biết tên nàng và biết nàng học trường nào rồi. Nhân muốn cám ơn Liên đã vô tình cho Nhân biết những điều mà Nhân đã muốn biết về nàng từ bao nhiêu tháng nay. Nhân mỉm cười, chào các cô gái và hỏi Liên:

- Từ bao lâu nay, anh vẫn nghĩ là Liên còn học ở trường trung học công lập, không ngờ là Liên đã chuyển sang trường Đạo.

Giọng Liên chùng xuống:

- Ba em cho rằng trường công bây giờ thiếu kỷ luật lắm, "gang" quá nhiều nên bắt em chuyển trường. May mà ba em không bắt em ở nội trú!

Không hiểu tại sao nàng - Ngọc Châu - lại không đi học sáng nay, làm Nhân nhớ điên lên, Nhân nhìn Ngọc Châu nửa dò hỏi, nửa như trách khéo:

- Hôm nay không phải là ngày lễ, sao mấy cô không đến trường?

Có lẽ đoán được ý nghĩ thầm kín trong câu hỏi của Nhân, Ngọc Châu nhanh nhẹn đáp lời:

- Sáng nay các giáo sư có buổi họp, tụi em được nghỉ. Vì vậy mới hẹn nhau ra đây, uống cà-phê.

Lệ Dung, cô gái có mái tóc cắt ngắn như tóc con trai, chợt nhìn đồng hồ và hốt hoảng:

- Chết rồi, đã gần 12 giờ trưa. Giờ này chắc là anh tôi đã có mặt ở nhà, tôi phải về ngay, nếu không thì sẽ bị phạt, không được đi đâu nữa.

Nhân không hiểu sao Lệ Dung lại sợ anh như thế nhưng thấy vẻ mặt lo lắng trên khuôn mặt trẻ thơ của Dung, Nhân cảm thấy ái ngại quá và vội vàng đề nghị:

- Để anh đưa Dung về cho nhanh.

Liên mừng rỡ:

- May quá, nhờ anh Nhân đưa Dung về giùm em. Tụi em mải vui, quên mất là Dung phải về đi lo công chuyện với anh của Dung.

Dung còn đang ngần ngại thì Mỹ Hòa nói thêm:

- Nếu Dung ngại thì bọn này đi với Dung, đồng thời nhờ anh Nhân đưa về luôn.

Dung gật đầu. Thế là bốn cô gái ùa ra đường, leo lên chiếc 4Runner của Nhân, thật nhanh.

Nhân đưa từng người về và người sau cùng là Ngọc Châu. Chỉ còn hai người trên xe, Nhân tha hồ nói chuyện với Châu những điều thầm kín đã từng ứ đọng trong tâm hồn Nhân bao lâu nay. Nhân được Châu cho biết ba nàng đã mất và hiện giờ đang sống cùng mẹ và một người cha ghẻ, làm nghề sửa xe hơi. Mỗi ngày, từ xưởng sửa xe về, người cha ghẻ thường nhậu nhẹt, say sưa, nhiều khi la mắng Châu thậm tệ, dù Châu không có lỗi gì cả. Cho nên Châu không thích ở nhà. Nếu được nghỉ học là đi chơi với bạn bè, như ngày hôm nay vậy.

Bây giờ thì Nhân đã biết rõ tại sao khuôn mặt xinh đẹp kia luôn luôn có một nét buồn sâu kín.

Nhân muốn nói những lời an ủi Châu nhưng Nhân cho rằng những lời nói suông không có ích gì cả mà đôi khi làm người nghe cho là dối trá. Vì thế, Nhân im lặng, dù cảm thấy xót thương Châu vô vàn. Cả hai đều yên lặng và sự lặng yên đó có lẽ đã diễn tả được nhiều tình tự hơn là những đối thoại vô nghĩa.

Chiếc 4Runner đã chạy gần đến cuối dốc Beverly. Ngọc Châu vội vã nói:

- Anh ngừng xe, cho Châu xuống đây đi anh.

Nhân khẩn khoản:

- Cho anh đưa Châu về tận nhà, được không? Anh muốn biết nhà của Châu. Anh muốn đến đón Châu đi học và đưa Châu về...

Ngọc Châu nắm tay Nhân, hốt hoảng:

- Không được đâu anh. Anh cho Châu xuống đây đi! Ba ghẻ của Châu khó lắm, ổng thấy anh đưa Châu về là Châu chết với ổng. Châu xin anh!

Thấy giọng Châu run rẩy, sợ sệt quá, Nhân vội ngừng xe lại, gần sạp báo bên đường, để Châu bước xuống. Châu bước mau về bên kia đường. Bóng Châu biến mất sau chiếc cổng gỗ, sau những lùm cây cao của một khu cư xá cũ, tăm tối...

Nhân từ từ cho xe chạy qua khu trường học, tưởng như đang sống trong một giấc mơ...

2.

Từ ngày quen Ngọc-Châu, Nhân thấy cuộc đời chàng thay đổi hẳn. Nhân vui như trẻ thơ, thầm hát suốt ngày những bài tình ca mà chàng đã nghe trong nhiều CD của Ý Lan. Nhân thích nhất là ca khúc **"Bài Tình Cho Giai-Nhân"**:

"Con sông rất già mà còn hào-hoa... Con sông rất già mà tuôn lượt là..."

Ở trong sở, ai cũng nhận ra sự thay đổi dễ thương của Nhân. Nhân không còn lầm lì, hay cau có, hay nhăn nhó nữa. Đối với bất cứ ai, cấp trên hay cấp dưới, Nhân đều tỏ ra nhũn nhặn, khiêm nhường hẳn. Ai nhờ gì, Nhân cũng hăng say nhận lời. Thậm chí Nhân còn để CD của Ý Lan vào P.C, vừa làm, vừa nghe nhạc, vừa hát theo nữa. Nhân viên thì thầm với nhau: *"He's in love."*

Nhân đi làm sớm hơn xưa, thường ngừng xe, đợi Ngọc Châu ở cuối dốc Beverly, con dốc được Nhân đặt tên là "Dốc Mơ" theo tựa đề một bản nhạc của Ngô Thụy Miên. Ngọc Châu cũng đi học sớm hơn trước, để Nhân không phải chờ lâu. Hai người trao đổi cảm nghĩ, trao nhau từng đĩa nhạc mới, từng cuốn video hay hoặc những tạp chí đẹp. Đôi khi, nếu có giáo sư nào đau, được về sớm, Ngọc Châu lại gọi điện thoại cho Nhân. Nhân tìm đủ lý do để xin phép James, tên trưởng phòng, đi đón Châu, đưa Châu đi *shopping*, đến công viên đi bộ hoặc ra miền ngoại ô, trên những đồi vắng, để nói cho nhau nghe những mẩu chuyện của đời mình.

Nhìn đôi môi hồng tươi, nũng nịu của Châu, đôi khi Nhân muốn được đặt môi mình lên đôi môi ấy nhưng vẫn còn ngại ngần. Một lần, trên con đường vắng quanh một sân *golf*, Nhân vô-tình đưa tay qua vai Châu, định ôm nàng thì Châu gỡ nhẹ tay Nhân, cầm tay chàng để lên tay lái rồi chỉ tấm bảng *"Do Not Drive On The Shoulders"* và giả vờ nghiêm mặt nói:

- Anh không thấy tấm bảng *"cấm để tay lên vai khi lái xe"* à?

Nhân cười lớn khi nghe Châu nói câu ấy và càng mến Châu hơn về sự tự vệ khéo léo của nàng.

Để Châu khỏi bận tâm về cử chỉ quá thân mật, dù vô tình của mình, Nhân chỉ bảng chữ bằng đèn *"Don't Walk"* vừa bật lên ở ngã tư đường và kể:

- Hồi mới sang Mỹ, nghĩ rằng ở Mỹ cái gì cũng nhanh nên khi đi bộ qua đường phố, thấy đèn báo hiệu "Đừng Bước" (*"Don't Walk"*), tụi anh nghĩ là "Phải Chạy" (*"Must Run"*), nên cắm đầu cắm cổ mà chạy qua đường, làm Mẽo cứ lõ mắt ra nhìn, không biết mấy cái anh "Chinese" này làm gì… mà chạy thục mạng vậy!?

Biết là Nhân "trả đũa" câu nói "Cấm Lái Khi Để Tay Trên Vai" của mình, Châu cất tiếng cười vang. Từ ngày quen Nhân, cuộc đời Châu đầy ắp tiếng cười vui. Có đôi lúc, Châu đã quên đi một phần nào sự bất hạnh của một người con gái nhà nghèo, mồ côi cha từ khi còn bé. Những giờ học trôi qua rất nhanh khi Châu biết là khi tan học, có người chờ mình ở ngoài cổng trường. Những việc làm cực nhọc tại nhà cũng như không còn đáng kể, nếu Châu biết sáng sớm mai, có người ấy đứng đợi mình ở cuối Dốc Mơ, để dành cho mình những gói kẹo, những cái bánh, những món quà nho nhỏ.

Châu thấy yêu đời và muốn vui mãi những giây phút bên chàng, cho nên khi Phương Liên mời Châu đến dự lễ kỷ niệm sinh nhật thứ 18 của Liên, Châu đã nhận lời ngay, dù chưa biết sẽ phải nói với Mẹ và người Cha ghẻ thế nào để được phép đi chơi đến nửa khuya. Cuối cùng, Châu không biết làm gì hơn là phải nói dối là đến nhà Phương Liên làm một *project* cho cả nhóm, chắc là khuya lắm mới xong.

Sau bữa cơm chiều, Châu rửa bát, dọn dẹp chén dĩa như thường lệ, rồi đi tắm thật nhanh. Để Mẹ và người Cha ghẻ không nghi ngờ, Châu mặc jeans, T-shirt, tóc để xõa tự nhiên, không điểm trang, không son phấn, và xách một *backpack*, như thường ngày vẫn mang sách đi học, ra khỏi nhà.

Châu đi bộ về hướng sân chơi *football* của thị-xã. Nhân đã chờ sẵn ở đó. Châu lấy từ trong *backpack* ra một bộ đồ dạ phục màu đen, và thay quần áo trên ghế sau của chiếc xe 4Runner. Châu cũng mang theo một túi đồ trang điểm và một bộ gương lược. Trong một khoảng thời gian ngắn, khi Châu trở lại hàng ghế trên, bên cạnh Nhân, Nhân thấy Ngọc Châu của chàng đẹp quá, lộng lẫy quá, quyến rũ quá. Nhân cảm thấy hãnh diện nhưng cũng cảm thấy hơi lo vì chỉ sợ mình không xứng đôi với nàng.

Thấy Nhân ngẩn ngơ ngắm mình, Châu có vẻ vui thích, nỗi vui của một người con gái biết là mình đẹp nhưng cũng còn hơi e lệ:
- Làm gì mà nhìn em như chưa nhìn lần nào vậy? Mình đi là vừa đấy. Đến sớm mới có chỗ đậu xe gần nhà, anh ạ.

Nhân yên lặng, cho xe phóng nhanh đến nhà Liên. Tuy không nói nhưng Nhân cảm thấy Châu rất có lý vì thường Phương Liên mời rất đông người, nếu đến trễ, phải đậu xe rất xa và đi bộ lên một con dốc khá cao. Nếu ngày thường, đi giày thấp, mặc quần áo bình dị thì không ngại, bây giờ mặc áo dạ hội, mang giày cao gót thì cũng là một điều phiền phức.

3.

Khi Ngọc Châu và Nhân đến nhà Phương Liên ở trên đỉnh đồi Windy thì tất cả những chỗ đậu xe đã đầy và dọc theo hè đường La Rose, xe hơi nối đuôi nhau, không còn một chỗ trống. Theo báo cáo thời tiết của đài số 69 thì tối nay sẽ mưa lớn và có thể có giông bão. Có lẽ vì vậy mà mọi người đến sớm để có thể về sớm hơn dự định.

Đến trước nhà Liên, Nhân ngừng xe cho Châu xuống rồi lái xuống tận cuối chân đồi để tìm một chỗ đậu xe hoàn toàn xa, hy vọng có thể về sớm mà không bị xe khác chắn lối. Nhân chạy thật nhanh lên đồi vì không muốn Châu phải chờ đợi. Châu chưa vào nhà, vẫn đứng trước hiên nhà, chờ đợi Nhân. Mái tóc xõa bay trong gió. Nhân nắm tay Châu hỏi nhỏ:
- Sao em không vào trước? Ở ngoài này gió lạnh, lỡ bị cảm thì sao?
- Em chờ anh.
- Chờ anh *for ever*?
- *"Yes, I will wait for you for ever."*

Nhân hôn nhẹ lên trán Châu như một lời cám ơn. Vừa lúc đó, Phương Liên bước ra cửa. Thấy Nhân hôn Châu, Liên bèn kêu rầm lên:
- *Oh my God!* Tình thế này thì ai mà chịu cho nổi! Vào lẹ lên, thiên hạ đã bắt đầu ăn rồi đấy. Nghe nói có bão tối nay nên ai cũng muốn "làm sớm nghỉ sớm."

Nhân nắm tay Châu bước mau vào phòng ăn. Đúng như lời Liên nói, bạn bè của Liên đã lấy thức ăn và chia nhau thành từng nhóm nhỏ, vừa ăn vừa chuyện trò vang vang. Nhân cũng lấy thức ăn cho Châu và hai người tìm một góc phòng, ngồi bên nhau, ăn cho xong vì cả hai dường như không thấy đói, chỉ được ngồi bên nhau là đủ no rồi...

Khi tiệc rượu sắp tàn, Phạm Cung, người phụ trách phần âm thanh và nhạc đệm đứng lên yêu cầu mọi người chuẩn bị hát bài "Happy Birthday." Ngọc Châu phụ Mỹ Hòa, Lệ Dung mang bánh sinh nhật ra phòng ăn. Đèn trong phòng ăn được tắt hết. Trên chiếc bánh sinh nhật, 18 cây nến đã lung linh sáng. Mọi người đồng ca "Chúc Mừng Sinh Nhật" và Liên hân hoan thổi tắt những cây nến trong tiếng vỗ tay reo mừng của bạn hữu.

Rồi đèn lại được bật sáng và chương trình ca hát được bắt đầu bằng nhạc phẩm "Tình Khúc Mùa Xuân" do Mỹ Hòa trình bày. Ngọc Châu rất ngạc nhiên vì Châu đã yêu cầu Liên nói với Phạm Cung, trưởng ban nhạc, cho Châu hát mở đầu chương trình vì Châu phải về sớm, sao Phạm Cung lại giới thiệu Mỹ Hòa hát trước?

Ngọc Châu đi tìm Liên. Liên đang phụ giúp madame Thu Cúc – Giám Đốc của công ty cung cấp thức ăn cho các cuộc họp mặt - dọn dẹp trong bếp và cất những thức ăn dư vào tủ lạnh. Nghe Ngọc Châu hỏi, Liên liến thoắng:

- *Don't worry!* Chắc anh Cung quên, để mình phụ bà Cúc một chút xíu rồi mình ra, nhắc anh ấy, ok?

Ngọc Châu trở lại phòng khách, thấy Nhân đang ngơ ngác đi tìm mình thì thấy lòng rộn ràng quá, quên cả lời hứa của Liên. Trong lúc ấy, Mỹ Hòa đang hát bài thứ hai "Yêu Anh, Em Hỏi" của Văn Sơn Trường, một nhạc sĩ tài tử trong quận Fairfield. Bản nhạc này dường như Châu có nghe trên internet, www.dactrung.com qua tiếng hát Bạch Yến, thật dễ thương.

Khi Mỹ Hòa vừa hát xong, Ngọc Châu vội vã bước về góc phòng, chỗ dành riêng cho ban nhạc, cố tình cho nhạc sĩ Phạm Cung thấy mình. Nhưng, thay vì giới thiệu Ngọc Châu, Phạm Cung lại nói:

- Sau một giọng ca nữ, thường thường chương trình văn nghệ được tiếp nối bằng một giọng ca nam. Xin hân hạnh giới thiệu cùng quý vị và các bạn một giọng ca mới, rất phong phú. Anh mới đoạt được giải Nhì trong cuộc tuyển lựa ca sĩ do Nguyệt San Kỷ Nguyên Mới tổ chức vừa qua. Xin quý vị một tràng pháo tay thật lớn cho Bảo Vĩ...

Bảo Vĩ hát bài "Thì Thầm Mùa Xuân", một nhạc phẩm mới của tuổi trẻ, thường do Diễm Liên hoặc Kevin Khoa hát, rất sống động.

Sau đó Bảo Vĩ trình bày tình khúc "Mộng Dưới Hoa", một nhạc phẩm được viết trước 1975, tại quê nhà, được tán thưởng nhiệt liệt.

Ngọc Châu đến gần Phùng Quân, nhạc sĩ chơi guitar điện, kiên nhẫn chờ đợi tới lượt mình. Nhưng, người hát kế tiếp là Madame Thu Cúc, bà hát một bản nhạc Pháp "L'amour C'est Pour Rien." Giọng bà chua như giấm, và thực sự là bà "hét," chứ không phải là hát. Mặc dầu không có ai hô "bis", bà cũng tỉnh bơ nói:

- Thể theo lời yêu cầu, tôi xin hát bài "Gái Xuân". (Rồi bà cất giọng hát) "Em như cô gái vẫn còn xuân..."

Nhân chịu đựng hết nổi, đến bên Châu, hỏi nhỏ:

- Châu có muốn về chưa, anh đưa em về? Nếu tỉnh trạng này cứ kéo dài, chắc là Châu phải đợi đến nửa đêm mất!

Ngọc Châu chưa biết tính sao thì Liên xuất hiện. Thấy nét mặt không vui của Nhân và vẻ bối rối của Châu, Liên vội vã cầm tay Ngọc Châu, kéo Châu đến ngay sau lưng Phạm Cung đang chơi keyboard, ghé tai Cung nói nhỏ mấy câu, Châu không nghe rõ, chỉ thấy Cung gật gật cái đầu.

Thế là Châu phải đứng đợi ở đó cho đến khi bà Thu Cúc hát xong. Liên nhận *microphone* từ tay bà Cúc và nói lớn:

"*Save the best for last*", Liên xin mời các bạn nghe một tiếng hát hay nhất của trường Saint Paul: Ngọc-Châu, bạn cùng lớp của Liên, qua nhạc phẩm "Unbreak My Heart".

Ngay khi Ngọc Châu cất tiếng hát đầu tiên, Nhân đã cảm thấy vũ trụ như tan biến đi mất rồi. Cả không gian lẫn thời gian đều bị xóa mờ bởi tiếng hát nghẹn ngào, nức nở của Ngọc Châu.

Nhân không còn nhớ mình đang ở đâu. Nhân không còn biết có ai ở chung quanh. Nhân có cảm tưởng mình biến thành một tĩnh vật. Tất cả chỉ còn có Ngọc Châu. Chỉ có nàng là hiện hữu. Chỉ có nàng là Sự Sống. Chỉ có nàng là hơi thở, là oxygen. Nhân ngây ngất với lời thì thầm của Châu. Những lời hát, mà Nhân đã quen thuộc qua tiếng hát Toni Braxton, bây giờ là của Ngọc Châu, dường như dành riêng cho Nhân.

Nhưng thực sự những lời thì thầm đó không chỉ dành riêng cho Nhân, mà là để gửi gắm đến từng người, từng cá nhân trong cả một đám đông. Ai cũng nghĩ lời hát đó, hơi thở đó là cho riêng mình. Và ai cũng muốn cám ơn người con gái đã hát để riêng tặng mình. Những tiếng vỗ tay, những lời yêu cầu hát nữa tưởng chừng như phá vỡ ngôi biệt thự lớn như một lâu đài trên đỉnh Windy Hill.

Ngọc Châu hát thêm bài **"Cho Em Quên Tuổi Ngọc"** của **Lam Phương** cả lời Việt lẫn lời Pháp **"C'est Toi."**

"Cho em quên cơn mộng ảo xa xôi thơ ngây ngày nào
Em quên được phút trong tay mưa bay rạt rào...
"C'est toi qui emportes mon cœur au firmament
Et qui me fais envie à chaque instant ..."

Nhân không thể tưởng tượng được Ngọc Châu có thể hát hay như thế. Giọng ca ấy không thể gọi là hay mà phải gọi là đầy ắp, là trải rộng, là bao la, là tuyệt vời, là hoàn-hảo. Bởi vậy mà người nghe cứ đòi Ngọc Châu hát nữa, hát thêm, hát mãi. Ngọc Châu hát, hát như một cơ duyên, hát như một định mệnh và hát để quên, như cô bé Lọ Lem mải vui, quên cả thời gian.

Vào khoảng gần nửa đêm, khi phần khiêu vũ bắt đầu thì Nhân và Ngọc Châu mới nhớ đến thực tại. Châu nhớ là mình đã nói với Mẹ và người Cha Ghẻ là đến nhà Phương Liên làm một *project* cho trường còn Nhân bây giờ mới nhớ là phải đưa Ngọc Châu về trước nửa đêm.

Ngọc Châu và Nhân lặng lẽ, từng người một, âm thầm rời nhà Liên theo lối garage, không chào ai, kể cả Liên.

Khi Châu và Nhân chạy đến cuối chân đồi, chỗ Nhân đậu xe, thì trời đổ mưa và giông bão bắt đầu kéo đến.

Nhân tưởng là mình đậu xe ở cuối chân đồi thì sẽ không bị ai chắn lối, nhưng một chiếc Jaguar với bảng số North Carolina xa lạ, không biết của ai, đã đậu ngay trên đầu xe 4Runner của Nhân. Nhân nghĩ ngay: có thể Liên biết chủ-nhân của chiếc Jaguar này và Liên có thể nhờ người ấy xuống chân đồi, chạy xe lên phía trước một chút là Nhân có thể lái xe ra được.

Nhân dùng *cellphone* gọi Liên nhưng dường như nhạc khiêu vũ ồn ào quá, Liên không nghe thấy tiếng chuông điện thoại, nên không trả lời.

Nhân bảo Châu khóa cửa xe lại, ngồi chờ rồi phóng mình trong mưa gió, chạy lên đỉnh đồi Gió.
Vào đến nhà Liên, Nhân ướt đẫm và lạnh run. Lúc ấy, thiên hạ đang ôm nhau trong điệu Slow, trong ánh đèn mờ. Tìm mãi Nhân mới thấy Liên nhưng Liên cho biết Liên không có một người bạn hay một người quen nào có xe Jaguar cả. Nhân phải mượn microphone của ban nhạc, xin lỗi mọi người và hỏi người nào có xe Jaguar, xin dời đi để Nhân có lối ra.

Nhân hỏi mãi, cuối cùng ở trong góc phòng có tiếng một cô gái cười rú lên:
- Jaguar hả? Chết cha, cái Jaguar đó là của ông anh mình từ North Carolina về chơi, mình mượn xe, tối nay đi *show-off*, đâu có nhớ là xe của ai! Ha... ha...

Trong lúc này, Nhân không thấy những lời nói và câu chuyện mượn xe của anh đi lòe thiên hạ của cô gái kia đáng cười chút nào cả mà nó còn vô duyên nữa. Nhưng Nhân cũng ráng tươi cười với người con gái ấy:

- Để tôi nhờ người đưa Hạnh xuống chân đồi cho nhanh và khỏi bị ướt mưa vì trời đang mưa to lắm.

Chàng trai ngồi cạnh Hạnh vội đứng bật lên, tình nguyện làm công chuyện ấy. Hạnh xách ví theo chàng trai. Hai người che dù cho nhau đi, vừa đi vừa cười rinh rích. Nhìn họ đủng đỉnh, Nhân sốt ruột quá nhưng cũng đành cười gượng, đi nhờ xe của họ xuống chân đồi.

Xe vừa ngừng bên cạnh chiếc Jaguar, Hạnh lục lọi ví tay một hồi rồi rú lên:

- Hạnh để chùm chìa khóa trong áo coat, treo trong closet của nhà Liên rồi!

Nhân không biết làm gì hơn là vào xe 4Runner, ngồi với Ngọc Châu và chờ Hạnh trở về nhà Liên lấy chìa khóa xe Jaguar. Nét mặt Ngọc Châu đầy vẻ lo âu. Người nàng run rẩy, không biết vì lạnh hay vì sợ. Có thể là vì cả hai. Nhân mở máy xe và mở heat tối đa, nhưng chỉ một lúc sau, Ngọc Châu đã nói:

- Tắt máy đi anh! Chạy như vậy tốn xăng lắm. Mình còn phải để dành xăng vì trời mưa gió như thế này, không biết giờ nào mới về tới nhà, hết xăng thì phiền lắm.

Nhân thấy Ngọc Châu có lý nhưng không nghe lời Châu vì không muốn nàng bị cảm lạnh.

Độ 15 phút sau thì Hạnh trở lại với chùm chìa khóa. Loay hoay một lúc lâu, Hạnh mới tìm đúng chìa và lái chiếc Jaguar ra đằng trước khoảng ba thước, để Nhân đưa xe ra đường.

Dù vội, Nhân cũng xuống xe cám ơn Hạnh, bắt tay chàng trai tình nguyện đưa Hạnh xuống đây, rồi lật đật cho xe phóng nhanh.

4.

Xe chạy được một vài miles, thì quần áo của Ngọc Châu và Nhân mới bớt ẩm ướt. Tuy nhiên, vì hệ thống sưởi được chạy đều nên hai người cũng cảm thấy ấm đôi chút. Nhân lái xe một tay, còn tay bàn tay kia nắm chặt tay Châu. Bàn tay nàng không mềm mại như bàn tay của những cô con gái thường được các nhà văn mô tả trong tiểu thuyết. Bàn tay của Châu xương xẩu, chai cứng, chứng tỏ nàng đã phải làm việc rất vất vả. Đối với Nhân, bàn tay này mới là bàn tay đẹp. Nhân đưa bàn tay ấy lên môi, hôn thật say đắm. Ngọc Châu không phản đối, nhắm mắt lại, dựa đầu vào vai Nhân, như đang muốn đi tìm một giấc mơ thật dài.

Tuy nhiên, giấc mơ ấy mới thành hình được một thoáng ngắn ngủi thì Ngọc Châu cảm thấy có một sự rung chuyển mạnh, một sự va chạm khủng khiếp và dường như vũ trụ đã vỡ tan ra từng mảnh. Ngọc Châu cố mở mắt thật to để nhìn quanh xem Nhân ở đâu nhưng Châu chỉ thấy một màu đen thăm thẳm. Ngọc Châu cố gắng gọi Nhân nhưng tiếng nói của Châu không hiện thành lời, nó tắc nghẹn trong thanh quản, nghe văng vẳng như tiếng kêu từ cõi hư vô...

oOo

- Châu, tỉnh dậy con! Tỉnh dậy đi con! Mẹ đây, tỉnh lại đi con!

Châu có cảm-tưởng như mình là một cô bé 9, 10 tuổi, buổi sáng ngủ quên, khiến mẹ phải đánh thức để kịp giờ đi học. Nhưng sao chung quanh Châu có nhiều tiếng nói chuyện quá, không yên tĩnh như phòng ngủ của mình? Châu cố gắng hé mắt. Mờ mờ trong hơi sương là khuôn mặt héo hắt, hốt hoảng của mẹ nàng và bộ mặt choắt của người cha ghẻ. Châu cố chớp chớp mắt nhiều lần và ráng mở to đôi mắt. Bên cạnh mẹ, Châu còn thấy có một người đàn ông mặc áo *blouse* trắng và một người đàn bà mặc áo *blouse* màu ngọc thạch.

Châu muốn quay đầu nhìn quanh, xem đây là đâu nhưng đầu nàng nhức nặng quá, Châu không nhúc nhích được. Vừa lúc đó, Châu nghe thấy tiếng mẹ reo lên:

- Bác sĩ ơi, cháu nó tỉnh rồi! Lạy Chúa tôi, con gái tôi tỉnh rồi!

Bây giờ thì Châu đã biết mình đang ở bệnh viện. Châu cảm thấy toàn thân ê ẩm, đau nhức vô cùng. Nàng nhìn xuống chân, thấy chân trái bị bó bột. Châu đưa tay lên mặt. Mặt nàng còn quấn băng, vòng lên tới đầu. Châu chưa kịp hỏi thì thấy một cảnh sát viên bước vào, đưa cho người cha ghẻ của Châu một *clipboard* và nói:

- Xin Mr. và Mrs. Nuyen ký tên cho cái Báo Cáo Tai Nạn này để chúng tôi làm biên bản. Khi nào Miss Noc Chaw khỏe hơn, chúng tôi sẽ có cuộc thẩm vấn để bổ túc hồ sơ.

Châu ngắt lời người cảnh sát:

- Xin lỗi ông. Xin ông cho biết chuyện gì đã xảy ra?

- Chiếc 4Runner của bạn cô đã đâm vào một chiếc xe truck chở gỗ. Chiếc 4Runner bị bẹp dúm, hoàn toàn phế thải, đã phải kéo vào nghĩa địa xe.

Châu nghẹn ngào:

- Còn bạn tôi?

Viên Cảnh-Sát lạnh lùng:

- Rất tiếc, ông ấy đã không qua khỏi. Dù *airbag* có bung ra nhưng cũng không bảo vệ được người lái xe vì sự đụng chạm quá mạnh. Cô là người vô cùng may mắn.

Quay sang phía người cha ghẻ của Châu, lúc ấy đã ký xong tờ Báo Cáo Tai Nạn, người cảnh sát nói thêm:

- Lái xe trong đêm khuya, trên con đường dốc trơn trượt vì mưa bão như thế thì rất khó mà tránh được tai nạn. Cha mẹ nên cố gắng mà khuyên bảo con cái...

Tai Châu ù đi. Châu không nghe thấy giọng nói lạnh lùng của viên cảnh sát nữa. Nước mắt Châu trào ra. Châu không còn nhìn thấy mẹ và người cha ghẻ. Châu chỉ còn nhớ đến lúc Nhân cầm tay nàng và đưa lên môi, hôn say đắm, nồng nàn. Có phải vì lái xe một tay, có phải vì sự rung cảm đã khiến Nhân không phản ứng kịp thời khi chiếc xe truck lao vào chiếc 4Runner?

Châu nghẹn ngào:

- Nhân ơi, em đã giết anh! Em đã ham vui, ở lại hát đến nửa khuya, mới ra nông nỗi này. Nếu mình về sớm thì đâu có sao! Nhân ơi, tha lỗi cho em...

5.

Ngọc Châu nằm bệnh viện gần hai tuần. Những vết thương trên đầu đã lành. Những vết thương trên mặt đã thành sẹo. Lớp bột bó chân trái của nàng cũng đã được gỡ ra, nhưng Châu vẫn phải chống nạng khi đi lại.

Suốt hai tuần mê man trong bệnh viện, Ngọc Châu đã không được dự đám tang của Nhân, không được đưa Nhân đến nơi an nghỉ cuối cùng, cũng không được nhìn mặt Nhân thêm một lần. Ngọc Châu đã khóc, khóc tưởng như không còn nước mắt nữa. Có nhiều lúc, Châu tiếc là đã không được chết cùng Nhân. Giá được chết cùng nhau chắc là không còn đau khổ nữa!?

Về nhà được một tuần, theo quyết định của người cha ghẻ, Ngọc Châu được gửi vào nội trú tại trường Thánh Mẫu ở thị trấn High Land, cách quận Fairfield khoảng hai giờ lái xe, chỉ về nhà trong dịp nghỉ lễ.

Theo lời người cha ghẻ thì ông muốn Ngọc Châu vào nội trú để yên tâm học hành, quên đi chuyện buồn. Nhưng theo Châu, nàng nghĩ rằng: đó là một cách trừng phạt cho sự nói dối của nàng trong đêm *party* mừng sinh nhật Phương Liên.

Thực sự, Ngọc Châu sống như đã chết. Ngày xưa, Châu đã năn nỉ mẹ và cha ghẻ để không bị gửi vào nội trú vì không muốn xa bạn bè. Bây giờ, Châu biết nàng có năn nỉ cũng vô ích. Vả lại, Châu không còn muốn gì nữa. Châu muốn buông xuôi tất cả. Tâm hồn Ngọc Châu đã tan vỡ rồi, Châu có còn gì mà mơ ước, mà theo đuổi, mà chờ mong!

Kể từ ngày ấy, những người ở vùng Fairfield không còn thấy một chàng trai trẻ lái chiếc 4Runner, ngày ngày đón đưa cô thiếu nữ có vóc dáng thanh tú, mái tóc xõa ngang vai, với những bước đi yểu điệu, ở cuối dốc Beverly Dr. nữa.

Cũng kể từ ngày ấy, tại Pleasant Valley, gần chân đồi Windy Hill, nơi đã xảy ra tai nạn thê thảm giữa chiếc 4Runner và chiếc xe *truck* chở gỗ, không biết ai đã dựng lên một Thánh Giá và trên thánh giá có gắn những vòng hoa cườm lóng lánh như châu ngọc.

Và đặc biệt, mỗi năm, cứ vào sinh nhật của Phương Liên - cô con gái ở trong ngôi biệt thự trên đỉnh Đồi Gió, Windy Hill - người ta lại thấy một Dì Phước rất đẹp, có đôi mắt buồn vời vợi, mang những bông hoa tươi đến đặt dưới chân Thánh Giá và ngồi khóc một mình cho đến lúc hoàng hôn.

Nguyễn Đức Nam

chúc tết, chúc sức khỏe
chúc tết,   chúc tiền tài
chúc tết,   chúc địa vị
chúc tết, chúc ngày mai
chúc em kiều diễm áo dài
trau chuốt nhan sắc trang đài thanh xuân
chúc em trân quí áo quần | biết giữ nhân cách lẫy lừng ngàn xưa

TRẦN THỊ NGUYỆT MAI

MÙA XUÂN

Mỗi ngày tập lắng nghe
Trái tim ta đang đập
Điệu luân vũ mùa xuân
Trên cành non, lộc biếc

Bướm ngũ sắc vờn hoa
Chim ríu rít hót ca
Trời trong, mây đẹp quá!
Ước Xuân đừng mau qua...

TẾT

Mới đó đã hai năm
Đại dịch làm cách ngăn
Con vẫn chưa về được
Dù sắp tới mùa Xuân

Tuyết trắng lạnh buốt hồn
Sương long lanh mi buồn
Tết mà không thấy Tết
Khi xa Mẹ yêu thương...

ĐẦU NĂM
CHÚC MỪNG SINH NHẬT HOÀNG HUYNH

Tám mươi, ừ nhỉ, đã tám mươi
Ba số không, kết hợp tuyệt vời:
Không lo, không nghĩ, không buồn chán
Bạn với Nàng Thơ suốt cuộc đời.

Ngày tháng êm đềm nhẹ trôi
Mong huynh vui mãi với thời tám mươi... ∎

PHƯƠNG TẤN
Con Trâu Cười,
Ướt Nắng Đứng Trông Xuân

Trâu nhớ cày, đồng trống mênh mang
Ruộng vườn xưa một dải bom càn
Mẹ nhớ Cha như khoai nhớ sắn
Bao nhiêu năm một dạ sầu mang.

Sẽ qua đi trong từng cay đắng
Từng cây khô từng phố bệnh vàng
Quốc kêu khuya, buồn hơn xé ruột
Mừng dân mình qua hết lầm than.

Những chuyến xe ngược xuôi Nam Bắc
Những miệng cười tình nghĩa Bắc Nam
Những tiếng chim rộn ràng trong mắt
Mặt trời lên Nam Bắc thênh thang.

Lúa sẽ trổ trên đồng khô nẻ
Vườn cây xưa sẽ thấy hoa cười
Rừng núi kia một thời quạnh quẽ
Nhát rìu nhát cuốc sẽ khai hoang.

Rầm rập đi bao người rất trẻ
Đạp bóng đêm, tổ quốc thơm lừng
Những tiếng chim rộn ràng trong mắt
Con trâu cười, ướt nắng đứng trông xuân!

Chúng ta sẽ về theo nắng mới
Theo nhân dân sáng rợp tình quê
Chúng ta sẽ về theo mưa đợi
Xóm làng vui, thương quá quê ơi! ∎

M.H. HOÀI LINH PHƯƠNG
Đếm Tuổi Tình Ta

Mùa Xuân thứ mấy rồi anh?
Sao em đếm mãi… chưa quên nỗi buồn
Em về phố cũ, đèn lên
Còn âm vang tiếng guốc quen… quê nhà…

Xứ người tuyết lạnh tình ta
Ngày xưa… có phải chỉ là chiêm bao?
Sao em hoài mãi xót đau
Vẫn còn đếm tuổi tình nào ta mang

Mùa Xuân có phải vừa sang?
Sao hồn em bỗng ngỡ ngàng… heo may! ∎

CHU VƯƠNG MIỆN
Xuân Cao Nguyên

1.
Mùa xuân bướm đỏ hoa vàng
Rừng sao trụi lá ngỡ ngàng dáng xưa
Cây xanh bóng rũ đôi bờ
Trời xanh mây trắng hững hờ về xuôi

Đêm đêm tiếng hú u hoài
Vườn hoang cỏ ngủ trọn đời héo hon
Đá xanh nước chảy hao mòn
Mưa xuân từng giọt mang hồn cổ sơ

Ngồi đây mà đón giao thừa
Bụi bay lả tả phai mờ dấu chân
Dốc quanh co suối xa dần
Ba năm lính chiến mùa xuân vẫn về

Nửa đời ngủ giấc đam mê
Vọng canh phiên gác ngồi chia tuổi rời
Rừng già lá cũng reo vui
Mưa xuân miền núi nụ cười hân hoan

2.
Mùa xuân hoa đỏ bướm vàng
Lính biên cương đứng ngút ngàn canh thâu
Đêm đêm con nhện giăng sầu
Chòi canh mái lá rừng sâu bóng người

Anh mang tuổi trẻ vui chơi
Đèo cao quán gió nửa đời tiếc thương.∎

ĐẶNG HIỀN
BÀI THÁNG CHẠP

Nơi đây từng đợt bão trở về sau những ngày đầu năm
Mùa Đông trắng theo nỗi nhớ thật dài em nơi xa
Đêm chừng trôi trôi vào quên lãng
Đêm vẫn là sự thách thức vô cùng với niềm câm lặng

Đúng rồi những cơn mưa và những ngày cận Tết
Lòng anh trống trơn như chợ chiều ba mươi
Đừng hỏi anh mùa xuân rơi nơi nào trong mưa ngoài kia
Anh chỉ thấy mùa xuân trong mắt em

Dù mưa hay những cơn rét bất thường
Những con chữ như cợt đùa cùng em lém lỉnh
Lén vào giấc ngủ anh
Nồng nàn vòng ôm và lạ lùng như đôi môi ướp mật

Đừng cảm ơn em nhé
Khi đêm đã bắt đầu đi qua
Khi ta đã bắt đầu nghĩ về nhau
Có phải là sự bắt đầu của một đớn đau khác?

Thành phố tuổi thơ là nơi em ở
Kỷ niệm chạy miết từ ngày qua đến những ngày sắp tới
Và hôm nay chỉ mình anh đứng lại
Ở bài thơ tháng Chạp ∎

NGUYỄN AN BÌNH
BÀI CA CHÂU THỔ

Mời em về quê anh hai mùa mưa nắng
Có chín nhánh sông rồng xuôi chảy về Đông
Người đồng bằng lòng hào sảng trắng trong
Mỗi cây đước cây bần cũng làm nên lịch sử.

Theo dấu cha ông gánh một đời lam lũ
Đồng đất quê nghèo vàng nước mặn đồng chua
Một thuở cường hào ác bá chịu thiệt thua
Vẫn nhớ như in máu trên cánh đồng Nọc Nạn.

Tấm áo lấm phèn một thời đi cùng năm tháng
Cây trái ngọt lành màu mỡ đất cù lao
Cây lúa con tôm chuyển đổi đất làm giàu
Nước vẫn ngọt cuốn phù sa bồi đất mới

Rừng đước rừng tràm lại tiên phong giữ cõi
Thủy chung một đời như lòng mẹ bao la
Biển rộng sông dài gối đợt sóng khơi xa
Thuyền lại về trong niềm vui đầy tôm cá

Ly rượu đế em ơi xóm làng vui như hội
Lại thơm lừng nồi bánh chưng bánh tét cuối năm
Câu vọng cổ xuống xề ngọt theo nhịp song loan
Ai đó vỗ mạn thuyền hát bài tình ca châu thổ ■

DAN HOÀNG
Nụ Hôn Xuân

Nghiêng xuống một cánh hoa,
Thấy trời đất hiền hòa.
Hương thơm nhè nhẹ thoảng,
Lâng lâng cả hồn ta.

Đỏ thắm nét môi cười,
Rực rỡ sắc hoa tươi.
Lim dim đôi con mắt,
Thẹn thùng dáng lả lơi.

Chơi vơi hạt nắng vàng,
Rớt xuống đời thênh thang.
Mơ màng hàng liễu rũ,
Suối tóc nàng mênh mang.

Ngỡ ngàng chạm hoang sơ,
Nỗi khát khao bất ngờ.
Ào ạt như thác đổ,
Ta với nàng ngu ngơ.

Ngẩn ngơ cánh hoa Xuân,
Phơi phới đẹp vô ngần.
Lung linh chào năm mới,
Hạnh phúc đến dương trần ∎

Phố biển, 11/16/21

TRẦN HOÀNG VY
MÙI XUÂN

Gom hết ngàn bông hoa
Nên mùi xuân rất lạ
Bao nhiêu người hối hả
Nâng niu từng nụ hoa?

Khói trầm thơm lối phố
Mang cả mùi vị quê
Bàn thờ nhang thắp đỏ
Gọi người xa xưa về?

Mùi bánh chưng, bánh tét
Có vị thơm của trời
Có ngọt bùi vị đất
Và bao nhiêu mồ hôi?

Mùi xuân xa sẽ nhớ
Đếm bao lần tha hương
Đêm mùi xuân nhắc nhở
Đất quê và yêu thương.... ∎

HÙNG NGUYỄN
Ta Đành Ru Ta

Ta đành ru ta... một ngày
Vườn xuân hoa tuyết đơm dày cành phong
Tuyết như mây vỡ trắng đồng
Tuyết như váng nhện giăng mông quạnh mùa...

Ta đành ru ta... một chiều
Co ro phố lạ dập dìu tuyết bay
Xuân còn đỏng đảnh đó đây
Muộn màng chi để lạnh vày hoàng hôn...

Ta đành ru ta... một bầu
Rượu không tên tuổi ngụm đầu đã say
Đành là giọt đắng giọt cay
Rót vào viễn xứ chợt giày vò đau...

Ta đành ru ta... một thời
Mắt người biêng biếc xuân vời vợi xanh
Mùa nào khai lộc công khanh
Để nghiêng biển vá sóng lành lặn nhau...

Ta đành ru ta... một mình
Như con chim khách điêu linh lạc bầy
Tháng Giêng mây nước sum vầy
Sao lời khắc khoải nghẹn đầy trăm năm...

Ta đành ru ta... một đời
Lặng thinh hương lửa bên trời xuân đông
Biết còn sống, về quê không?
Kẻo khàn tiếng vạc bên sông chiêu hồn... ∎

TRƯƠNG XUÂN MẪN
CHIẾC ÁO

Sinh nhật em, anh mua hai chiếc áo.
Một chiếc tặng em và một tặng… anh.
Tính ẩn dụ thường mang trong quà tặng:
Mặc áo vào ta lại nhớ nhau thêm.

Đi mua áo dù không có em theo,
Mà sao vừa vặn vòng tay ôm.
Khi xa anh đo bằng cách điệu,
Khi gần anh thuộc nét thương yêu.

Chiếc áo không đính hạt kim cương
Lóng lánh nụ cười, thoảng chút hương
Chiếc áo không sang như vàng bạc
Nhưng có sắc hồng của trái chín cây.

Chiếc áo làm duyên trước gương soi,
Nhân đôi niềm vui tăng đôi nụ cười.
Em xoay hai hướng tự nhiên thành
Bốn hướng, hướng nào cũng ngả hướng anh.

Người xưa 'yêu nhau cởi áo cho nhau',*
Nay ta yêu nhau lấy áo mặc vào.
Chẳng phải qua cầu, không cần nói dối,
Mà vẫn thật thà thuộc khúc dân ca.

Chiếc áo mới thơm tho tình lứa đôi
Đã bao năm rồi mà ngỡ hôm qua.
Chiếc áo mặc vào… chiếc áo cởi ra…
… Ta lại yêu nhau như thủa ban đầu.

Em ơi giữ giùm anh chiếc áo
Dẫu có sờn vai, có bạc màu.
Ngày sau bước già đời nghiêng ngả
Ta còn bấu áo dắt dìu nhau… ◼

** Ý trong trong dân ca "Qua cầu gió bay"*

THƯƠNG TỬ TÂM
MÙA XUÂN

Mùa Xuân dàn xếp vòng tròn
Tôi tong teo đứng làm hòn cuội trơ
Buổi trưa trống gió bơ phờ
Chiều co giãn nắng mắt ngờ nghệch ra

Một thân cong lưỡi kêu ca
Với đêm tái mét với da xanh rờn
Ngồi không được đứng không an
Làm con lật đật riết sần chai quen

Mùa Xuân mùa Xuân mùa Xuân…■

LÊ HÂN
NHÁNH XUÂN TÔI

được sinh vào tháng Hai (dương)
tôi là một nhánh sắc hương đất trời
chẳng phải ngẫu nhiên ra đời
nhờ sự phối hợp tuyệt vời mẹ cha

nam nhi chi chí tôi là
một người ham học tà tà vui chơi
luôn luôn theo sát bước đời
người tiến tôi tiến thảnh thơi nhẹ nhàng

tuổi thơ mạch sống lạc quan
tiến theo từng chặng hân hoan làm người
vẫn luôn sở hữu nụ cười
hài hòa cởi mở tươi vui mỗi ngày

ơn trời năm tháng loay hoay
hoàn thành một cách mát tay mộng hiền
ra đời mùa xuân hồn nhiên
nên tôi thanh thản an nhiên bình thường

nhánh xuân tôi nặng yêu thương
dù đôi khi nhuốm chút buồn vu vơ
chắc là vốn của hư vô
để cho tôi biết làm thơ yêu đời ■

SONG THAO
ĐÙA VỚI LUÂN HOÁN

Tôi mới đọc được ở đâu đó một chuyện vui cười. Tạo hóa sanh ra con người cái chi cũng có đôi có cặp. Hai tai, hai mắt, hai lỗ mũi, hai tí, hai tay, hai chân. Nhưng những thứ ở chính giữa thì chỉ có một. Miệng, rốn và thứ dưới rốn. Vậy nên những thứ lẻ loi này mới phải đi tìm thứ lẻ loi khác để cặp thành đôi.

Định đùa với ông Luân Hoán, không hiểu sao tôi lại nhớ tới chuyện vui này. Chắc tôi nghĩ tới chân của ông. Cả nước đã biết là ông Trung úy Lê Ngọc Châu đã hy sinh chân trái trong một lần ra trận tại Quảng Ngãi. Vậy nên từ mấy chục năm nay, ông Luân Hoán vẫn không nguôi đi tìm một chiếc chân khác cho đủ cặp. Chuyện các cớ là ông chỉ đi tìm chân dài. Thơ ông la liệt chân dài nằm ngang nằm dọc.

mình chân ngắn họ chân dài
bước "đi" tuy vững khó xài tự nhiên
giữ tính mặc cảm di truyền
hóa ra nhờ vậy ngả nghiêng khá bền

Ông này khoái chân, nhất là chân dài, nên có lần ông chơi ép bạn bè. Ông khởi xướng một câu thơ: "Em từ lục bát bước ra" và bắt bạn bè làm thơ tiếp. Bạn bè ông đông đảo, cả ở trong nước lẫn hải ngoại, đua nhau làm tiếp. Tôi gần với ông quá chẳng lẽ không đáp lời tuy tài làm vè của tôi rất ẹ. Tôi vè một bài tới nay chỉ còn nhớ hai câu đầu. *Em từ lục bát bước ra / Dáng đi khệnh khạng leo qua khỏi giường.* Tôi dại dột gửi cho ông. Chẳng thấy ông đáp trả chi. Chắc ông ấy giận. Trong nhà ông có tượng Trương Phi nên tính tình ông ấy tôi thừa biết, như lửa rơm. Vèo một cái là xong.

Ông còn nhiều trò khác. Như sáng tinh sương ngày Tết ta, ông lái xe đi khắp nhà bạn bè trong thành phố, treo trước cửa mỗi nhà hai câu thơ chúc. Rồi lặng lặng lái xe đi. Chủ nhà chỉ phát giác ra thơ mừng tuổi đầu năm khi mặt trời đã lên tới đỉnh. Hay trò phỏng vấn các bà vợ của các tên dính tới chữ nghĩa về ông chồng của các bà, khiến các phu nhân này lâm vào thế kẹt. Nói không thiệt thì lương tâm không chịu ngủ, nói thiệt thì xấu chàng hổ ai.

Luân Hoán vừa lái xe vừa làm thơ.

Có lần ông nhà thơ Ngu Yên từ Houston qua Montreal đàn đúm với bạn thơ văn. Ông này râu ria phát khiếp, tình tình cũng ngủng ngẳng không thua chi ông Luân Hoán. Khi đó ông có một đài phát thanh ở Houston chỉ phát vào đêm khuya. Hỏi cớ sao ông lại chọn cái giờ oái oăm như rứa, ông bảo giờ đó giá thuê mới rẻ. Trong một tối cà phê cá pháo, ông nảy ra ý làm náo động làng văn thơ bằng cách phịa ra tin ông này chết, ông kia chết. Ông Ngu Yên biết tính ông Luân Hoán hay hù dọa anh em nên đề nghị loan tin ông Luân Hoán quy tiên trước. Ông râu ria này hứng chí nói vậy chứ chắc không thực hành vì sau đó tình hình vẫn lắng dịu, không thấy có nước mắt cho ông Luân Hoán. Ít lâu sau, tôi lò mò qua Houston, ông cho đi ăn tối, ăn xong ông rủ tôi lên đài nói chuyện suốt đêm. Tôi hoảng hồn từ chối vì lỡ ông loan tin chết chóc ở Montreal thì tôi hết đường về.

Không biết có phải ông Ngu Yên gợi ý không mà ông Luân Hoán lại bày ra trò mới. Ông viện cớ sức khỏe ông không tốt, có thể ông sẽ đi bất cứ lúc nào nên xin phép anh em cho ông vái trước cho trọn tình nghĩa. Ông gửi *mail* hỏi ai bằng lòng cho ông tế sống, ông sẽ tế. Mấy tên viết lách coi trời bằng vung nên phần lớn đều gật đầu. Vậy là ông "cáo tồn". Ông này vốn khoái dùng từ oái oăm! Ông giải thích "cáo tồn" ngược lại với "cáo phó", chưa chết mà coi như chết. Ông "cáo tồn" 29 mạng tất cả. Có điều tức cười là cả 29 ông bà được tế sống này đều còn sống nhăn răng. Ông Luân Hoán quả không được trang bị lưỡi hái của tử thần. Dĩ nhiên trong số 29 trự được tế sống này phải có nhà thơ Ngu Yên. Như một cuộc trả thù ngọt ngào.

> *bạn từng dọa phao tin thất thiệt*
> *qua làn sóng, bạn xướng ngôn viên*
> *tin giật gân thường nhiều người biết*
> *đại khái thế này, rất tự nhiên*
> *tin giờ chót: nhà thơ Luân Hoán*
> *chiều hôm qua, xe đụng chết tươi*
> *khi ông từ ngã năm Chuồng Chó*
> *vừa bước đi vừa hí hửng cười*

Ông Luân Hoán ở ngay xứ tuyết nhưng rất kỵ mùa đông. Trời bắt đầu trở mặt là ông nai nịt kỹ càng, chỉ để hở đôi mắt, chẳng biết để làm chi vì mùa đông các chân dài cũng kín mít từ đầu tới đuôi.

Mỗi năm, cứ khi gió đông thổi tuyết về, ông lại nhắn nhủ với anh em bằng cái giọng buồn bã: "Không biết *moi* có qua khỏi mùa đông này không!". Bao nhiêu mùa đông trôi qua, mỗi lần anh em tụ tập ăn nhậu vẫn thấy mặt ông. Nói hoài chuyện thân cận với cái chết mỗi khi đông tới lâu dần cũng hết ép-phê. Anh em chỉ cười. Ai cũng biết ông này khó đi lắm vì chăm sóc sức khỏe là chuyện ông rất cần mẫn. Mỗi năm chích ngừa cúm, bao giờ ông cũng bon chen chích trước anh em. Tới chích ngừa Covid ông cũng nhanh chân vén tay áo trước hết. Chích xong ông *post* hình can đảm đón kim chích lên Facebook cho bà con thiên hạ coi chơi. Hơi khó ở, ông vội tới phòng mạch bác sĩ ngay. Bác sĩ cho thuốc, ông uống gấp đôi. Có lần ông đã ngự xe cứu cấp rú còi inh ỏi vì uống thuốc quá liều! Che chắn kỹ lưỡng như vậy, ông có hù anh em cũng chỉ cười trừ. Năm nay ông đổi chiêu, không hù nữa mà tính toán đàng hoàng. Ngày 2/11 vừa qua, ông trịnh trọng tuyên bố trên Facebook: "Dự Định Cá Nhân Tôi Cho Những Năm Cuối Đời, Không Còn Xa". *"Tôi ra đời và sống cùng tổ quốc được 44 năm. Dời chỗ cư ngụ sang Montréal Canada đến nay được 36 năm. Nguyện vọng cân bằng thời gian sống của mình trên hai phần đất, (mỗi phần 44 năm), như vậy tôi cần sống tốt trong 8 năm nữa. Năm tôi mất mong sẽ là năm 2029. Lúc đó tôi sẽ được 88 tuổi, một con số rất đẹp. Tính theo truyền thống gia đình, cha ông, rất hy vọng tôi qua cầu được. Nhưng dựa theo sức khỏe, thời tiết, dịch bệnh hiện tại thì khá khó khăn"*.

Song Thao, Luân Hoán, Phan Ni Tấn, 2003

Vậy là ông có dự định thời gian ra đi đàng hoàng. Tám năm nữa. Lứa tuổi chúng tôi, đã bỏ xa tuổi "cổ lai hy", sống coi như đủ, ngày mai ra sao, mặc xác nó. Cái mức "cổ lai hy" dân ta vẫn đinh ninh là do ông Khổng Tử ấn định. Thiệt oan ôi ông... Khổng! Ông chỉ viết: "Ngô thập hữu ngũ nhi chi vu học, tam thập nhi lập, tứ thập nhi bất hoặc, ngũ thập tri thiên mệnh, lục thập nhi nhĩ thuận, thất thập nhi tòng tâm sở dục bất du củ". Diễn nôm là: ta 15 tuổi để tâm trí vào việc học hành, 30 tuổi có thể tự lập được, 40 tuổi đủ thấu hiểu để không nghi ngờ, 50 tuổi biết được mệnh trời, 60 tuổi nghe thông phải trái, 70 tuổi theo lòng của mình mà hành động mà không vượt khỏi khuôn khổ của chân lý. Khổng Tử không nói chi tới chuyện hiếm có "cổ lai hy" chi cả. Vậy do đâu mà có chuyện "cổ lai hy"? Tác giả Trần Thanh Cảnh cho biết: *Sau này đến đời Đường, nhà thơ vĩ đại Đỗ Phủ, trong bài thơ "Khúc giang đầu - kỳ nhị", một đoạn khúc tự bạch lừng danh về thú mê rượu chè say sưa đến mức, cứ ở triều ra là ngài cởi áo của mình gán lấy rượu uống, cũng đã viết: "Nhân sinh thất thập cổ lai hy". Thật ra thì nhà thơ cũng chỉ hầu như định tự bào chữa cho mình là, từ xưa đến nay có mấy người sống được đến 70 đâu, nên ta cứ say sưa thoải mái, hết tiền thì đã có áo vua ban!".* Đỗ Phủ chỉ say được tới năm 52 tuổi.

Với đà tiến của khoa học ngày nay, tuổi thọ của con người kéo dài như tay vuốt của anh bán kẹo kéo. Muốn dài bao nhiêu cũng đặng, bảy chịch có là cái chi chi. Nhìn quanh, thế hệ chúng tôi đều qua tuổi này cái vù. Cỡ "trẻ" như các ông Lưu Nguyễn, Hồ Đình Nghiêm cũng dư sức qua cầu huống chi cỡ via như Trang Châu, Phạm Phú Minh và Thành Tôn. Dĩ nhiên có Song Thao nữa nhưng tôi khiêm nhường nên không muốn nói tới cái tôi!

Trong một cuộc trò chuyện qua điện thoại với ông Thành Tôn, tôi nói chuyện về vụ 88 tuổi của ông Luân Hoán, ông Thành Tôn cười cười "vậy à?". Bẵng đi vài tuần, ông điện thoại lại cho tôi. Chuyện ông Thành Tôn điện thoại là chuyện hiếm. Ông này tối ngày lo khâu sách vở, ai phôn thì vội bắt ngay "Tôn đây". Ông hiền lành, thật thà như đếm, chẳng ai giận được ông và ông cũng chẳng bao giờ giận ai. Ông sống như một ông thủ thư tự nguyện. Nhà ông là một rừng sách, sách từ trong phòng ra tới ngoài hành lang. Tới thăm ông thấy ông chìm lỉm trong sách. Mỗi lần mưa xuống là ông lo chạy sách cho khỏi ướt. Ai ới sách là ông có liền. Ai quên trả sách ông cũng chẳng thèm nhắc. Người ta có cần mới giữ, vậy là tốt. Ông yêu sách như người tình mê người tình. Nhưng khác với thông thường, ai rinh mất người tình của ông, ông lại rất vui.

Từ trái: Hàng ngồi: *Nguyễn Đình Thuần, Luân Hoán, Thành Tôn, Đặng Hiền*, Hàng đứng: *Nguyễn Mạnh Trinh, Phạm Phú Minh.*

Nghe chuyện ông Luân Hoán, người ông quen biết từ thời lính thú, ông cảm động. Hai người là bạn văn thơ rất tâm đắc với nhau. Cái khác nhau là cho tới nay ông Luân Hoán vẫn bộn bề thơ văn còn ông Thành Tôn gác bút từ thời mất nước. Năm 1969, ông tự ấn hành cuốn Thắp Tình. Thằng con ông là độc đinh, chẳng anh em chi. Thơ trong Thắp Tình của ông rất lạ và mới. Tới nay tôi đọc vẫn thấy hơi thơ của ông chẳng phai nhạt theo thời gian. Hỏi sao ông không tiếp tục mần thơ, ông cười xòa: "Làm thơ như vậy đủ rồi!". Sau hơn bốn chục năm không có một bài thơ nào, nghe chuyện 88 tuổi của ông Luân Hoán, ông lại cảm khái ra thơ. Cú điện thoại của ông Thành Tôn tôi bất ngờ nhận được hôm qua mục đích để ông khoe thơ ông mới làm. Ông đọc cho tôi nghe. Tôi nghe xong mà mừng. Mừng vì nguồn thơ của ông hình như lại thông. Bài thơ "Với Luân Hoán" của ông như ri.

Ta biết bạn làm hàng ngàn bài thơ
Và bạn có hàng vạn độc giả
Bạn đã trải hết lòng mình cho thiên hạ
Có khi nào chạm đến nỗi hư vô

Ta biết bạn có vợ đẹp con ngoan
Bạn lại có nhiều thân tình khác phái
Cứ ray rứt hoài nay mới dám hỏi
Có khi nào hoạn nạn giống ta không

Ta biết bạn gửi một chân trên chiến trường Quảng Ngãi
Đứng vững vui-đời chỉ một chân thôi
Bạn đau nhức hoài hoài ngoài đoạn chân còn... khi giá rét
Có giống ta đau đáu một nỗi lòng ở chốn... ngoài quê hương

Nghe nói độ này bạn hay buồn
Và lấy tám-tám làm mốc đến cùng thơ
Ta thích bạn rất-bi-quan-thi-sĩ
Thơ-muôn-đời – chỉ thay đổi cách-xưng-hô

Ta không nói văn chương luôn cao cả
Nhưng ít ra đủ diễn tả được nét đẹp của tâm hồn
Có kẻ bảo chúng ta loài dại người khác phái
Mà quên đi trái táo ngọt... Adam đã từng trao

Nghĩ cho kỹ, mọi người đều có đam mê
Và khai thác nỗi đam mê đến tận cùng cái đẹp
Xin được chết theo dòng thi pháp đã
Làm nên câu thơ lung linh cùng ngày tháng nồng nàn

Có những luận bàn rồi bỏ ngỏ...
Để mà chi, trong một kiếp rong chơi
Vói nhà thơ thân yêu, bạn Luân Hoán
Là-con-người làm sao tránh đụng nỗi-cô-đơn

Vịn vào bài thơ rất thiệt tình của nhà thơ Thành Tôn, tôi đùa với ông Luân Hoán. Thiệt việt vị! Nhưng viết về ông Luân Hoán tôi không đùa đâu có được. Nhà ông gần xịt nhà tôi, không giỡn ông giận. Tôi đang chờ một sáng tinh sương, mở cửa ra sẽ thấy ông treo thơ trước cửa nhà. Ai chứ ông Luân Hoán không đoán trước được. Ông này vốn lắm chiêu!

Song Thao
12/2021
Website: www.songthao.com

NGUYỄN VY KHANH
HIỆN TƯỢNG "MIỆT VƯỜN" QUA VÀI TÁC GIẢ

Miệt Vườn trong bài viết là "hiện tượng văn học" trong tình cảnh cộng đồng người Việt hải ngoại: Miệt Vườn đã mất hoặc vẫn hiện diện trong trí tưởng, nhớ nhung. Khác với Miệt Vườn của người trong nước, được nói đến như hiện thực đang xảy ra, hoặc như lịch sử của một miền đất. Huình Tịnh Paulus Của trong Đại Nam Quấc Âm Tự Vị đã phân biệt Miệt vườn với Miệt ruộng: Miệt vườn có "miền vườn, đất vườn", và Miệt ruộng có "miền ruộng, xứ ruộng, phường ruộng". Theo nhà văn Sơn Nam, thì Miệt Vườn *"gọi tổng quát những vùng đất cao ráo, có vườn cam vườn quít ở ven sông Tiền, sông Hậu, thuộc tỉnh Sa Đéc, Vĩnh Long, Mỹ Tho, Cần Thơ"* (*Văn Minh Miệt Vườn*, 1970; tb NXB Văn hóa, 1992, tr. 17). Trong dân gian đã dùng từ Miệt Vườn để chỉ Nam-kỳ lục-tỉnh từ thời Minh Mạng cho tới khi người Pháp chiếm làm thuộc địa. Về mặt văn chương, Miệt Vườn đã xuất hiện trong ca dao, tục ngữ cũng như trong truyện và tiểu thuyết của Hồ Biểu Chánh, Nguyễn Chánh Sắt, Phú Đức, Phi Vân và Sơn Nam như là khung cảnh, không gian, nền truyện hơn là tâm tình, tưởng tiếc.

Một mảng văn nghệ "miệt vườn" nở rộ suốt hơn hai thập niên đầu ở ngoài nước, sau biến cố 30-4-1975. Lần đầu tập thể người miền Nam lục-tỉnh xa quê, tâm tình lưu đày đặc biệt, nông nổi, mãnh liệt. Quá khứ, đời sống lịch sử và con người miền Nam được dịp phơi bày lên trang giấy văn chương, cũng như 21 năm trước đó, cuộc di cư 1954 từ Bắc vô Nam trên cùng lãnh thổ đã là nguồn văn chương cho nhiều cây viết Bắc cũng như Nghệ Tĩnh Bình! Lúc đầu phải nhớ cái gì đáng nhớ, cái gì đã mất mà nhiều người tiếc nhớ, nhưng rồi như người trưởng thành, người ta hết ngại viết về những tiếc nuối và kỷ niệm dù vụn vặt, của một nhóm nhỏ. Tác phẩm họ do đó đã trở thành tấm gương, thành ánh phản chiếu lại, dù hiu hắt đến mấy, cái đời sống ở một không gian cũ, qua đó, cả một xã hội và thời đại! Gợi cái cũ, cái đã mất, để nhung nhớ, để cùng nhớ nhung, như tiếng cầu bình an, hạnh phúc và nghĩa tình bạn bè, thân quen. Viết do đó là tâm sự với chính mình, với người quen, những đồng môn, đồng hương, những người cùng thế hệ, có chung phần nào quá khứ!

Trong hoài niệm, người miền Nam đã làm sống lại một "mảng" văn học đặc thù. Người miền Nam "lục tỉnh" lần đầu phải rời bỏ quê hương đông đảo đã thành công ghi lại quá vãng văn hóa, tình tự con người và những thú điền viên, nếp sống không còn nữa hay không còn hy vọng tìm lại như trước: Lâm Chương, Phương Triều, Võ Kỳ Điền, Nguyễn Tấn Hưng, Kiệt Tấn, Hồ Trường An, Xuân Vũ, Nguyễn Văn Sâm, Trần Long Hồ, Trần Phù Thế, Hoài Ziang Duy, Lâm Hảo Dũng, Nguyễn Văn Ba, Sĩ Liêm, Huỳnh Hữu Cửu, Võ Phước Hiếu, Phùng Nhân, Trạch Gầm, Nguyễn Thị Phong Dinh, Cao Bình Minh, Vinh Lan, Đặng Thị Quế Phượng, Nguyễn Thị Thảo An, Nguyễn Thị Long An, Tiểu Thu, Tiểu Tử, v.v...

Khi đã xa thì cây trái quê mình mới thấy là quý và khi phải sống đời lưu xứ thì mảnh đất quê nhà trở nên thân thương như không thể dứt rời, không dễ nào quên! Và sau khi được mùa với nhiều đợt tị nạn, đoàn tụ gia đình, thì vào những năm cuối thế kỷ XX, "mặt trận" văn chương "miệt vườn" lặng lờ hơn, người viết ít lại và cũng ít tác phẩm hơn. Tính chất khai phóng của văn học miền Nam dần mất phần nào khía cạnh bộc phát hồn nhiên, văn chương và tình ý dần dà cũng được lăng kính tâm và trí thức gạn lọc hơn. Các nhà văn miền Nam ở đây mỗi người một văn phong – dù luôn là miền Nam lục-tỉnh, và các đề tài thì có riêng, có chung.

Như thế, vào thời đầu văn học hải ngoại, từ 1975 đến những năm 1990, đúng là có một văn chương "miệt vườn" với một số đặc tính riêng, nhưng dần dà tính "miệt vườn" không còn thích hợp, phải gọi là "miền Nam" hoặc "Nam-kỳ lục-tỉnh", do đó trong các khảo cứu, chúng tôi chủ ý sử dụng cụm từ "miền Nam lục-tỉnh", một đặc điểm rộng hơn tính "miệt vườn".

Nếu đọc lại tác phẩm các tác giả miền Nam nói trên đều có tính chất *tự truyện*. Đây là một thể loại văn chương có sáng tạo, có nỗ lực của tác giả, dĩ nhiên khác với hồi ký vốn văn chương chỉ là phụ! Có tác phẩm nhiều tính tự truyện và nhiều tác phẩm khác đã tiểu thuyết hóa mỗi tác giả màu mè riêng! Tự truyện ở đây là một nhu cầu tự nhiên, một thiết yếu – và cả trị liệu, cho cuộc sống ở xa quê-hương, đất nước!

Đặc tính thứ nhì nữa, là các tác giả từng sống nhiều nên dồi dào chi tiết và nhân vật riêng của *địa phương*. Có những tương đồng ở một số tác giả vì cùng ở một vùng "quê Nam" nên cùng ngôn ngữ chăng! Nam-tính ở văn phong du dương thơ nhạc và câu hát cải lương mà còn thấy ở những cám dỗ luân lý; xa gần như có những gương phải theo, những phong tục phải gìn giữ. Những tình cảnh và răn đe thiện ác, những nhân sinh quan, triết lý Á-đông! Xuân Vũ là một trong những nhà văn viết nhiều với tâm huyết muốn thuyết phục. Phùng Nhân, Nguyễn Văn Ba nhiều địa phương tính nhưng văn chương thì phải ghi nhận Kiệt Tấn, Nguyễn Tấn Hưng, Nguyễn Văn Sâm, Võ Kỳ Điền và Hồ Trường An!

Nếu phải phân biệt so sánh, ta có thể nói người đất Bắc giỏi làm văn chương, thích làm "mới" hình thức, khuynh hướng mới, làm văn học và nghiên cứu, thì người Nam *sống* văn chương, nếu có làm văn chương thì vẫn khác ở chỗ dài dòng, chi tiết, đối thoại, ở câu chuyện, v.v... Dù gì thì nếu người đọc đã từng sống ở Sa Đéc, Châu Đốc, Cao Lãnh, bước dưới những con đường ngợp bóng cây với người tình tươi mát, nhí nhảnh, từng với nàng tung tăng ở những vườn xoài, mận... ở Trung Lương, Vĩnh Long, từng thưởng thức mì vắt ở chợ Mỹ, từng qua lại những phà Rạch Miễu, đến Mỹ Tho, Kiến Hòa vì tình hay vì trốn cái nóng và xô bồ của Sài-Gòn, ... đều không khỏi bâng khuâng khi đọc các tác giả này!

oOo

Hồ Trường An (Nguyễn Viết Quang) có thể xem như là nhà văn của "miệt vườn" chân quê lẫn kiểu cách, mộc mạc và kiêu kỳ. Ông gọi các tác phẩm là "truyện dài đồng quê". Những chuyện con người, phong tục, sinh hoạt ngày trước được nhớ lại và hiện lên trang chữ như những bức tranh cổ hoàn chỉnh, như bài vọng cổ đủ 6 câu. Trong hành trình đi tìm thời gian đã mất, ông chứng tỏ có một trí nhớ đặc biệt về người và biến cố, nhưng khi trình bày, mô tả, ông đã hoa hòe biến thành một thực thể mới: Nam-kỳ chân quê của Hồ Trường An! Ngôn ngữ nói mà dài dòng như của ca hát!

Qua hơn 30 tác phẩm đã xuất bản, chuyện miệt vườn với Hồ Trường An đã là một trường thiên tiểu thuyết, trong đó các nhân vật tiếp nối nhau, các chuyện tình, ghen tương và những khung cảnh gia đình miệt quê cũng như tỉnh ly. Ông chứng tỏ sống và biết nhiều, đời lính và làm văn nghệ của ông trước 1975 đã giúp ông không ít trong việc sáng tác chủ yếu từ khi sống tị nạn ở Pháp. Trong các tập truyện *Chuyện miệt vườn* (Đại Nam, 1992) cũng như *Chuyện Quê Nam* (Làng Văn, 1991), *Hội Rẫy Vườn Sông Rạch* (Miệt Vườn, 1992), *Truyền Kỳ Trên Quê Nam* (Làng Văn, 2009), v.v..., Hồ Trường An đưa người đọc trở về và sống lại với miền đất đồng bằng sông Cửu Long như Mỹ Tho, Trung Lương, Vĩnh Long, Rạch Giá, ... với đủ hạng người, dân quê, nửa quê nửa thành thị, người Minh Hương, dân ruộng rẫy, thương hồ, trốn nợ, đào kép cải lương, trẻ già, ... chung đụng trong một không khí mát lành của đồng quê mà cũng hâm hấp dục tình, tự nhiên như thời tiết, như con nước phù sa, ... Người đọc cũng được nhìn thấy sinh hoạt thường ngày và những cảnh đẹp miền quê, những căn nhà lợp bằng lá dừa nước, những mảnh đời sống của các thập niên 1940 đến 1970 cũng như thời thuộc Pháp.

Nói chung, các "truyện dài đồng quê" với đề tài phong tục, văn hóa miền đất mới của Hồ Trường An có đặc thù của riêng ông, ở cách kể chuyện khá sống động, ở ngôn từ đối đáp, ở cảnh tình, diễn biến – khi đọc truyện ông, nếu đọc lớn tiếng và phát âm giọng miệt vườn nhà quê thì càng hấp dẫn (mà các băng đọc truyện chỉ làm được phần nào)! Truyện đồng quê miền Nam lục tỉnh của ông đã rời xa những Hồ Biểu Chánh, Nguyễn Chánh Sắt, Phi Vân ở kỹ thuật truyện, ở miêu tả tỉ mỉ, và hình ảnh, ngôn ngữ sử dụng, ... cũng như khai thác tối đa tiếng nói thường ngày, bình dân, của con người ở vùng đất mới, đã tạp chủng, pha trộn. Đa phần trong hơn 20 "truyện dài đồng quê" có thể gộp chung và xem như là "đại trường thiên tiểu thuyết" hay những "truyện dài đồng quê" nhiều tập – hay "siêu liên văn bản" nói theo thời gần đây. Tuy vậy, đọc Hồ Trường An dễ thấy cái hoa hòe trải rộng của ông có khi làm người đọc bối rối, lạc lõng, không phải như trong câu chuyện dài tình tiết của Xuân Vũ, hay dài cố ý của phim bộ, mà là ở chi tiết, hình dung từ, cái trang điểm thêm khi đã đủ tươm tất, nhất là khi độc giả xem các tập truyện gần nhau!

Nguyễn Tấn Hưng: Không khí tác phẩm của Nguyễn Tấn Hưng thu hẹp trong cuộc đời của một số nhân vật khởi đầu làm học trò ở quê lên Mỹ Tho trọ học với những cuộc tình đầu đời, vụng về, nơi lớp học, vườn cây. Sau thành sinh viên lên Sài Gòn rồi phận trai thời chiến nhập ngũ, theo binh chủng Hải quân, theo thời gian thành sĩ quan lên đến chức Trưởng phòng nhì Vùng 4 duyên hải Phú Quốc (*Một Thuở Làm Trùm, Một Chuyến Ra Khơi, Một Trời Một Biển*, ...). Sau 1975 là cuộc sống tha hương, hội nhập, vươn lên (*Một Đời Để Học, Một Nỗi Buồn Riêng, Một Cảnh Hai Quê*). Nhưng rồi quê hương Mỹ Tho và quá khứ thanh xuân của ông trở lại ám ảnh mạnh mẽ (bộ

Một Giấc Mơ Tiên)!

Phùng Nhân từ tập truyện *Vết Thương Vẫn Mở* (1992) đến các tiểu thuyết *Xóm Nhị Tì* (1994), *Vàm Đất Cả Cao* (1995), viết về con người và xã hội ở miền đất Mỹ Tho, Bến Tre, ngày xưa và hôm nay. Tác giả khởi viết tiểu thuyết khi đã mất quê hương, nơi đó có những con người và mảnh đất chứ không phải là một tổ quốc trừu tượng! Với một tâm tình thiết tha, ông cho người đọc nhìn thấy những tâm lý nhân vật đặc biệt lục tỉnh, chân chất nhưng nhiệt thành, dứt khoát khi cần. Những con người đã góp phần làm nên lịch sử. Các nhân vật trong Vàm Đất Cả Cao từ Bảy Ngân người đã có công khai phá vùng đất Cả Cao sau theo kháng chiến cứu nước, con là Huy bị chết vì chế độ mới phải "trừ gian", đến thằng cháu Út Hậu, con Bông ... đã sống chết với những hệ lụy của đất nước. Sau ông xuất-bản *Cai Đẻ* (Làng Văn, 2002), *Lần Theo Khói Súng* (2003), *Bạn Già* (Làng Văn, 2004), v.v...

Võ Kỳ Điền trong các tác phẩm ở giai đoạn đầu, nhất là trong các truyện ngắn, Võ Kỳ Điền tỏ lộ một văn phong miền Nam đặc biệt, không quá "miệt vườn" như Hồ Trường An, Nguyễn Tấn Hưng, Nguyễn Đức Lập, cũng không quá... "nóng" như văn Kiệt Tấn, Cao Bình Minh, nhưng gần với Nguyễn Văn Sâm - phải chăng vì cùng gốc mô phạm! Các truyện viết về sau của Võ Kỳ Điền mang chất ký, nhiều hoài niệm và triết lý nhẹ nhàng, tức là ông theo khuynh hướng tự sự trội bật của mảng văn học hải ngoại những năm cuối thế kỷ XX và đầu một thiên niên kỷ mới. Ngòi bút Võ Kỳ Điền trước sau luôn đi sâu thám hiểm tình người, ông muốn chạm những ngõ ngách bí hiểm mà chỉ có cuộc đời kinh qua mới nhận ra được! Giọng văn Võ Kỳ Điền tiềm chứa những tiếc nuối, nhung nhớ, ... và ngay cả ở những hoàn cảnh phải phản ứng, đối kháng, phẫn nộ, giọng văn vẫn không hề tàn độc, thâm hiểm! Với ông, hình ảnh, chứng từ là đã quá đầy đủ!

Trong Lời Tựa *Kẻ Đưa Đường*, ông cho biết: "*Biến cố đau thương 30.4.1975 đổ ập xuống đầu dân chúng miền Nam như trời sập. Trong cái biển đau khổ tột cùng người người bị dập vùi như cọng rác trong cơn sóng lớn*" (tr. 6). Biến cố đến như một tai họa bất chợt; lịch sử như bị cắt đứt, hiện tại với quá khứ như không còn liên hệ, ít ra là kẻ cưỡng chiếm miền Nam cũng muốn như vậy. Viết lại lịch sử giai đoạn này cũng là một vấn nạn vì phe nào cũng có những chủ quan và thị kiến riêng. Người viết sử chân chính có những khó khăn khi đụng đến thời đại vừa mới qua, quá gần. Nhà văn ngược lại, tương đối không bị những trói buộc khách quan đó. Tác phẩm trở nên công cụ của chứng giám lịch sử, với những hình thức và kỹ thuật tự truyện, bút ký và tiểu-thuyết: nhà văn và người đồng thời là những chất liệu sống động. Võ Kỳ Điền đã nhận vai trò làm nhà văn chứng giám, một nhân chứng và là một người dân Việt muốn sống yên cũng đã không được nữa, khi 'trời đất nổi cơn gió bụi', 'đất bằng nổi sóng', các biến cố lịch sử đã ùa đến phủ lên người những tai ương, bất hạnh, ... Từ thân phận nhà giáo, ông thầy Võ Tấn Phước (tên thật) bị lửa loạn lịch sử cuốn hút, thoát ra đến hải ngoại trở thành *nhà văn nhân chứng* Võ Kỳ Điền. Qua các *tác-phẩm-chứng-từ*, tác giả đã vẽ lại những mẫu, những nét, những mảnh đời dở dang. Ông đã trở về quá khứ để thấy rõ quá trình của nhân vật và để biện minh tâm lý các nhân vật và như vậy, đưa ý thức vào văn phong sử dụng để kể lại những tàn bạo và bất nhân của những con người (thắng một trận chiến) đã xảy ra trong một lịch sử gần. Giọng văn Võ Kỳ Điền mang nét phúng thích, phúng thích những cái gọi là khách quan của 'chân-lý' (áp đặt!). Trong *Rêu Phong Mấy Lớp*, Võ Kỳ Điền kể chuyện ông bà Năm, một cặp vợ chồng già định cư ở Montréal (!) mà lúc nào cũng cứ ngỡ còn trong tầm mắt thấy "nhà mình" nơi quê-hương xa xôi. Khi gặp lại người quen mới qua định cư hỏi thăm mới biết cơn gió bụi đã đến với cả "nhà mình": những cây nhãn, cây mận và cả cây mai già giữa sân đã bị con người chế độ mới đốn ngã để làm hợp tác xã.

Nguyễn Văn Ba (Thái Minh Kiệt) xuất hiện trên *Làng Văn* năm 1987 và đã xuất bản *Làm Mai Lãnh Nợ Gác Cu Cầm Chầu* (Saskatoon SASK: Phù Sa, 1988; tb 1989, 1992), *Phận Đàn Bà* (chung với Nguyễn Bạch Mai; Phù Sa, 1988; tb 1990, 1992), *Thành Đô Gió Bụi* (Houston TX: Bình Minh, 1991), *Tự Truyện* (Glendale CA: Đại Nam, 1995), *Từ Miền Đất Lạnh* (Viên Giác, 1996), *Chút Tình Với Quê Hương* (Phù Sa, 1997), *Khổ Qua Trắng Khổ Qua Nghèo* (Phù Sa, 1997). Ông xuất-bản chung với Huỳnh Hữu Cửu bộ *Cây Trái Quê Mình* (Bình Minh, 1992) cùng làm chủ biên các tuyển tập *Truyện Hay Hải Ngoại* (2 tập: 1-Phù Sa, 1991; 2-Bình Minh, 1993) và *Tuyển Tập Những Cây Viết Miền Nam* (2 tập, Phù Sa, 1990). Ở Nguyễn Văn Ba là ngôn ngữ, đời sống, tâm tình của con người miền Nam lục-tỉnh trong những nét đặc sắc riêng – sinh động, đơn thuần, không làm dáng, và những căn bản văn hóa phần lớn đã không còn hôm nay! Ở ông, giọng văn tự nhiên, mộc mạc pha lẫn chút phúng thích nhẹ nhàng, duyên dáng. *Về Miệt Vườn Ăn Tết* kể chuyện nhân vật "tôi" được Long, người bạn sinh viên rủ về quê bạn ăn Tết:

"Những ngày vui Xuân ở cù lao Tân Hiệp đối với tôi là một chuỗi ngày hoan lạc. Tôi đi tắm sông, tắm cồn, bơi xuồng, chèo ghe, chạy máy đuôi tôm, thăm những vườn ổi xá lị sai quả, nặng cành,

vườn cam quít tuy đã hái hết trái nhưng rõ ràng là phì nhiêu, sung túc, những cánh đồng thơm mùi rạ, mùi lúa chín (…). Và tôi phải nói ra đây thêm chuyện nhậu nhẹt, ngày nào cũng vậy, tôi hầu như "sáng xỉn, chiều say, trưa lai rai, tối tỉnh say nhậu nữa". Tôi dự tính đi thăm hết bà con Xóm Vàm, Xóm Giữa và Xóm Trong, nhưng tôi và Long đã không ra khỏi cái Xóm Giữa có quá nhiều "ải rượu", say ở đâu thì ngủ lại đó, tỉnh dậy đã có nhà kế bên đợi sẵn để nhậu tiếp tục.

Rượu và đồ nhắm ở miệt vườn, không những vào dịp Tết mà bất cứ lúc nào cũng dồi dào, gần như vô lượng, trong khi tửu và thực lượng của tôi thì có hạn. Rượu đế thượng hảo hạng, nấu bằng trăm phần trăm nếp, nước trong vắt, rót ra ly sủi bọt không ngớt. Rượu nếp than màu tím nhạt, trên trong dưới đục, hậu vị ngọt ngào, uống vô cảm thấy nhẹ nhàng, không cay, không nóng, nghĩ rằng uống không biết bao nhiêu mới say, nhưng rồi ngã lúc nào không hay. "Huýt ky bà quẹo" chế biến đơn giản và nhanh, đổ một lít rượu đế và hai trái dừa xiêm vô một cái thau, quậy đều, thêm một cục nước đá lớn, uống rất êm, không cháy cổ như rượu chưa pha, ngọt và mát lạnh, nhưng "quẹo" cũng rất nhanh và êm ái. Rượu mít, rượu chuối hay "lão tửu" cần sự chế biến công phu hơn, mít nghệ hoặc chuối cau chín lột vỏ, phơi cho heo héo đoạn nướng trên than hồng đến khi vừa cháy sém, ngâm với rượu nếp khoảng hai ba tháng trước khi uống. Rượu mít vàng, trong vắt, lão tửu trắng đục, cả hai thứ trái cây này làm nên một loại thức uống đặc quẹo, ngọt và thơm. Rượu đậu nành, hổ cốt, tắc kè, chanh, sa kê … loại nào uống cũng khoái khẩu, nhiều lúc trong tiệc rượu, tôi ước mình được như một Đoàn Dự trong Lục Mạch Thần Kiếm của Kim Dung, uống thật nhiều cho đã ông thần khẩu, rồi rượu chạy theo đường "nhất dương chỉ" phát tiết ra ở đầu ngón tay, để tôi được uống mãi, uống mãi, uống thêm nữa, cái tình cảm hiếu khách, chân thật của người dân miệt vườn…" (*Thành Đô Gió Bụi*, tr. 49, 50).

Nguyễn Văn Sâm đã xuất bản *Câu Hò Vân Tiên* (Gió Việt, 1985), *Ngày Tháng Bồng Bềnh* (1987), *Khói Sóng Trên Sông* (2000), *Quê Hương Vụn Vỡ* (2012) và *Giọt Nước Nghiêng Mình* (2021). Chất Nam "lục tỉnh" của Nguyễn Văn Sâm thể hiện trong chữ dùng, trong phong cách viết, tả nhân vật và tỏ lộ tâm tình. Nguyễn Văn Sâm tự đề ra cho mình một loại "cương lĩnh" trong Bài Chàm Về Viết ở đầu tập truyện *Khói Sóng Trên Sông*: "... *Cái quê hương mến yêu, chốn sanh trưởng thân thiết, tiếng địa phương nghe từ khi còn nằm võng ẩn náu trong hồn, tuôn ra đúng lúc, phải chỗ...*" (tr. XVIII).

Nguyễn Văn Sâm có một ngôn ngữ "miệt vườn" đặc sắc. Ông sử dụng nhiều tiếng đặc "miệt vườn", những phương ngữ làm nên cái duyên của miền Nam lục tỉnh. Ông dùng nhiều từ láy và đặc biệt ông đã cẩn thận gạch nối:

- *"Trước đây thằng đó thấy tôi còn đứng dậy dã-lã chào hỏi, khúm-núm bẽn-lẽn, mà con Út cũng coi bộ sợ-sệt, bối-rối...". "Thét rồi nó tới chà-lết quẹt-xảm ở nhà tôi, gặp thì chỉ chào sơ sơ rồi quay ra tíu-ta tíu-tít với con Út..."* (tr. 214).

- *"Sồn sồn tuổi nhưng du dương giọng, bà Hương có tiếng chửi không khác là bao với tiếng hát ru em trưa nắng, mùi mẫn như bài ca dạ cổ hoài lang tử phu tướng lên đường, đã điếu còn hơn nghe mấy con nhỏ xóm dưới kéo vuốt mấy tiếng chót của một câu hò ruột lên cao ngất, nhọn lểu như kim, chích nhè nhẹ nhột nhột vô tim"* (tr. 22).

Hay: *"... cần lắm thì ậm-à ậm-ừ cho qua..."* (tr. 24); *"mang bầu lạch ạch cũng bò ra chợ, mới đẻ hôm kia cũng te te đi bán..."* (tr. 56), v.v... Vừa dùng tiếng láy vừa dài dòng và màu mè như tiếng nói người miệt vườn: *"ngâm nga sông dài con cá lội biệt tăm"* (tr. 25). Như một mạch tư duy liên khúc. Giữa những khớp nối tư duy, cảm xúc ấy là những hình dáng con người và cảnh tượng có sức tỏa rộng, gặp gỡ và xuyên thấm vào nhau!

Nguyễn Văn Sâm nếu đọc kỹ mới thấy ông đi xa hơn: ông viết như nghĩ và dùng ngôn ngữ nói để làm văn chương. Ông hấp dẫn người đọc bằng các chi tiết ly kỳ xen kẽ với lối nói, lối suy nghĩ của các nhân vật đa dạng nhưng tiêu biểu cho "miệt vườn". Cái khiến Nguyễn Văn Sâm không giống các nhà văn "miệt vườn" khác, là chính trong câu văn mà muốn hiểu thì người đọc phải hiểu được mạch nổi, mạch chìm và lớp từ ngữ bộn bề, dồi dào, nhuốm trí thức của ông. Có thể xem Chờ Cho Trăng Lặn và Như Nước Trong Nguồn là hai truyện ngắn tuyệt tác tiêu biểu của Nguyễn Văn Sâm!

Tập *Quê Hương Vụn Vỡ* đưa người đọc đến với một ngôn ngữ "miệt vườn" đặc biệt. Nguyễn Văn Sâm sử dụng nhiều tiếng đặc "miệt vườn", những phương ngữ làm nên cái duyên của miền Nam lục tỉnh: *một lúc hèn lâu, 'quân hoè họ', nói tấn ơn, phủi đít cái rẹt, độ chừng ăn dập bã trầu, lặng trang, vóc dáng liền lạc chắc cứng, từ trước nhẫn nay, ...* Ông dùng nhiều từ láy: *bự xộn, lẽo lự, ...* Chất Nam "lục tỉnh" còn thể hiện trong cách dùng chữ, trong văn phong cách viết, trong miêu tả nhân vật và tỏ lộ tâm tình. Các truyện đầy hình ảnh, so sánh: *ông bà già cúp bình thiếc, sợi gân xanh hình chữ Y nổi lên như cọng rau muống già, ...* Ở cách đặt tên nhân-vật: Năm Đơ, Ba Gan, Tư Chịu, Tư Cụt, Út Chột, hay thằng Đẹt, thằng Hai Biệt Động Quân, thằng Ba du kích, con Út vượt biên, v.v... Ở Nguyễn Văn Sâm nét đặc thù còn ở chỗ thơ văn Nam-kỳ lục-tỉnh, xưa và nay, được khéo léo thêm vào theo mạch văn.

Tiểu Tử (Võ Hoài Nam) tốt nghiệp trường kỹ sư Marseille (Pháp) năm 1955, dạy trung học Pétrus Ký niên khóa 1955-1956, làm việc cho hãng Shell VN từ 1956 đến ngày mất nước. Vượt biên rồi định cư ở Pháp từ năm 1979. Nhà văn Tiểu Tử xuất hiện trễ trên văn đàn nhưng đã có những sáng-tác sống động về miền Nam những ngày tháng sau năm 1975, với văn phong "miệt vườn" hiện thực mà không thiếu những nét "sang cả" của con người miền Nam. Tuyển tập *Những Mảnh Vụn* (Làng Văn, 2004) gồm 19 truyện ngắn, tập *Bài Ca Vọng Cổ* (2006), *Chị Tư Ù* (truyện ngắn, phiếm và tạp văn, TGXB, 2012), *Chuyện Thuở Giao Thời* (truyện ngắn, phiếm và biếm họa, TGXB, 2014), ... Các truyện ngắn của ông đưa người đọc trở về với sinh hoạt thường ngày cùng với ngôn ngữ nói cùng con người Việt cũng như hàng xóm gốc Tiều, gốc Hoa, ... trước và sau 1975. Nhiều sáng tác của ông khiến người đọc ngậm ngùi, tiếc nuối về một thời đã qua cùng với những nét văn hóa riêng của thời đại đó cũng như căm phẫn cho những bất công, bạo lực, ngu dốt của những kẻ gọi là cầm quyền. Truyện nào cũng thấm thía chuyện đời, chuyện đất nước, như Ông Già Ngồi Bươi Đống Rác, Giọt Mưa Trên Tóc, Chị Tư Ù, v.v...

Tiểu Tử không "làm văn chương", ông kể chuyện và truyện của ông không có chữ thật kêu, không có những câu chải chuốt, làm dáng. Với cách diễn tả, với ngôn ngữ chỉ có những tác giả đậm chất miền Nam mới viết được – tiếng "Việt Nam ròng" đã khởi đi từ Trương Vĩnh Ký, Huình Tịnh Paulus Của, Hồ Biểu Chánh, ... Ngay cả tên những nhân vật cũng đặc miền Nam; những tên, những địa chỉ rất "miệt vườn", chỉ đọc lên cũng đã thấy hiện ra không gian sông nước Tiền và Hậu Giang.

Thế giới truyện ngắn của Tiểu Tử xoay quanh hai đề tài chính: những kỷ niệm về một Miền Nam hiền hòa, chất phác, hào phóng ngày xưa, với những trò vui đùa nghịch ngợm của đám bạn bè trẻ, những mối tình mộc mạc của những người chân quê và, sau đó là những đảo lộn sau 75, khi tai họa trên trời giáng xuống nhưng do con người tàn độc gây ra. *"Tất cả đều bị xáo trộn, bị nghịch lý đến nỗi tao sống trong đó mà lắm khi phải tự hỏi: làm sao có thể như vậy được".* Một xã hội vô tư, chân quê, nay trở thành địa ngục. Chỉ còn hận thù, phản trắc, gian xảo, cướp đoạt, dối trá. Tiểu Tử ghi lại bi kịch của một nhân vật, của tôi, của anh, của mỗi người. Mỗi câu chuyện của ông là một bi hài kịch của một thời đảo điên.

Truyện ngắn Tiểu Tử, với lối hành văn bình dị, linh động là một cuốn tự điển sống của ngôn ngữ miền Nam thời chưa loạn và đã loạn. Truyện ngắn và bút ký của Tiểu Tử là những giọt nước mắt, những tiếng thở dài, nụ cười vui hoặc bất cần đời của những ngày an bình, thịnh vượng cũng như trong cơn loạn lạc, đớn đau cùng cực. Ông là một nhân chứng quý báu của một giai đoạn bi thảm, một cuộc đổi đời kinh hoàng nhất trong lịch sử đất Việt.

Võ Phước Hiếu năng động và bền bỉ hơn cả dù ông xuất hiện trên văn đàn hải-ngoại sau đợt sóng "miệt vườn". Tập truyện đầu tay ông xuất bản ở hải ngoại là *Phá Sơn Lâm Đâm Hà Bá* do Làng Văn (Toronto Canada) xuất bản năm 2000 (tái bản 2009, 2013), sau đó là *Hùm Chết Để Da* (Làng Văn 2001, Hương Cau 2010), *Như Nước Trong Nguồn* (2004), *Quê Cha Quê Mẹ Quê Mình* (2006), *Con Nhện Giăng Tơ* (2012), *Chỉ Là Kỷ Niệm* (2014). Một số các tuyển tập truyện được tác giả ghi thêm phụ đề "chuyện đồng quê", "chuyện đồng quê miền Nam" hoặc "chuyện đồng quê Nam-kỳ lục-tỉnh". Các tựa đề Võ Phước Hiếu chọn đã gợi ý và khiêu khích người đọc tìm đến truyện ký của ông: Ngày Ấy Qua Mau, Như Nước Trong Nguồn, Nỗi Buồn Hoài Niệm, Nẻo Nhớ Tìm Về, Quê Hương Lãng Đãng, Miếng Thương Miếng Nhớ, Niềm Đau Cuối Đời, v.v...

Ông viết về những đề tài thường thấy nhất của văn học hải ngoại, đó là quá khứ và quê nhà, và ở những vùng thôn quê của miền Nam lục-tỉnh! Quê nhà, không gian ấy, Rạch Rít hay làng xóm miền quê sống động trong những trang viết và đối với Võ Phước Hiếu, như một hạnh phúc được sống lại, như đang sống. Thứ hạnh phúc còn có thể tìm thấy trong văn chương, nhờ đó mà còn có thể qua văn chương đi thăm lại những con đường quê, bờ ruộng, khu phố xưa, càng xưa càng thấm. Qua văn chương và với một tấm lòng! Như Võ Phước Hiếu đã hơn một lần tâm sự với người đọc: *"Tôi có thói quen thường lang thang trở về quá khứ, sống lại những ngày qua xa hút, xem như một phong cách đương nhiên của con người trần tục lúc tuổi xuân đã bị bỏ lại quá xa sau lưng mình... Và cũng để nhận rõ ra rằng mỗi cuộc đời đều phải có trước có sau, có cội có nguồn, căn cư gốc rễ"* (*Quê Cha Quê Mẹ Quê Mình*, tr. 208).

Quan niệm sống Nam-kỳ lục-tỉnh theo Võ Phước Hiếu *"rất giản đơn như nước lớn nước ròng, như con rạch cắt ngang cái xóm nghèo của họ, có lúc vơi lúc đầy"* (Nẻo Nhớ Tìm Về). Đó còn là những đam mê, như trong Chữ Nghĩa Một Thời, *"Nơi xóm Rạch Rít của tôi, cái đam mê chung của bà con vẫn không ngoài công việc phá rừng lấp vũng, đào kinh lên rẫy. Họ biến những vùng hoang vu* rậm rạp chẳng mấy chốc thành cảnh thổ quyến rũ với ruộng nương vồng liếp ngút ngàn, quanh năm xanh um mơn mởn". Con người miền Nam trong truyện Võ Phước Hiếu phần lớn sống gắn chặt với mảnh đất quê nhà, từ thế hệ này sang thế hệ khác, chấp nhận "định mệnh an bày", những nơi đó, như ở làng Thanh Hà của tác-giả, "bà con trong xóm như những dây mơ rễ má, có mối quan hệ rất thân thiết với nhau" mà tác-giả xem như là "một bộ lạc nhỏ hẹp thuở xa xưa". Theo tác-giả, đó là một nơi chốn thật buồn, "trăm năm cũng vẫn một vẻ rã rượi buồn tênh, hắt hiu nghèo khó" (NMTY).

Huỳnh Hữu Cửu viết về miền Nam miệt vườn trong *Sông Mỹ Sông Việt* (Văn, 1987, Sài-Gòn Nhỏ tái-bản 1995). **Phạm Thăng** trong *Xuôi Dòng Cửu Long* (Làng Văn, 1990) ngoài các ký sự, hồi ức có những truyện ngắn viết về thời tuổi trẻ như Gạo Chợ Nước Sông, Ăn Tết Bằng Nó, Biển Dâu, … Vốn là họa sĩ từ thập niên 1950, khi định cư ở nước ngoài, nhớ quê nhà và những "hình bóng cũ", ông tiếp tục vẽ tranh nhưng ông than thở "tôi thẫn thờ nhìn tranh mà tức tức, vì làm sao tôi vẽ nổi cơn gió chướng, cái bong bóng nước dật dờ trên sông, tiếng chim cu kêu báo hiệu Tết?" (Thay Lời Tựa). Đó là lý do khiến ông nhập làng văn và kể chuyện "miệt vườn". Còn có **Vy Thanh** qua hồi ký *Lớn Lên Với Đất Nước* (2006) kể về đời sống "miệt vườn" của miền Tiền và Hậu Giang. Thật là thú vị những đoạn tác giả kể cặn kẽ chuyện đi bắt con Ba Khía để làm lương thực, về các loại cá, tôm, cua, cũng như cây trái, v.v... Đi câu cũng lắm công phu và đa dạng, nào câu cắm, câu giăng, câu nhấp, câu thả, v.v...

Phía các nhà văn nữ, có thể ghi nhận **Vinh Lan** rời khỏi nước từ thập niên 1960, từng viết cho *Vui Sống* của Bình-Nguyên Lộc. Hồi ức và kỷ niệm thời trẻ được nhà văn ghi lại trong các tuyển tập *Nỗi Sợ và Niềm Hy Vọng* (2006), *Hương Quỳnh* (2007) và *Thì Thầm* (2009). Vinh Lan nhớ lại thời đi học ở quê nhà Mỹ Tho: "*Xóm tôi ở được gọi là xóm Chùa Chà, vì cái chùa trắng toát uy nghiêm của người Ấn nằm trên đường Trịnh Hoài Đức. (...) Cho dù xa xóm cũ đến nay đã 56 năm tôi không thể quên được ngã tư với những món ăn hấp dẫn vừa túi tiền trẻ con như một đĩa nhỏ ốc gạo nóng hổi kèm theo chung nước mắm chanh, một khúc ô môi, một chùm sim tím, một xâu mía ghim, một trái cóc ướp nước cam thảo... và nhất là bánh mì không ruột dẹp-dài-cạnh vuông màu vàng cháy được cắt ra từng đoạn, xẻ một đường ở giữa để nhét bì và đồ chua làm bằng củ sắn, rồi bà bán hàng đổ cả một quặng mù-u đầy nước mắm tỏi ớt vào, cầm thẳng đứng cho nước mắm chảy ra hết mới lấy một miếng giấy nhỏ bọc cho* *khách cầm tay. Tôi tiếc là về sau không còn gặp món này ở nơi nào khác nữa... ".*

Hoặc cảnh sống trên ghe thuyền, nhân có người Dì từ Nam Vang ghé Mỹ Tho: *"Dì có ba con gái, đứa thứ nhì cũng 12 tuổi như tôi, nên nhân dịp nghỉ hè dì xin phép ba má tôi cho tôi được theo xuống ghe ở chơi vài ngày để đám trẻ làm thân nhau. Tôi ngạc nhiên thích thú khi thấy ghe rộng lớn như một căn phố trong đó được chia ra nhiều phòng cho cha mẹ, con cái và người làm, và nhất là khoảng trống từ mũi ghe tới các phòng giống như một cái sân để sinh hoạt gia đình. Thật ra cái sân đó chỉ để dành cho gia đình từ xế trưa thôi. Sáng sớm tới giữa trưa thì đó là nơi giao cá cho những bạn hàng sỉ lẻ và bàn bạc thương lượng mọi chuyện buôn bán. Mỗi khi cần cá để nấu ăn thì dì chỉ cần dỡ một trong những cái nắp đậy lên vài lỗ vuông khoét trên sạp thuyền, lấy vợt lưới thọc xuống và rồi, một con cá duồng to tướng giãy giụa trong vợt. Thì ra cá được chuyên chở nằm cả dưới khoang mà lườn ghe có soi lỗ để nước thông thương cho cá sống tự nhiên với dòng sông thật tuy bị... giam cầm.*

Cảnh về chiều trên sông Bảo Định thật náo nhiệt. Ghe thương hồ đủ loại đủ kiểu đậu kề nhau san sát. Người ta trò chuyện như trong xóm, kêu gọi nói với nói gởi từ ghe này qua ghe khác, có cả tiếng đàn kìm ai oán hay giọng ca tài tử khi đêm đi về khuya, xen lẫn tiếng rao hàng lảnh lót hay khàn khàn, khi thì vang lên cùng một lúc khi thì nối tiếp nhau như kẻ xướng người họa, phát ra từ những chiếc xuồng ba lá len lỏi vào đám ghe đủ khổ lớn để kiếm khách ăn hay tìm đến khách gọi. Những bóng đèn leo lét đi theo nhịp chèo tiếng rao chợt hiện chợt biến trong đêm đen và trong gió sông mát lạnh vừa gợi tò mò vừa gây cảm giác mơ hồ huyền ảo. Tôi như bị lôi cuốn trong cái xã hội trên sông nhộn nhịp đầy lý thú nên hay ra đứng ở mũi ghe nhìn..." (Mỹ Tho Xinh Quá, *Thì Thầm*, tr. 112, 113).

Từ Canada, **Tiểu Thu** với các tác phẩm đã xuất bản như *Sóng Nước Tình Quê* (2002), *Tiếng Hót Vành Khuyên* (2007) và *Dòng Sông Tuổi Thơ* (2018). Trong nhiều truyện, nhà văn viết về đời sống của người dân miệt vườn nhất là ở Cao Lãnh (bên cạnh những chuyện ở ngoại ô Sài Gòn và Cao nguyên). Trong truyện Đàn Ông Năm Bảy Lá Gan, mợ Tư kể về bao kỷ niệm quê hương như bông điên điển, dừa nước, bần, ô rô, đước, tre, ô môi, ... : *"Gia đình ông Cả Phương có vườn dừa bán trái quanh năm. Cam, quít, xoài mỗi mùa đều có lái tới đặt cọc trước. Lúa ruộng góp mỗi năm cả chục ngàn giạ. Nếu được giá thì bán cho lái. Không thì cậu mợ Tư Tâm mướn ghe chài chở lên Chợ Lớn bán cho mấy chành lúa. Sau mùa lúa bắt đầu tát đìa. Ông*

Cả có vài cái đìa khá lớn rải rác trong ruộng nhà. Mùa nước lớn, ngoài đồng nước ngập mênh mông. Tôm cá đủ loại từ sông Cái lội vô kiếm ăn. Đến khi nước giựt, cá từ từ tụ lại sống trong đìa. Ngoài cá tôm, trong đìa còn có sen, súng mọc đầy. Mùa sen nở rộ, mỗi luồng gió thoảng qua, mang hương thơm bay lồng lộng khắp cánh đồng. Cứ vài hôm bà Cả sai thằng Ban ra đìa cắt hoa sen về cho bà cúng Phật. Cọng bông súng, mợ Tư bóp dấm làm gỏi trộn khô cá lóc, cá sặc, hoặc trộn với bông điên điển, lá lụa, lá xoài non chấm mắm kho cũng ngon tuyệt vời!... Năm nào tát đìa xong, tôm cá nhiều quá ăn không hết, mợ Tư và con Ni phải đem xuống chợ Cao Lãnh bán bớt. Gà, vịt lúc nào cũng sẵn vài chục con trong sân. Heo vài con trong chuồng. Mợ Tư lại có tay trồng rau. Vạt rau sau hè lúc nào cũng xanh tươi. Mợ cảm thấy lòng thư thái, êm ả khi ngắm đàn bướm đủ màu bay lượn trên những luống cải lấm tấm hoa vàng. Tai nghe tiếng vo ve của đám ong bầu, ong vò vẽ lượn lờ trên giàn bầu, giàn bí cũng khiến lòng mợ vui như mở hội...” (*Sóng Nước Tình Quê*, tr. 49).

Gần nửa thế kỷ sau nhìn lại, tâm tình “miệt vườn” nhạt dần trong văn viết, một phần vì người lưu dân rời khỏi nước nay đã có thể quy hồi quê cũ cảnh xưa, trở lại nguồn văn hóa, lịch sử từ đó đã bước ra đi xa vạn dặm. Cái sôi nổi văn thơ cũng như tranh luận một thời về “văn chương miệt vườn” (trên các tạp chí hải ngoại như Văn, Văn Học, Thế Kỷ 21) cũng đã qua đi. Một số tác giả của “miệt vườn”, “miền nam lục tỉnh” cũng đã lão hóa theo tự nhiên và một số đã bỏ thế gian: Nguyễn Văn Ba ở Canada, Xuân Vũ và Phương Triều ở Hoa-Kỳ, Vinh Lan ở Đức, Sĩ Liêm và Hồ Trường An ở Pháp, v.v...

Nguyễn Vy Khanh

bông thờ bông cúng ông bà
vạn niên tồn tại cửa nhà an vui
đầu sân bậc cửa vàng tươi
làng quê thành thị người người mến thân
cốt cách dung dị bình dân
mang danh Vạn Thọ thánh thần đều quen
châu ngọc

MINH NGỌC
CAO SỐ

Thủy Trúc đánh một lượt phấn mỏng lên gương mặt mịn màng, kẻ nhẹ một đường viền chân mày, thoa đều một chút son nhạt. Cô đứng lên, nhìn vào tấm gương lớn trên tường phòng tắm, vuốt lại mái tóc dài mượt lượn sóng vừa được chải sấy kỹ lưỡng ở hiệu làm tóc, thấy mình lạ hoắc trong chiếc áo lụa tím sẫm kết hạt đá lấp lánh dài tới gối, cắt xẻ sắc sảo vừa vặn thân hình, phần cổ và vai trần tô điểm bằng chuỗi ngọc trai bóng ngà, có cảm giác như cô đào sửa soạn ra sân khấu. Cô tự nhủ: "Mày là con hát sắp sửa nhập tuồng do cô Út soạn kiêm đạo diễn, Thủy Trúc ơi! Chẳng biết vở tuồng này sẽ kết thúc cách nào."

Hôm nay là đám cưới đứa em họ, con gái cô Út. Cô dâu có mời Thủy Trúc làm phù dâu, nhưng cô từ chối, mặc dù đã nhiều lần làm phù dâu cho bạn bè và chị em họ. Lần này tự dưng Thủy Trúc cảm thấy mình già cỗi, chen đứng giữa đám con gái xuân thì e chướng mắt. Cô em họ hình như cũng chỉ mời cho phải phép, nghe Trúc từ chối thì nhẹ nhõm, chọn ngay một cô bạn thay thế. Tưởng đã thoát màn chọn mua áo, mua giày, Trúc lại bị cô Út kéo đi theo khi cô đi mua sắm. "Mày phải ăn diện cho đàng hoàng, chớ cứ lình xình loàng xoàng như mọi khi, chụp chung cả gia đình kỳ lắm. Cô Út nhứt định đám này phải có một tấm hình đại gia đình, nó là đứa chót rồi, còn mày biết tới khi nào." Nói tới đó, cô Út lại thở dài. Cô vốn tính bải buôi, thích mai mối người này người kia, nhất là con cháu trong nhà cô không tha đứa nào, không tự kiếm người yêu thì cô Út có ngay một danh sách. Cô tự hào mình làm mai mát tay, nhưng tới Thủy Trúc thì cô bí, thử bao nhiêu đám cũng tuột luốt. "Mày cũng xinh đẹp, học thức, ăn nói có duyên mà ở vậy hoài sao con. Cô Út biết con tuổi Dần cao số nhưng tại mày không ưng người ta, đám nào cũng chê, đợi hoàng tử mới chịu hả? Hoàng tử Anh có vợ hết rồi nghe con. Năm nay là năm tuổi của mày nữa, tao cũng ráng chớ biết sao."

Thủy Trúc lí nhí: "Tại chưa tới duyên số chớ bộ."

Cô Út chép miệng: "Duyên nào, số nào, tại mày không muốn lấy chồng, tao không rành quá thì thôi. Con gái bây giờ thiệt kỳ, thích ở không vậy à. Hồi thời cô Út, con gái mười bảy mười tám là bắt đầu mơ mộng kiếm chồng, để có con, rồi lo nuôi dạy con cái. Bây không lấy chồng, già ai lo?"

Thủy Trúc cười: "Con lớn nó lo gia đình của nó chớ, rảnh đâu mà lo cho mình. Có con phải lo đủ thứ, mất mười mấy hai chục năm làm quần quật để nuôi nó, chừng nó đủ lông đủ cánh mình cũng già hết xí quách, còn đâu hơi sức hưởng thụ cuộc đời!"

Cô Út nổi quạu: "Có con có cháu cực khổ tốn kém, nhưng có cái vui của gia đình. Mày thấy cô Út có cháu nội bồng ẵm vui không?"

Thủy Trúc cười cho qua chuyện. Cuộc đối thoại trên xe tạm ngưng vì đã tới thương xá. Cô Út lôi Thủy Trúc đi thử hết áo này đến áo khác, Trúc chỉ ừ hử, cô Út tự chọn lấy cái áo tím, ngắm nghía chiếc áo trên người cô cháu, đắc ý, rồi chọn luôn đôi giày gót nhọn màu tím. Thủy Trúc phản đối: "Con không quen mang giày cao gót, đau chân lắm, lỡ trẹo cổ chân." "Kệ mày, áo này phải đi với giày này chớ hổng lẽ lại lẹt xẹt đôi dép?" Vậy là Trúc im. Kỳ lạ, Trúc hay cãi lại má, nhưng với cô Út, Trúc luôn luôn chịu thua. Không chỉ mình Trúc, cả ba Trúc là anh hai trong nhà và các chú đều phải nhịn cô em gái duy nhất, cô nói trắng là trắng, đen là đen, không ai cãi.

Thủy Trúc đi xuống thang lầu. Má ngắm nghía cô từ đầu tới chân, "Vậy phải được không, cứ lôi mấy thứ lèng xèng ra bận hoài, mặt mũi để trống trơn tái mét, ai mà ngó."

Ba lên tiếng: "Ôi, mặc thứ gì coi được thì thôi, đám cưới người ta chớ bộ đám cưới mình sao mà cần ai ngó."

Má tức mình day lại: "Ông cứ phang ngang hoài, bởi vậy con gái ba mươi mấy tuổi chồng ngồng mà tà tà ở không, bạn bè em út nó có con bồng ẵm hết rồi. Ông chiều nó nên nó mới tự do như vậy đó." "Ở không, rồi sao? Bộ đàn bà con gái phải có chồng mới được hả?"

Ba đúng là không giống ai, đàn ông mà nói chuyện nữ quyền số một. Thủy Trúc tức cười, nhưng không muốn đổ dầu vô lửa nên nhắc ba má đi ra xe kẻo trễ. Má còn tức nên lầm bầm, "Ai cũng có cháu ẵm, chỉ còn tui, mà ổng tỉnh bơ không lo gì hết!"

Thủy Trúc xỏ chân vào đôi giày gót nhọn màu tím sẫm, rón rén đi ra xe, chỉ sợ trẹo chân. Ngồi vào xe, cô bỏ giày ra để lái xe cho thoải mái. Má ngồi bên cạnh, ngắm nghía mặt mũi cô rồi khen màu son đẹp. Trúc cười thầm, nhớ bà từng xét nét đủ điều khi con gái bắt đầu dậy thì, không cho mặc áo quần màu tươi chói, áo cổ rộng, tay ngắn, quần cụt, váy ngắn, nhất là tuyệt nhiên không son phấn: "Con gái mới lớn mà bày đặt trang điểm lòe loẹt như gái đứng đường." Trúc cười nói cũng bị la rầy là đồ lẳng lơ. Trong trí bà, con gái ra đường hớ hênh dễ bị đàn ông đè ra lôi lên giường, chửa hoang đẻ lạnh. Khi Trúc tốt nghiệp đại học, đi làm, bà xét nét còn kỹ hơn, đi sớm về trễ là bà hạch sách mắng nhiếc đe nẹt. Trúc có cảm giác bà từng bị tổn thương tình ái sao đó hồi còn trẻ nên bây giờ như con chim thấy cành cong cũng sợ. Đến khi Trúc qua tuổi ba mươi, bà bắt đầu lo sợ, bớt kiềm chế con gái, lại hối thúc cô kiếm người yêu, nhắc cô ăn diện. Bà không hiểu, không phải vì bà kiểm soát mà Trúc chưa lấy chồng, cô đã từng quen một số bạn trai lúc còn đi học và sau khi ra đi làm, nhưng mau chán và không gắn bó với ai được lâu, chưa có ai làm cô phải nhung nhớ nghĩ ngợi nhiều. Trúc ăn mặc xuềnh xoàng không phải vì chính sách bà phước của má, mà vì tánh cô thích giản dị thoải mái. Trúc thấy má có ảo tưởng về quyền lực với con gái, thực sự từ hồi mới lớn Trúc đã tập quen lờ đi thái độ xét nét độc tài của bà, trong đầu Trúc luôn luôn ngấm ngầm ý thức chống đối bất phục tòng mà bà không hề hay biết. Ba ủng hộ Trúc phát triển tính cách riêng của mình, không thích lối áp đặt rập khuôn của má, nên bà hay nổi giận với ông mỗi khi không bằng lòng với Trúc.

oOo

Đậu xe trước tiền sảnh của tòa nhà giăng đèn sáng rực, Trúc và ba má bước ra khỏi xe, giao chìa khóa cho anh chàng nhân viên, rồi bước vào trong. Dù Trúc cố bước nhẹ chân, tiếng gót giày lộp cộp trên nền đá hoa cương khiến cô ngượng ngùng, có cảm tưởng ai nấy quay lại nhìn đôi giày màu tím. Cô Út đon đả bước tới đón ba má Trúc, đưa ông bà tới bàn của họ, gồm các chú thím. Trúc chào hết một lượt, rồi cô Út kéo tay cô lôi đi đến một bàn trong góc, có bốn cặp trẻ tuổi và một anh chàng cao gầy mặc bộ *suit* xám nhạt ngồi lẻ loi bên cái ghế trống. Thấy cô Út, anh ta đứng dậy chào, rồi quay sang gật đầu cười xã giao với Thủy Trúc, mắt hấp háy sau cặp kính cận. Cô Út nắm tay anh ta, giới thiệu: "Đây là Vinh bên nhà trai, còn đây là Trúc, cháu của cô." Trúc gật đầu chào anh ta, rồi vén áo ngồi xuống, cười thầm "Ra đây là nhân vật chính trong vở tuồng của cô Út. Biết ngay mà, bắt mình ăn diện là có lý do. Để coi anh ta diễn ra sao."

Chợt anh ta lên tiếng, như đọc được ý nghĩ của Trúc: "Cô Út có nói với mẹ tôi về cô, nhưng chuyện người lớn sắp xếp thì kệ họ, tôi không ràng buộc gì, cô đừng quá lo."

Trúc nghĩ thầm, "Mới mở màn anh chàng đã phát quang trống bốc, không rào giậu gì hết, khỏi đánh xa đánh gần. Càng dễ, đỡ phải đóng trò." Cô chào mọi người quanh bàn, họ đều là anh chị em họ bên nhà trai, rồi mới quay sang Vinh trả lời: "Cám ơn anh, thật tình tôi không hay biết gì hết, nhờ anh nói trước đỡ phải bỡ ngỡ."

"Ba má tôi sắp xếp dàn cảnh hoài, tôi quen rồi. Còn cô, tôi thấy tỉnh lắm, chắc cô Út cũng làm nhiều lần rồi phải không?"
Trúc bật cười: "Quá nhiều lần luôn chứ. Cô Út ăn diện cho tôi như con búp bê rồi lôi tôi tới đây."

Vinh cũng cười, anh thành thật khen: "Áo đẹp và hợp với cô lắm. Cô rất xinh – đó là lời khen của một gã đàn ông trông thấy một cô gái đẹp đi ngang, không phải tán tỉnh gì đâu nhé."
"Cám ơn anh. Cô Út nghe được chắc vui lắm."
"Cô tên Trúc, mà là gì Trúc?"
"Thủy Trúc."
"Ngộ ha, tôi gặp Thanh Trúc, Thu Trúc… mới nghe tên này lần đầu."
"Ông ngoại tôi đặt. Ông thích chơi cây kiểng, nói cây thủy trúc mảnh mai mà mạnh mẽ, trồng trên cạn hay dưới nước đều sống khỏe, không cần nương dựa ai."
"Thủy trúc có hoa không?"
"Có chứ anh, chỉ là một chùm nhỏ li ti màu xanh lá trên ngọn. Má tôi không thích, nói con gái mà đặt tên theo loài không hương không sắc, nhưng nể ông ngoại nên phải theo."
"Tôi mới nói chuyện với cô mấy câu mà đã có cảm tưởng cô cũng mang tính cách của cây thủy trúc đó, trừ cái chỗ không hương không sắc."
"Lúc mới thấy anh, tôi nghĩ anh thuộc loại sách vở ngờ nghệch, không ngờ anh hoạt ngôn dữ."
"Tôi không hiểu sao hôm nay miệng lưỡi tôi như của người khác, bình thường tôi chỉ ừ hữ cộc lốc, ai cũng chê tôi bất lịch sự, cô đừng thấy vậy mà lầm. Biết đâu lần sau gặp cô tôi lại chẳng nói năng gì hết."
Thủy Trúc nghĩ thầm, "Chưa gì đã nhắc lần sau, tự tin thấy ớn!"

Vinh nói tiếp: "Nhân tiện, tôi xin giới thiệu thêm, tôi làm IT, không phải luật sư hay bác sĩ."

Trúc cười, "Có ai nhắc gì đến luật sư hay bác sĩ đâu."

"Thì tôi phải nói trước để tránh hiểu lầm hay thất vọng, vì các bà mẹ hay khoe con mình làm luật sư, bác sĩ, mấy nghề khác là đồ bỏ."

"Vậy thì mình huề, vì tôi cũng không phải luật sư hay bác sĩ, tôi chỉ là điều dưỡng thôi."

"Đã muốn theo ngành Y, sao cô không học Y khoa luôn làm bác sĩ cho oai?"

Trúc bật cười, "Anh làm như học Y khoa dễ như đi chợ, ai muốn vô thì vô. Có điều tôi chọn học Điều dưỡng là có mục đích, để chống đối má tôi."

"Tôi cũng vậy, lúc ở trung học, ba má tôi cứ theo sát một bên mà nhắc 'học Y đi con', tôi bực quá xin vào IT. Hôm dọn đồ lên trường đại học, hai ông bà giận không thèm đi theo, nhưng sau thấy tôi thích và học được, ông bà nghĩ lại nên vui vẻ chấp nhận. Tuy nhiên có ai hỏi tôi làm nghề gì, ba má tôi lại giải thích dài dòng rằng tôi không thích ngành Y nên vào IT, mệt. Cô cũng vậy chứ gì?"

Trúc không muốn kể lể chuyện gia đình cho anh chàng mới quen nên chỉ cười. Thật ra nguyên nhân của cô sâu xa hơn nhiều. Ông ngoại cô là y sĩ, thời trẻ rất đẹp trai bay bướm. Tuy lấy vợ sớm và có mấy mặt con, ông vẫn dan díu với cô điều dưỡng trong bệnh viện đến nỗi cô ta có thai. Bà ngoại cô đau khổ mà không thể dứt bỏ bầy con để ra đi. Má cô lúc ấy đã đủ lớn khôn để hiểu rõ bi kịch gia đình, nên sau khi ông ngoại cắt đứt với người tình trở về, được vợ con tha thứ, thương yêu như trước, má cô vẫn căm hận cô điều dưỡng, cho rằng cô ta phá hoại gia đình, mà không trách ba mình trăng hoa. Khi Trúc học trung học, bà răn đe lặp đi lặp lại: "Học gì thì học, đừng làm điều dưỡng y tá. Cái nghề đó toàn chỉ chăm chăm mồi chài bác sĩ." Trúc rất khó chịu, nhưng không nói gì, lẳng lặng nộp đơn vào đại học ngành Điều dưỡng. Bà tức giận phát điên, mắng nhiếc Trúc, lại lôi cái lập luận "mồi chài bác sĩ" để sỉ nhục Trúc. Trúc nhịn không được, đáp hỗn, "Vậy nếu con mồi chài được một ông bác sĩ, má có mừng không?" Trúc tưởng sẽ ăn một cái tát tai, nhưng má khựng lại, lúng túng, rồi lặng im không nói gì, không rõ bà sửng sốt vì lần đầu tiên con gái trả treo lại mình hay vì lý luận thực tế của con. Từ đó về sau, bà thôi không nhắc đến chuyện đó nữa. Khi con gái ra đi làm, bà hãnh diện mỗi khi có người quen vào bệnh viện nhờ cô săn sóc. Trúc còn có cảm giác bà thầm hy vọng cô sẽ "quớ" được một chàng bác sĩ nào đó, như lời nguyền rủa ngày trước.

Nhiều người kéo nhau ra sàn nhảy. Vinh vẫn ngồi im. Trúc nhắc, "Anh không ra nhảy?" Vinh quay sang cô: "Trúc có nhảy không?" Trúc lắc đầu, cô vốn không thích chỗ đông đúc ồn ào. Vinh nhún vai, "Vậy tôi cũng không nhảy. Tôi không ham, chỉ làm bạn nhảy nếu cô muốn, theo phép lịch sự. Tôi thích ngồi đây nói chuyện với Trúc hơn."

Anh nhìn cô trìu mến. Lần đầu tiên sau bao nhiêu năm, Trúc cảm thấy mặt mình nóng bừng (chắc là đỏ?), tim đập mạnh. "Trúc ơi, Trúc ơi, mày muốn yêu rồi sao?"

oOo

Ba lái xe đưa má về trước, Trúc ở lại để Vinh đưa về sau. Xe dừng trước nhà, đèn tắt tối om, chỉ có bóng đèn ngoài hiên vẫn sáng. Chắc ba má đã ngủ. Trúc ngồi yên, chờ đợi, không biết chờ đợi gì. Vinh quay sang, nhẹ nhàng quàng tay quanh thân hình Trúc, cúi xuống. Trúc cảm thấy đôi môi ướt nóng riết chặt môi mình, cô hé miệng đón nhận, suýt kêu lên vì cơn hưng phấn bất chợt ập đến khiến tay cô ghì siết lưng anh, đầu óc thân thể tê dại.

"Trúc ơi, sửa soạn đi để trễ!"

Tiếng má lanh lảnh ngoài cửa phòng. Trúc giật mình choàng dậy. Chiếc áo tím vẫn treo trên tường, chờ cô mặc vào đi dự đám cưới. Tối hôm qua trực bệnh viện, sáng nay về cô ngủ vùi một giấc tới giờ này. Cô hối hả quơ mấy món đồ lót chạy vào nhà tắm. Mở vòi sen, nước chảy rào rào trên thân thể còn nóng hổi đam mê của giấc mơ cuồng nhiệt, Trúc xát xà bông lên bộ ngực còn căng cứng, núm vú cương nhọn, ngồi sụp xuống, nuốt nghẹn tiếng thở dài.

Minh Ngọc

bạch mai xuất thân non cao
ngàn năm mây trắng phủ vào hấp hương
giang hồ gió bạt ngàn vương
mang theo phân phát khiêm nhường mùi hoa
hiếm ai mang được vào nhà
cái tình sông núi đậm đà đầu năm
châungọc

LỮ QUỲNH
BÃO ĐÊM

Lúc mở mắt, hình ảnh ghi nhận đầu tiên trong căn phòng lờ mờ ánh sáng là ngọn đèn ngủ trên mặt bàn. Bóng đèn tròn đục, vàng ửng như một trái chanh chín nằm dưới cái chụp đèn không lớn quá một bàn tay. Anh lắng nghe tiếng gió hú bên ngoài cửa kính. Tiếng một cánh cửa mà ai đó quên gài, thỉnh thoảng đánh ầm vào tường từ xa nghe thật rõ. Ngoài khung cửa kính trước mặt, vẫn từ chỗ nằm, anh có thể nhìn thấy hành lang bệnh viện chạy dài dưới ánh đèn mờ và xa hơn một chút, những thân dương liễu như những vệt thẫm oằn mình trong bóng tối. Chợt anh buột miệng: Đêm nay trời bão chăng?

Không thể dỗ lại giấc ngủ, anh mở mắt thao láo nhìn trần nhà, tai lắng nghe và cố ý phân biệt các tiếng động đang có. Lúc đầu anh còn cảm thấy khó chịu với tiếng dương liễu vi vút từ xa, tiếng reo tưởng như không ngừng lại không thay đổi cường độ, làm có lúc anh đã so sánh nó với tiếng hú kinh hoàng của gió trên mái ngói. Tiếng cánh cửa đập vào tường khô và chát, anh có thể tưởng tượng ra được hình ảnh cánh cửa xanh bật ra đập vào ở một trại ngoại thương nào đó. Rồi gần hơn nữa, tiếng rên nho nhỏ từ phòng trước vọng vào. Tiếng rên nhắc anh nhớ tới những người thương binh vừa được trực thăng chở về lúc sáu giờ chiều. Những người lính áo quần trận rách bươm im lặng nằm trên băng ca với vũng máu dưới đùi hay dưới lưng. Những người lính với ánh mắt đờ đẫn khi biết mình đã về được quân y viện, chỉ thều thào hỏi một câu duy nhất: em có nặng lắm không? Và anh trả lời họ, những người bị nhẹ, cả những người bị nặng một câu không mấy khi thay đổi: Nhẹ mà, chịu khó đau một chút nhé... Trong khi bàn tay anh vẫn nhanh nhẹn rửa hoặc may kín vết thương của họ.

Gió mỗi lúc càng tăng cường độ bên ngoài. Anh nghe thật rõ tiếng gió đập ào ào vào cửa kính và thổi hút từng cơn trên mái tưởng có thể làm trốc bay những lớp ngói. Anh cũng nghe thật rõ từ ngoài kia tiếng răng rắc của một thân dương sắp gẫy. Cùng nỗi ái ngại về cơn bão đêm đã đến anh cảm thấy lạnh len vào cơ thể, vội đưa tay kéo chiếc chăn từ dưới chân giường tung ra phủ kín người tận cổ. Anh cảm thấy dễ chịu nhưng cảm giác ấy không đậu lâu trong anh, khi cái cảnh hiu hắt buồn bã của phòng cấp cứu phía trước hiện ra trong trí. Dưới ánh đèn vàng võ, những người thương binh giờ này đang thiêm thiếp ngủ. Có lẽ họ ngủ được nhờ những viên thuốc an thần hoặc những ống morphine buổi chiều. Những chai nước biển trong vắt treo ở mỗi đầu giường nhỏ giọt, từng tăm nước sủi lên đều đặn. Những khuôn mặt xanh xám bất động trên dãy băng ca màu cứt ngựa càng làm tăng thêm sự yên tĩnh của đêm.

Không thể chợp mắt được nữa, anh tung chăn bước xuống giường đi lại cửa sổ dán mũi vào ô kính. Bên ngoài trời tối đen ngoài chút ánh sáng hiu hắt ở dãy hành lang trước mặt và xa hơn, vô tình anh bắt gặp một ngọn hỏa châu bay vun vút trong gió, trông chẳng khác gì nhánh củi mục đang trôi phăng trên dòng nước lũ. Ánh sáng ngọn hỏa châu soi thật nhanh sườn đồi trọc với rất nhiều tảng đá xám. Anh nghĩ giữa một đêm bão như thế này vẫn có những người lính ở đầu ngọn núi kia còn thức để thỉnh thoảng bắn lên trái hỏa châu soi vùng kiểm soát, vẫn có những toán lính đội mưa ngồi co ro dưới một giường ruộng hay bên bờ đất tròn xoe mắt chờ đợi... Trên những vùng đất bình yên hơn thì những người đàn bà nằm thao thức giữa đám con trong giấc ngủ buồn bã đầy mộng mị héo úa đã làm nhan sắc họ tàn phai nhanh như cánh đồng lúa mơn mởn bỗng cháy xám sau một ngày nhận thuốc khai quang. Đêm nay, đêm trên quê hương Việt Nam...

Tự nhiên anh nhớ Huế, quê hương anh. Nhớ đậm đà Huế của những ngày mưa dầm và lạnh cóng. Mưa lê thê, mưa như kéo dính những cuộc đời lại. Mưa ướt đẫm con đường dẫn xuống cầu Trường Tiền. Mưa làm tê cóng những ngón tay vuốt lên thành cầu sắt. Mưa làm buồn những con đò cắm sát bờ sông và làm thấp những hàng cây trước trường Đồng Khánh. Huế trong ký ức anh là một Huế mưa dầm dề, một Huế mịt mùng hơi nước. Kỷ niệm về Huế của anh, một kỷ niệm ướt sũng mùa đông thật buồn. Nhưng nỗi buồn đó bây giờ anh mới nhận ra. Nó chỉ có trong những ngày đất nước thanh bình hay tạm yên ổn. Nhớ về những mùa đông đêm nay là nhớ về những ngày thanh bình cũ. Những ngày bây giờ không thể nào có được.

Mưa bây giờ làm nhạt nhòa thêm đôi mắt thiếu phụ, làm trở ngại con đường nhặt tìm xác chết mỗi ngày, làm gợi nhớ những khổ đau tan nát của cuộc đời. Và gần gũi nhất bên anh lúc này là những thương binh đang đau đớn vì vết thương, đang khắc khoải khi nghĩ đến ngày mai của họ.

Anh bỏ khung kính trở lại chân giường lấy chiếc áo lạnh khoác vào người rồi mở cửa bước ra khỏi phòng. Một làn gió thổi thốc vào hiên làm anh ngừng lại, đầu hơi cúi và một tay đưa lên mắt che hơi nước. Chờ cho đợt gió qua, anh bước nhanh khỏi thềm cửa, rồi rẽ về phía trái để vào dãy hành lang dài hun hút. Những bóng đèn vàng võ lác đác trong hơi nước. Những bóng đèn trước mỗi trại bệnh trông thật hiu quạnh. Anh dừng lại vén tay xem đồng hồ dưới chút ánh sáng đầu trại Tê liệt chiếu hắt ra. Những bụi nước bám nhanh vào mặt kính, kim đồng hồ chỉ hai giờ kém năm. Giờ của nửa đêm về sáng. Giờ của những giấc ngủ nồng, những cơn mộng đẹp. Giờ của những thao thức không còn những xót xa không có. Giờ của ý thức ngủ yên. Giờ này trong giấc ngủ say có thể người thương binh đang mơ thấy mình là một cầu thủ đang giao banh thật đẹp trên sân cỏ, dìu người yêu đi dưới bóng cây, hay lái xe đưa tình nhân ra ngoại ô thành phố... Có thể họ đã có những giấc mơ như thế, nhưng anh không bao giờ muốn những giấc mơ đó còn lại với họ khi ngày bắt đầu. Vì họ thuộc cấp độ tàn phế cao. Họ không thể, không bao giờ còn có nữa trong đời sống hình ảnh trong các giấc mơ kia.

Bão vẫn tiếp tục hoành hành trong đêm. Những đợt mưa lạnh buốt thổi giạt qua hàng hiên trắng xóa hắt vào anh tê cóng. Anh đưa tay kéo cao cổ áo và tần ngần dừng lại giữa hành lang. Một lúc anh bước vào trại bệnh. Trước khi khuất vào cánh cửa anh còn kịp thấy những thân dương gẫy đổ ngoài mặt đường, chỗ gẫy phơi màu trắng nõn của ruột cây trong bóng tối. Anh bước qua chỗ người y tá trực ngủ thật nhẹ nhàng, cố giữ im lặng tuyệt đối. Khi đứng ở đầu phòng bệnh nhìn suốt hai dãy giường với những thương binh mặc áo quần xanh nằm bất động, anh yên tâm nghĩ tất cả họ đều ngủ yên. Anh đứng ngắm họ, giờ đây ngủ trong những thế nằm thật thoải mái, ngoan ngoãn như trẻ thơ. Sau những đôi mi khép kia, hẳn đang dàn trải một cảnh đời tươi đẹp mà hằng ngày dưới ánh sáng mặt trời họ cảm thấy thiếu thốn thèm khát. Sự thèm khát tưởng như bị ngâm trong nỗi thất vọng tột cùng. Nỗi thất vọng như dấm chua và sự thèm khát kia, dù ê răng vẫn không thể nào không có.

Cụt một cánh tay, bị cưa mất đôi chân hay tê liệt cả thân người, anh thương binh nào cũng sống lặng lẽ trong những ngày đầu với đêm đêm ướt sũng nước mắt, với nỗi tuyệt vọng lịm hồn, chỉ vì bấy giờ họ còn gần gũi với ngày hôm qua quá. Ngày qua và hôm nay thật vô cùng cách biệt với cuộc đời họ. Hôm qua với tháng ngày xanh mướt quá khứ, hôm qua với nguyên vẹn thân thể ngày chào đời. Nhưng từ bây giờ trở đi cho đến suốt cả tương lai ngun ngút của phần đời còn lại, họ sẽ sống với tấm thân dị hợm mà chiến tranh tạo nên với không một tình cờ thích thú, không một hy vọng đổi thay.

Hôm nay họ thấy suốt cả tháng năm cuối cùng của cuộc đời. Họ buồn khổ vì sự bất hạnh đó nhưng sự bất hạnh rồi cũng theo thời gian mà trở nên quen cũ. Vừa nghĩ ngợi vừa bước đi giữa hai dãy giường kê sát bỗng anh dừng lại, ngạc nhiên nhìn sững một cánh tay buông thõng ngoài chân mùng. Anh tiến lại gần. Trước mặt, sau lớp vải mùng thưa người thương binh đang mở mắt thao láo nhìn ngọn đèn trên trần nhà. Có lẽ hắn không biết sự có mặt của anh nãy giờ trong phòng này. Khuôn mặt hắn trông xanh mướt dưới ánh sáng. Đôi mắt tròn mà tròng trắng chiếm phần lớn nhìn lên bất động. Anh biết người thương binh còn thức và rất tỉnh không phải chỉ nhờ vào đôi mắt ấy mà còn vì những cái nhíu mày khổ sở khi tiếng gió rít trên mái, mang theo hơi lạnh giạt qua các khe cửa sổ. Bão bên ngoài còn tiếp tục, anh thầm nghĩ và cúi nhìn hắn qua lớp mùng. Đôi mắt người thương binh hạ xuống khi nhận ra anh bên cạnh giường. Anh đưa tay đặt lên mu bàn tay hắn, bàn tay lạnh ngắt, bàn tay chỉ còn da bọc xương ấy lạnh ngắt . Anh hỏi:

- Sao em không ngủ?

Người thương binh tê liệt nhìn anh không trả lời. Hắn đưa lưỡi ra liếm mép trong khi anh cầm lấy bàn tay hắn, bàn tay mềm nhũn và lạnh. Hắn còn trẻ quá.

- Sao em chưa ngủ?

Anh thấy đôi mắt hắn long lanh. Trong ánh mắt vừa lóe lên một tia sáng nhỏ nhưng anh chưa kịp nhận ra. Hắn tiếp tục cho lưỡi liếm vòng qua hai vành môi, một lúc sau mới thì thào:

- Nhờ nhặt giùm em chiếc mền...

Câu nói của hắn nhỏ và tắt nhanh như một hơi gió. Câu nói thốt ra từ đôi môi xanh mét đó, nghe rồi anh vẫn tưởng như không phải do nó thốt ra. Người thương binh đã không thể chợp mắt được vì lạnh quá, mà chiếc chăn lại quái ác rơi tuột khỏi giường. Anh xúc động đến lặng người khi nhận ra điều đó. Trời lạnh căm mà phải nhìn chiếc chăn trong tầm tay bất lực để thèm vô cùng một hơi ấm. Đó là sự xao xuyến trong đôi mắt buồn bã, nỗi nghẹn ngào trong câu nói thì thào như hơi gió kia cùng tâm trạng người thương binh suốt đầu đêm đến giờ. Hắn đã chịu đựng, sự chịu đựng có từ nguyên nhân hết sức vô nghĩa. Hắn như con ve sầu với đôi cánh bị dính chặt vào nhựa cây của đám trẻ nghịch ngợm nhìn vòm trời xanh mà tuyệt vọng. Anh đi vòng qua bên kia giường nhặt chiếc chăn lên đắp cho người thương binh. Anh nhìn xuống đôi mắt thiết tha bấy giờ đã có vẻ nồng ấm. Anh có cảm tưởng như mình vừa ủ rơm cho một con chim ướt. Không nén được thoáng vui lẫn với nỗi bùi ngùi trong lòng, anh cúi xuống đôi mắt đang reo vui kia mỉm cười:

- Nãy giờ không ngủ được vì lạnh quá phải không?

Hắn gật đầu. Anh nói tiếp:

- Bây giờ thì ấm áp rồi đấy nhé, gắng ngủ đi.

Người thương binh từ từ khép mắt. Anh chậm rãi bước ra khỏi phòng. Đến giữa hành lang một làn mưa quất vào mặt lạnh cóng, nhưng cảm giác đó lại làm anh cảm thấy dễ chịu. Anh đi dọc theo dãy đèn vàng hiu hắt, cố giữ thăng bằng trên mỗi bước chân vì gió và thềm hành lang trơn ướt. Hình ảnh người thương binh vẫn chưa rời tâm trí anh. Hôm hắn được chở từ mặt trận về với mảnh đạn xuyên vào đốt xương sống phía sau gáy, anh đã không có chút lạc quan nào về vết thương hiểm hóc ấy cả. Mảnh đạn thật nhỏ, nhưng tác dụng thật lớn trên một đời người.

Những trại bệnh nằm im lìm dưới mưa. Một sự im lìm chứ không phải im lặng. Bởi trong nó anh còn nhận ra được những âm sắc mơ hồ buồn bã gợn lên sự sống. Anh dừng lại ở cuối hành lang, từ đó có thể nhìn thấy thềm hiên của phòng Cấp Cứu. Ngọn đèn đầu mái chiếu sáng một khoảng sân. Những chiếc băng ca xếp gọn dựng thẳng thành dãy. Ở đó thường xuyên rộn rịp những trực thăng tản thương lên xuống mỗi khi có sự sôi động từ mặt trận ngoài thành phố. Đêm nay cảnh đó không có nhưng không phải từ nay cảnh đó không có.

Gió có phần nhẹ hơn. Cơn bão tưởng như cũng sắp tàn. Tuy thế khi quay trở về căn phòng của mình, anh vẫn phải chú ý dưới mỗi bước chân và đưa tay kéo cao cổ áo. Anh nghĩ người thương binh tê liệt giờ này đã ngủ ngon. Chiếc chăn mang hơi ấm cùng những giấc mơ an lành đã đến với hắn. Anh mỉm cười trong bóng tối. Anh nhìn ra bãi cỏ nơi dùng làm sân trực thăng đang trắng mù hơi nước. Đêm nay không có thương binh về. Cơn bão hình như cũng đã dứt. Ai mà chẳng mong hai cảnh ấy đừng xảy ra. Lúc nhỏ anh sợ bão vô cùng nhất là những trận bão đêm, cũng như bây giờ anh rất bồn chồn lo âu khi nhìn cảnh thương binh về tấp nập.

Nhưng những cơn bão như đêm nay thế nào rồi cũng chấm dứt. Còn cảnh thương binh về, biết đến bao giờ?

Lữ Quỳnh

HOÀI ZIANG DUY
NẮNG VƯƠN SAU LÁ

1. Mới đó mà đã chừng mấy mươi năm qua. Đôi khi nhớ lại Thiệt vẫn còn nghe xót xa ở ngày tháng cũ. Bây giờ dù cha đã đi xa, nhưng trong anh hình ảnh người vẫn còn đó. Nét mừng rỡ trong cơn đột ngột. Giọt nước mắt ở lòng già héo hon, khiến anh không cầm được nước mắt. Năm năm cho ngày đoàn tụ, từ sau tháng năm thay đổi tất cả, mệnh nước, vận trời. Cha anh, mẹ và mấy em, nhìn thấy người anh trở về bệ rạc như ở một thế giới khác. Thật vậy, chính anh là người tù nhỏ đang lớ ngớ bước ra xã hội lớn không quen. Thằng bé nhìn anh xa lạ. Con ai vậy cha? Có ai khác hơn. Mặt anh như ngớ ra. Thằng con này? Cha xin con nuôi hả? Thời buổi túng quẫn không đủ ăn, thêm chi một miệng. Không sao đâu nó còn nhỏ mà. Bà mẹ chen vào. Con vợ mày nó đem giao đây nói là của anh Thiệt. Sao có chuyện lạ vậy mẹ? Con ai thì con biết, chứ nhà này làm sao biết được. Thiệt nín thinh. Chàng không muốn làm cả nhà mất vui. Nhưng buổi tối sau lúc trống vắng, chàng muốn gặp cha mình để nghe câu chuyện có đầu có đuôi.

Mấy tháng sau ngày con bị bắt đi. Cô gái nhỏ bồng con lên đây, nói là vợ con, đứa nhỏ là cháu nội của Ba. Mẹ con lúc đầu không tin lắm, vì có bao giờ con nhắc đến chuyện này với gia đình. Cô ta có tấm hình chụp với con, và nói đứa bé này chắc con không biết, lúc đó đơn vị con gần cả năm không về hậu cứ, cho đến ngày sinh nở, một thân một mình. Cô ta ở lại nhà một đêm và biết bao chuyện để kể. Cô có người cha đi tập kết về, làm áp lực với gia đình không muốn dính líu với thành phần chế độ cũ, không muốn bị đảng bộ phê bình kiểm điểm ở lúc giao thời. Cha có nghĩ đến điều này nhưng lúc cô ta ngỏ ý muốn giao đứa con lại cho bên nội làm cha sững sờ. Một người mẹ có thể bỏ con được sao? Nhưng nghĩ lại, cô ta còn quá trẻ, đứa bé mới được mấy tháng, con đường còn dài xa quá với tuổi đời. Cô còn nói thêm, nếu gia đình mình không nhận, chỉ có giải pháp bỏ con. Cô ta không có hôn ước, không biết bao giờ con trở về gặp lại. Xã hội nghèo đói, bao nhiêu cái khó khăn kiếm sống, không khí chính trị, kẻ thù rình rập. Một thân một mình cô không thể tay xách nách mang chu toàn cho hai mẹ con. Thêm nữa chế độ đổi thay, cô cần làm lại cuộc đời, có chỗ đứng vươn lên từ ảnh hưởng của người cha trở về. Cô mạnh miệng nói. Người cha cô không có bồng bế nuôi cô ta ngày nào, nhưng không sao, con đường ông ấy đi, cô cũng đi, đâu cần chung một hướng, chỉ cần có cái vỏ lý lịch che bên ngoài là đủ, để cô có tương lai như bao người khác, thức thời cơ hội.

Nghe đến đây Thiệt thở dài, không nghĩ cô bé vui chơi ngày nào lại có bản lãnh hơn mình tưởng. Cha Thiệt nói tiếp. Đến lúc này, thấy hoàn cảnh cũng tội, đứa bé lại là cháu của mình. Mẹ con thấy đứa con kháu khỉnh, thấy cũng thương. Nhà mình so với người khác cũng còn sống được. Có thêm trẻ thơ cũng đỡ hiu quạnh, lúc này ra tay đùm bọc nhau, khác gì cứu lấy mạng người. Trông nó cũng giống cha nó lúc còn thơ. Rồi từ đó đến giờ Nguyệt có trở lại không? Thiệt hỏi. Bà mẹ đáp. Không có lần nào, coi như biệt tăm biệt tích. Giao đứa con được rồi mất tăm hơi luôn. Người ta nói tấn về nội thối về ngoại trong lúc khó khăn, còn đàng này lại khác. Ba Thiệt chen vào. Bà kể lể chi mấy chuyện này. Con mình làm mình chịu. Ông nói thêm. Ba thấy con từ trước tới nay hiền lành thật thà, chuyện đến nông nỗi này, nhiều phần ba tin là thật. Thiệt thấy hỡi ôi trong lòng, nhưng không muốn nói nhiều lúc này. Con không ngờ Nguyệt đối xử vậy. Chuyện vui chơi qua đường lại làm cha mẹ khổ tâm.

Không dưng Thiệt lên chức cha từ ngày ấy. Thằng bé có vẻ không muốn gần với anh. Nó e dè sợ sệt, chỉ muốn đeo riết lấy bà nội. Thiệt nhìn thấy ở mẹ mình, tình cảm bà cháu dành cho nó. Chức năng ở người đàn bà, chức năng làm mẹ ở người phụ nữ, là đặc điểm chung? Còn với anh thực tế ở đây, trong căn nhà này anh cảm thấy mình có trách nhiệm, nó mơ hồ nhưng đầy âu lo ở những ngày sẽ tới. Mình phải làm gì? Ở đâu là chỗ bắt đầu?

Hoàn cảnh Thiệt bây giờ dở khóc, dở cười. Cuộc sống anh thực sự bấp bênh với lý lịch ngày cũ, dù đời quân ngũ chưa lâu. Nhưng đã sống làm gì trong thời trước, chính sách đều cho là người có tội. Trước mắt người quen trong gia đình anh có tội vì vợ bỏ, thực sự có phải là vợ anh không? Có đáng thương tội nghiệp như bao người nghĩ. Mối tình anh đâu có lâm ly bi thảm. Anh đâu có đau khổ kêu gào vì thất tình. Nỗi buồn sâu kín ở anh là nỗi buồn chung cho vận nước, cho hoàn cảnh thiếu thốn, nghèo khổ cả nước, cho gia đình anh đang nhận chịu. Mấy năm ở tù, đầu óc anh cũng khôn ra trước những sự thật cay đắng xót xa.

Nghĩ lại. Thiệt còn nhớ thời gian đầu mới ra trường. Anh chọn về một sư đoàn bộ binh ở miền Tây. Hồi nào tới giờ lớn lên và sống ở Sài Gòn, quanh quẩn các tỉnh miền Đông lân cận. Anh không hề biết không khí chiến tranh gần kề. Có chăng chỉ qua báo chí, tin tức về cuộc chiến. Giờ đây tới lúc anh phải chấp nhận dấn thân vào cuộc đời mới, cuộc sống không định liệu ngoài ý muốn của mình.

Cảm giác hoang vắng đầu tiên khiến anh còn nhớ. Sau các thủ tục trình diện theo hệ thống quân giai, anh được đưa về nơi trú đóng đại đội thuộc tiểu đoàn anh phục vụ, nằm ở khu vực ngoại ô. Người Sài Gòn như anh bị sốc. Cái cảm giác lẻ loi, không khí bao quanh có vẻ khác thường, làm anh thấy không yên. Tiểu đoàn đi hành quân chưa về? Người thư ký đại đội trấn an anh. Đây là chỗ đóng quân bao quanh vị trí tiểu đoàn. Sao không là khu gia binh tiểu đoàn với nhà mái lợp tôn, như anh thấy sáng nay? Người hạ sĩ quan báo cáo, đó là khu vực cho gia đình vợ con binh sĩ. Còn cả tiểu đoàn hành quân về thì nghỉ dưỡng quân ở chỗ này rồi chờ lệnh hành quân mới. Cho nên ở đây cũng hầm hố phòng thủ, canh gác như ngoài mặt trận. Mỗi lần về nghỉ được bao lâu? Bốn ngày. Ngày thứ năm nhận lệnh hành quân rời đi. Đi bao lâu mới về? Thông thường là sáu tháng, tùy theo tình hình. Anh nghe mà thấy chán chường trong lòng. Anh đã bị hố rồi, sư đoàn anh đã nhắm chọn từ quân trường.

Tâm trạng anh lúc này là lúc nuối tiếc ngày tháng cũ. Con người anh dễ dãi. Anh không muốn gia đình lo lắng cho anh. Cứ nghĩ người ta sống được thì mình sống được, đâu có gì phải sợ hãi. Nhưng không. Khi trực thăng đổ xuống với đạn dược, thực phẩm cho năm ngày tiếp tế, cùng lính tráng bổ sung, anh mất đi bình tĩnh. Dù không có tiếng súng lúc này, nhưng cái hoang vắng ở rừng cây ruộng nước tĩnh mịch, làm anh thấy xa cách với đời sống người dân bên ngoài.

Rồi những ngày lặn lội theo hành quân, đụng trận, súng nổ, mìn bẫy. Ngày nào anh cũng thấy người chết, bị thương. Chiến trường hung hãn quá làm anh tự nghĩ sao phải giết nhau, chết chóc hận thù? Anh không có câu giải đáp, bởi mỗi ngày nó tiếp nối lặp lại, chồng chất lên nhau. Anh bạn cùng đơn vị như nhìn thấy tâm trạng ở Thiệt khuyên can. Đừng sợ, đừng đào ngũ. Anh em mình không có con đường nào khác. Mình có học, có bằng cấp không thể về nhà trốn tránh, nhất là bây giờ phải có trách nhiệm với đất nước, với chính mình. Thiệt hỏi. Vậy rồi chấp nhận? Ừ, phải vậy thôi. Cứ tin vào ơn trên che chở giúp mình. Thiệt tin không? Tin chứ, tôi có đem theo mấy sách Vi Diệu Pháp, sách thầy Thích Thiện Hoa thuyết giảng. Người bạn trước khóa anh kêu lên. Trời đất. Đi hành quân, đi đánh giặc, có phải thơ thẩn ngắm cảnh đâu mà anh đem theo mấy sách này.

Thói quen anh à. Thiệt trả lời. Đôi khi tôi cũng thấy cần cho đời sống tâm linh mình. Ừ thì thôi cũng được, phải lo thân trước đó, hiểm nguy lúc nào cũng chực chờ rình rập. Biết ai không? Kẻ thù mỗi ngày đó.

Nói thì nói vậy, nghe vậy, giúp mình lên dây cót đôi chút. Chứ cho đến giờ trong đầu Thiệt vẫn còn ám ảnh. Hình ảnh người lính chết khi đụng trận dai dẳng, máy bay tản thương chưa xuống được. Trời trưa nắng nóng, mưa xuống không lớn, đủ cho cái xác chết, da thịt nó phồng to lên, kéo đi để nằm trong poncho, da tay trên người nó trơn trợt tróc đi gớm ghiếc. May thay người lính thay mình làm công việc này. Không biết có sợ không? Lâu ngày rồi chắc cũng quen.

Đúng là lâu ngày rồi cũng quen, cũng qua đi. Những thổn thức nội tâm buổi đầu Thiệt nhận chịu, bằng sự im lặng của người vào cuộc chiến. Chiến tranh ngày càng khốc liệt. Đơn vị lặn lội, trực thăng vận, giải tỏa, tiếp viện. Ngày nào cũng chạm địch, cũng thấy chết chóc bị thương. Thiệt đã cố gắng thực sự với khả năng ở mình. Nhưng không hiểu sao Thiệt vẫn bị Đại đội trưởng chỉ trích khả năng chỉ huy lúc di chuyển theo địa thế, lúc thì ở trận đánh. Đâu phải là câu nói ôn tồn dễ nghe. Chiến trường, hành quân, bất kể tuổi tác già trẻ, lịch sự. Chỉ có cấp bậc chức vụ theo trách nhiệm là trên hết để chỉ huy. Cho nên la hét mắng chửi, là điều thường tình, trong gấp rút trong giận dữ, thúc đẩy làm thế nào chiến thắng. Anh hiểu sinh mạng của người lính, thắng thua chỉ là cơ hội trong hoàn cảnh, trong khoảnh khắc hiện tại. Cái giá phải trả là xương máu đồng đội, là trách nhiệm chung. Nhưng sao anh thấy ở mình có nhiều lỗi để bị la rầy. Anh đã cố gắng học hỏi. Nhưng hình như anh thiếu nhạy bén để phán đoán. Mọi sự xảy ra nhanh quá, như thể trong chớp mắt, không tiên liệu trước được. Có điều một năm rồi hai ba năm trôi qua, đặc biệt trong hàng ngũ sĩ quan tiểu đoàn Thiệt chưa bị thương tích lần nào ở chiến trận. Phải chăng từ kinh sách mang theo gối đầu nằm, từ tâm thành ở người Phật tử như anh. Anh chọn thái độ theo câu nói "bình quân hơn thắng trận", miễn sao đơn vị không đổ máu là tốt rồi. Hay chính vì anh chậm, không đua chen, nên được phước phần "lù khù có ông Cù độ mạng" như thế gian thường ví von.

Anh tự biết mình không khá hơn ai. Anh chỉ làm đúng nhiệm vụ, bổn phận. Mỗi lần về thăm nhà, về thành phố, cái nhìn về xã hội của mình khác đi ngày nào anh chưa mặc áo lính. Anh biết cảm thông về thân phận người dân, người lính, về đất nước mình, chất chứa bao câu hỏi không có lời giải đáp. Đó là những vương vấn của tuổi trẻ miền Nam. Tại sao chiến tranh chỉ xảy ra trên phần đất nhà? Tại sao cuộc sống yên ổn lại xảy ra khủng bố, tản cư, chạy giặc? Ai gây ra nông nỗi này? Chiến tranh chỉ lòng vòng trên đất nước miền Nam. Đánh đuổi, chiếm lại rồi mất đi, chiếm lại. Cái vòng tái tạo bằng xương máu con dân hai miền. Sao gọi là chiến thắng? Sao gọi là kẻ thù?

Có đi đưa tiễn quan tài người chết trận về tận nhà - như anh đã có lần lãnh vai trò này với người đồng cấp, có chứng kiến nỗi đau mất mát ở người cha người mẹ, tiếng khóc ai oán của người vợ trẻ quần quại trên nắp áo quan, mới thấy cảnh đời đớn đau bi thiết đến độ nào. Chung quanh "buổi đoàn tụ" chỉ có nước mắt, tiếng khóc uất nghẹn, kêu gào không ngừng nghỉ. Cái cảm giác thê lương vang lên ở trời đất này.

Trong suốt thời gian theo chốn hành quân, Thiệt không biết tương lai mình đi về đâu. Anh không phải là người tiêu cực, phản chiến. Anh không thể than thở với gia đình gian khổ hiểm nguy. Tuổi trẻ có biết bao người như anh, dù muốn hay không cũng phải đi vào cuộc chiến giữ nước. Không cầm súng chiến đấu giữ mình thì người xâm lược cũng đâu để yên. Phải chăng đó là nỗi thao thức chung cho tuổi trẻ miền Nam? Dẫu sao anh cũng phải sống, cho dù ngày mai có như thế nào, cũng phải vậy thôi. Ở đây đất nước quê nhà.

2. Cuối cùng rồi Thiệt cũng đến được đất nước tự do, đền bù cho tháng năm tăm tối. Dưới mắt các chiến hữu biết nhau từ trước hay sơ giao, họ nhìn Thiệt không giống ai. Họ cho anh lập dị, ít tiếp xúc hòa đồng. Nhưng với anh, không có gì quan trọng. Có thể dưới mắt người bàng quan, Thiệt yếu hèn trong khí tiết người lính, đối diện chiến tranh. Ở anh không có những chiến thắng oanh liệt, được đề cập để nói về cái tôi của mình, về đơn vị, màu cờ sắc áo. Ở đây không có lời khoe khoang ồn ào trên bàn rượu họp mặt. Không có thêm tiếp nối dĩ vãng. Thiệt bất cần đề cập. Nó lặng lẽ từ thân phận làm người. Cái chua xót ở mình lẫn trong nỗi đau chung của tuổi trẻ. Nghe qua có người tự hỏi, anh có phải là người lính phản chiến?

Có thể điều đó không quan trọng lúc này ở đây. Khi tất cả đã mất, mất hết. Không có gì khi tất cả là hư không. Như vậy dưới cái nhìn của Thiệt cần gì cái hào quang quá khứ, để gìn giữ nắm lấy. Nhìn lại đứa con mang theo, nay đã trưởng thành. Nhớ lại lời cha kể, cô gái trẻ năm xưa tên Nguyệt dừng lại ở cửa nhà Thiệt, có phải là nỗi tình cờ cho một duyên hờ còn đó bỏ quên. Thời gian bỏ quên nó dài thật, như bây giờ Thiệt và thằng bé năm xưa hiện có mặt trên đất Mỹ này. Chuyện của anh, anh cũng muốn chính tay thu xếp vẹn bề. Điều này anh học khôn qua tháng năm thăng trầm trong đời lính.

Hồi đó từ cái chậm chạp ứng biến, địa hình, cuộc chiến, Thiệt không thích nghi với phản ứng chiến trường, với lính tráng. Anh bị trả lại tiểu đoàn, phân về ban 5 thuộc đại đội chỉ huy để lo sinh hoạt, đời sống của lính. Từ cái dở hóa thành may cho anh, khỏi phải đi đầu xung phong đạn lạc, mà núp sau cái ô ở Bộ chỉ huy tiểu đoàn. Trong thời gian này, mỗi lần tiểu đoàn về nghỉ dưỡng quân, anh phải lo toan đón rước các đoàn văn nghệ, ca sĩ tâm lý chiến thuộc tiểu đoàn chiến tranh chính trị quân khu. Ở vai trò hiền lành hòa nhã, anh rất được lòng mọi giới. Chỗ ăn ở của đơn vị hành quân về, lính tráng vẫn là những mái nhà lợp lá có người có vợ con ăn ở, có khi là chỗ của lính độc thân bên những hầm hố phòng thủ. Coi được đẹp mắt chỉ là căn nhà và là văn phòng của tiểu đoàn trưởng, đại đội trưởng, thêm phòng ngủ dành cho sĩ quan. Lính ở đâu cũng là lính sẵn sàng tác chiến. Buổi liên hoan trình diễn văn nghệ có dàn trống, có ca sĩ tâm lý chiến, hát lộ thiên, cũng xôm trò giải khuây cho anh em binh sĩ. Đêm lúc chấm dứt chương trình thì khách lính đến, khách lính đi, tự túc tìm nơi qua đêm. Mấy cô nữ ca sĩ được cá nhân sĩ quan chiếu cố lo lắng. Nguyệt có mặt trong các đoàn văn nghệ lưu diễn luân phiên, phân phối theo lịch trình, đáp ứng nhu cầu đòi hỏi của đơn vị qua khối chiến tranh chính trị. Vai trò của Thiệt trong những buổi họp mặt giúp vui này là người đầu đàn, liên lạc tổ chức. Việc này thì Thiệt làm được, làm suôn sẻ vui vẻ mọi người. Không phải là người hùng ở chiến trường, nhưng ở hậu phương Thiệt thích ứng hơn trong giao tiếp.

Thiệt quen Nguyệt từ những dịp như vậy, từ những e dè lãng mạn kín đáo ban đầu. Tình yêu hay tình hờ bắt đầu ở đâu. Bên buổi tiệc chung cùng sĩ quan hay nơi chốn của anh, nơi chỉ có một giường nhường nhau cho đêm không ngủ. Chắc không ai buồn để ý, đời lính mà, đâu khác tiền lính tính liền. Thiệt còn nhớ có người hỏi chi tiết về cái đêm hôm đó, hay mấy lần riêng tư. Thiệt không trả lời. Năm xưa là vậy. Năm sau mấy năm, sao Thiệt nhận đứa con này? Bây giờ muốn gặp Nguyệt, trời đất bao la biết đâu tìm? Sao phải mang theo của nợ qua đây? Đơn giản thôi, Thiệt không làm thì ai vô đây gánh? Thiệt cần giải quyết cho cha mẹ khỏi âu lo ở tuổi già bóng xế. Thiệt không trách cha mình ở buổi đầu. Nguyệt chạy trốn chức năng làm mẹ. Ba không cứu lấy mạng, đứa trẻ sẽ lạc loài. Con người mà, mở lòng ra cũng là điều nên làm. Đối với dư luận hay bằng hữu ngày cũ nghe qua, cũng có người đồng ý. Có người thắc mắc thêm. Hỏi thật nghe. Qua đây rồi có khi nào đi thử huyết thống với thằng bé không? Câu hỏi làm Thiệt không vui. Thật lòng mà nói, từ ngày nó lớn lên trong gia đình cha mẹ, Thiệt không hề đặt vấn đề này. Để làm chi?

Gieo rắc sự nghi ngờ chỉ làm khổ tâm cho cả hai. Thằng bé vô tội. Cứ nghĩ tôi cũng vô tội đi. Cho đến bây giờ nó vẫn không biết gì. Đã bình thản an phận ở năm tháng qua đi, cái tình cha con chân thật vậy vẫn tốt hơn. Huống chi từ ngày thêm nó, nhà có nhiều may mắn trong hoàn cảnh xã hội lúc bấy giờ.

Thời gian đầu mới đến, trước lạ sau quen. Cái tình bằng hữu, chiến binh cũng nhiều phức tạp. Mỗi người một ý, một chân trời riêng, để sống với dĩ vãng một thời. Mới đây trong buổi họp mặt chung vui với anh em ở nhà Thiệt, nhà không có đàn bà nên náo nhiệt, ăn nói tự nhiên. Thiệt đưa ra câu chuyện đã làm anh phấn khích.

Trước đây nhà nước VN thường loan tin những gương anh hùng, phi thường chống Mỹ trong chiến tranh, khó tin, không thể tin. Nhưng cứ cho là thật phải tin. Còn bây giờ ở đây Thiệt trình ra hình ảnh, nội dung (nguyên văn) cho mọi người đọc.

"Anh hùng phi công Nguyễn văn Bảy cùng chiếc Mig 17 huyền thoại. Anh Bảy đã từng tắt máy núp trong mây bình thản kéo ba bi thuốc lào, thả khói lên trời mù mịt để đánh lạc hướng bọn giặc lái Mỹ, rồi mới nổ máy xông ra bắn 2 hỏa tiễn, hạ 2 máy bay B52 trong nháy mắt. Chiếc Mig 17 của anh Bảy từng bị bắn thủng hơn 80 lỗ, nhưng anh Bảy lấy tay bịt và vẫn bay về. … (Kèm theo là hình phi công Nguyễn văn Bảy đã lớn tuổi, đầu bị sói tóc, mặc áo tay ngắn, quần dài dân sự, đứng bên cạnh chiếc Mig 17 (trong facebook tên Lạc Hồng Dec 5, 2019 at 10.07 PM)."

Theo Thiệt, anh không tin thất bại của miền Nam trước đây là do quân đội ta yếu kém. Anh chỉ nghĩ do tình hình đất nước, bọn nằm vùng len lỏi trong tất cả các cơ quan đầu não chính trị hạ tầng, bán nước cho địch. Thêm nữa, bọn trí thức chống chính phủ, làm sụp đổ miền Nam với sự nhượng bộ đổi chác của chánh phủ Hoa Kỳ. Sau này sống ở đây, đọc những tài liệu được giải mã về cuộc chiến VN, những sự thật được phơi bày. Thiệt cảm thấy ngậm ngùi và hiểu rõ hơn về mặt trái ở cuộc chiến thắng thua cho hai miền.

Nhưng từ ngày phát hiện ra những kỳ tài phi thường sẵn có trong nước, đọc qua báo đưa tin, ở mấy dịp lễ lộc. Thiệt sung sướng hãnh diện chung cho dân tộc. Thiệt nghĩ họ thắng mình là phải rồi. Những anh hùng hiếm quý đang còn sống, đang có mặt. Sao không tập họp họ lại, đưa sang các trường đại học ở Âu Châu, ở Hoa Kỳ, giới thiệu những con người siêu việt trên, nhằm biểu dương sự che giấu trước đây, để chính phủ Hoa Kỳ thua trong tâm phục khẩu phục. Những người lính trên trăm năm mới có, sao chỉ để ở không bên nhà, khi thế giới này còn đầy rẫy quân khủng bố. Chưa kể khả năng của quốc gia sản xuất Mig 17, họ không biết biến cải kỹ thuật tắt máy nằm yên trong mây, như kỹ sư ta đã làm. Ở trong tù cải tạo Thiệt đã được học qua tấm gương hy sinh, dùng thân thể con người lấp lỗ châu mai, dùng chân để chận súng pháo kéo bị tuột. Anh cũng từng thử kéo bi thuốc lào, nhả khói thấy nó phê, ép tim nằm lim dim muốn ngủ. Bây giờ mới biết thêm cái khói thuốc lào lên không, nó có thể làm mù mịt che mắt phi công, nhiễu sóng ra-đa. Công dụng phi thường vô cùng.

Cái lối phổ biến tin tức này của Thiệt đưa ra coi mòi bị anh em phản đối, phì cười, không tin. Làm sao mà một tay liên tục bịt nhiều lỗ bị đạn, một tay lái máy bay. Nên nhớ là máy bay chứ không phải xe đạp. Ngược lại Thiệt hùng hồn tin là sự thật bởi chính từ nhà nước đưa ra để nhân dân, thiếu nhi học tập noi gương. Những nhân vật trên có hình ảnh, còn sống, còn để báo, đài phỏng vấn. Chả lẽ họ gạt dân, gạt mình. Biết đâu sẵn có nhiều anh hùng còn sống, tương lai họ sẽ dựa vào vốn liếng trong chiến tranh, mở trường đào tạo nhân tài tiếp nối. Chỉ có thế, mới vượt qua được Hoa kỳ, Trung Quốc, các nước đàn anh.

Cứ nhìn giọng điệu và gương mặt Thiệt lúc tranh cãi. Là người trong nhóm anh em họp mặt, nghe kể quãng đời qua của Thiệt, tôi muốn ghi lại câu chuyện nhỏ. Tôi không biết cái tính hiền lành, lù khù bị chê bai và tư tưởng ẩn giấu trong đầu óc anh ta thế nào. Anh có thực sự sống với chính mình, với cuộc đời này bằng những thực hư, thật giả hóa thân.

Đêm ở lại ngủ nhà Thiệt. Sáng ra nhìn cái cây trước hiên nhà. Ở xứ này tôi cũng không biết, gọi tên nó là cây gì. Qua khung cửa sổ, cành lá che nghiêng. Ánh nắng sáng soi xuyên qua đó, âm thầm sống cùng. Không biết đàng sau cái bóng kia có điều gì thế gian chưa biết.

Hoài Ziang Duy

hoàng mai sống gần người ta
quí phái ửng sắc màu da quanh mình
tình vui tích tụ lung linh
luôn mang cốt cách cung đình thanh cao
thiện tâm yêu quí đồng bào
xuân tết trang trọng ghé vào nhà dân
châungọc

TRIỀU HOA ĐẠI
THU VÀNG: CHIẾC CẦU DĨ VÃNG NỐI TƯƠNG LAI

(Phỏng vấn ca sĩ Thu Vàng do Triều Hoa Đại thực hiện)

Thu Vàng

Triều Hoa Đại

Một buổi chiều cuối thu, trong một ngôi nhà vắng, thênh thang vắng bóng người, ngồi một mình và nhìn ra bên ngoài cửa sổ được mở tung theo gió lùa vào, tôi có thể nghe được tiếng lá rơi và cái lạnh nhẹ, vâng vừa đủ nhẹ thôi và trên tay với ly vang đỏ bỗng dưng cảm thấy như mình đã đi lạc vào một con đường nào đó mà lâu lắm rồi, xa xưa đã đi qua, một con đường chiều đầy lá rụng: "Chiều rơi trên đường vắng có ta rơi giữa chiều", dù có chút muộn màng trở về từ năm tháng và nghe ra như có ai đó gọi khẽ, lay mình tỉnh giấc: người ơi hãy cùng ta thức để: "hồn theo vạt nắng, theo làn gió đìu hiu". Một chiều thu như thế thì còn gì tuyệt cho bằng, không còn gì hay hơn được nữa. Và, cũng chẳng còn gì để mà so sánh một tiếng hát đã bay xa từ khắp vùng đất nước từ những tiền đồn heo hút, hay ở những quân y viện hoặc những nơi mà tiếng hát ấy đã mang lại từ trái tim sưởi ấm và xoa dịu những đau thương, nhọc nhằn của một kiếp người.

Tôi, một người lang thang đây đó hôm nay tình cờ, chỉ tình cờ thôi tôi đã gặp được ca sĩ Thu Vàng và được chị chuyện trò dăm ba phút, xin được chia sẻ cái may mắn ấy cùng quý độc giả và văn thi hữu và bây giờ thì xin mời hãy cùng nghe ca sĩ Thu Vàng kể lại chuyện sau, xưa:

Triều Hoa Đại (THĐ) Chào chị Thu Vàng.

Thu Vàng (TV): *Xin kính chào anh Triều Hoa Đại. Rất vui có duyên gặp gỡ để anh em được dịp chuyện trò trong một chiều thu đẹp như thế này.*

THĐ: Trước hết tôi xin phép thay mặt những bạn đọc và văn, thi hữu đang theo dõi buổi chuyện trò này gửi lời cám ơn đến chị dù rất bận rộn nhưng đã cho phép tôi được làm phiền chị.

TV: *Xin cám ơn anh đã dành thời gian để chuyện trò cùng Thu Vàng, và xin kính chào và cám ơn quý bạn đọc, quý văn thi hữu đang theo dõi buổi chuyện trò này.*

THĐ: Xin chị vui lòng tự giới thiệu đôi chút về mình.

TV: *Thưa anh, quê gốc tôi ở Tam Kỳ, Quảng Nam. Gia đình tôi thuở ấy sinh sống tại Hội An nhiều năm. Ba tôi là lính nên tôi có rất nhiều quê hương, mỗi nơi mỗi vẻ, nơi nào cũng để lại trong tôi những ấn tượng và những kỷ niệm khó quên.*

THĐ: Phát biểu trong một buổi trình diễn của chị, nhà văn Cung Tích Biền đã nhìn về dĩ vãng của một thời xa lơ, xa lắc, ông nói rằng hai mươi năm về trước: "lúc đó giọng của chị có yếu tố ngọt ngào, được bạn bè yêu mến, và thời gian trôi qua làm giọng ca Thu Vàng giảm yếu tố thiên phú. Hai mươi năm trước là hát để nghe, bây giờ hát để cảm, từ ca sĩ tới người nghe đều cảm…" Với nhận xét ấy chị thấy thế nào, bao nhiêu phần đúng và bao nhiêu phần sai?

TV: *Thu xin cám ơn nhà văn Cung Tích Biền đã có lời nhận xét, xin cám ơn câu hỏi rất ý vị của anh. Thưa anh có lẽ lúc còn nhỏ tôi chưa có sự tập luyện, chưa có những trải nghiệm về cuộc đời, giọng hát, cách hát mộc mạc, đơn giản hơn. Về sau, ít nhiều cũng tự học hỏi, rèn luyện và điều quan trọng, tôi nghĩ, có nhiều niềm vui, nỗi đau trong cuộc đời của mỗi nghệ sĩ sáng tác là chất liệu để những tác phẩm văn chương của họ ra đời hay giọng hát, sự chuyên chở của người hát cũng không thể ở ngoài những vui buồn, ưu tư, ray rứt, của nội tâm phải không anh? Vậy thì những nốt nhạc, những lời hát được chuyển tới người thưởng thức bằng chính tâm tư người hát thì khi ấy người hát và người thưởng thức được ở trong cùng một cõi, thấu hiểu nhau,* *vì thế cảm nhận về cái cảm của nhà văn Cung Tích Biền thật là nhạy bén.*

THĐ: Nếu phải "TIẾC" để mất đi cái giọng Trời cho "yếu tố thiên phú" để đổi lấy cái "bây giờ hát để cảm" thì chị nghĩ thấy thế nào?

TV: *Thưa anh, tôi nghĩ là một người hát, muốn cảm được người nghe thì trước tiên là phải hát hay. Nên "hát hay" là yếu tố cần và đủ để cảm được lòng người. Theo tôi, đặt ra vấn đề một mất một còn giữa hai điều này có vẻ không hợp lý và như trên tôi đã nói, hát hay phần lớn là do thiên phú, sau đó, nhờ đam mê, chăm chỉ tập luyện để giữ gìn và nuôi dưỡng cái Trời cho ấy (dĩ nhiên sự phai tàn theo thời gian thì đành... bó tay?!) nên ngày nào còn có sức để hát thì còn sử dụng hết sức cái thiên phú ấy để cống hiến và để vui với niềm đam mê của mình. Tôi không biết đến lúc phải thật sự từ giã giọng hát mình, sân khấu cùng sự yêu mến của người thưởng ngoạn thì sao nhưng đến bây giờ thì tôi không hề có cảm giác tiếc gì cả, vì từ khi cất tiếng hát đến giờ, tôi đã say mê, đã sống và làm hết sức mình cho điều đã chọn (chưa kể đến ít nhiều sự hy sinh của các con tôi và gia đình đã dành cho niềm đam mê ấy của tôi). Cộng vào những gì trời đã ban phát cho là sự học hỏi, niềm đam mê, cho nên tôi vẫn có phần tự tin để nói rằng, tôi đã ít nhiều gặt hát được cái quả tốt đẹp là được người nghe đón nhận, nghĩa là "cảm" được người thưởng thức.*

THĐ: Giữa HÁT HAY và HAY HÁT nó khác nhau ở chỗ nào?

TV: *Tôi nghĩ "hát hay" là nhờ chất giọng mà Trời ban cho hay di truyền và luyện tập, còn "hay hát" cũng là một cách để tập luyện, vậy nên hát hay và hay hát bổ sung cho nhau.*

THĐ: Trong số những bản nhạc mà chị đã từng hát thì chị THÍCH nhất và GHÉT nhất là những bản nhạc nào, vì sao (tôi chỉ muốn nói đến những ca khúc ít, nhiều mà chị đã trình diễn)?

TV: *Thưa anh, tôi chỉ hát những bản nhạc mà tôi yêu thích vì giai điệu, vì lời nhạc, vì bản nhạc gắn liền với kỷ niệm.... Và tôi không ghét bản nhạc nào, là vì tôi nghĩ khi nhạc sĩ viết, tùy theo sở trường, tùy ý thích của mỗi tác giả, và người thưởng ngoạn cũng thế, người thích thế này, người thích thế kia nên cần có nhiều thể loại nhạc cho thích hợp với nhiều sở thích khác nhau, cuộc sống muôn màu, muôn vẻ mới tạo nên một thế giới phong phú.*

THĐ: Hiện nay ở trong nước chị thích nhạc phẩm nào và ca sĩ nào, thích vì ca từ của bản nhạc, thích vì ca sĩ ấy hát hay, trình diễn giỏi hay còn vì những lý do khác?

TV: *Tôi rất vui vì nhạc sĩ, ca sĩ trong nước bây giờ đã được đào tạo bài bản qua trường lớp nhưng tôi ít theo dõi cụ thể, chỉ chú ý đến một số ít tác giả: Phó Đức Phương, Trần Tiến, Nguyễn Cường. Nhạc sĩ trẻ thì có: Lê Cát Trọng Lý, Hồ Hoài Anh, Đỗ Bảo người có những giai điệu lạ, rất riêng và lời hát thật mới mẻ không theo vết mòn của tất cả những người đi trước. Việt Nam hiện nay có nhiều ca sĩ trẻ được đào tạo bài bản chẳng hạn như ca sĩ: Tùng Dương, Hồ Trung Dũng, Hà Anh Tuấn, Lê Hiếu, Lân Nhã, Trúc Nhân, Ngọc Mai, Nguyên Thảo, Mỹ Tâm, Phạm Thu Hà, Nguyên Hà.*

THĐ: Chị có bao giờ bị ám ảnh bởi câu nói của người xưa: "Xướng ca vô loại" không?

TV: *Thưa anh, mặc dù thế hệ chúng tôi phần nào ít ảnh hưởng quan niệm "xướng ca vô loại" như thế hệ của lớp người đi trước, nhưng tôi thì có bị ảnh hưởng đôi chút, tôi mơ ước được vào trường Nhạc ở những năm cuối Trung Học, nhưng ba tôi đã "phán" một câu chắc nịch: "con gái không được theo nghề đàn ca hát xướng chi cả". Và, thế rồi biến cố 1975 ập đến thế là ba tôi không cần phải cấm đoán tôi nữa!*

THĐ: Trước khi trở thành ca sĩ chị đã qua những trường, lớp nào?

TV: *Thưa anh, dường như tôi hát như con chim hót vậy thôi, tôi không có cái may mắn được học nhạc dù đó là niềm mơ ước tha thiết nhất của thuở đôi mươi. Tôi sinh ra trong một gia đình không có ai là ca sĩ cả nhưng mọi người ai nấy đều yêu thích âm nhạc, mỗi nhà đều có nhạc cụ và thỉnh thoảng tụ họp lại ca hát, mỗi người sử dụng một nhạc cụ, rất vui và phong phú. Tôi còn nhớ, sau 1975 ba tôi ở tù về, điều đầu tiên ông mơ ước là sắm lại cây đàn Violon đã mất cùng ngôi nhà và tất cả tài sản. Khi sang Mỹ định cư, hành lý của ông vẫn chỉ có cây đàn Violon.*

THĐ: Tôi nghe nói trước đây khi miền Nam chưa rơi vào tay "Bên Thắng Cuộc" đã nhiều lần chị đi đến những tiền đồn heo hút hoặc những quân y viện mang tiếng hát của mình để an ủi cũng như xoa dịu nỗi đau của người lính. Kỷ niệm chắc là nhiều xin ôn lại một chút được không?

TV: *Thưa anh, thời gian còn là học sinh ở các trường Nữ Trung Học Quảng Tín, Hội An vào những dịp lễ lớn tôi đã ít nhiều cùng chúng bạn của trường đi ủy lạo các chiến sĩ, các thương bệnh binh, ở những tiền đồn heo hút hoặc là ở những quân y viện. Và mỗi lần như thế lòng không khỏi bùi ngùi thương xót cho tuổi trẻ VN và cho đất nước của chúng ta "điêu tàn thôi lại tiếp nối điêu tàn".*

THĐ: Chúng ta vẫn chưa có nhiều ca sĩ lớn ngang tầm với thế giới, vậy theo chị thì làm cách nào để con cá chép có thể vượt được Vũ Môn?

TV: *Theo tôi không cứ gì ca sĩ VN hay bất kỳ nước nào đi chăng nữa cũng cần phải rèn luyện vì ca sĩ là nghệ sĩ trình diễn âm nhạc điêu luyện mà nhạc cụ là giọng hát của chính mình. Rất tiếc VN mình chưa phải là đối thủ của các nước Tây phương mặc dù tiếng nước ta đầy nhạc tình nhưng có lẽ mình hội nhập có hơi trễ. Có nhiều ca sĩ VN tiên phong hát với trình độ ngang ngửa không thua kém gì ca sĩ thế giới ví dụ như: Ca sĩ Bạch Yến, Thanh Lan, Paolo Tuấn, Châu Hà, Kim Tước, Thái Thanh, v.v...*

THĐ: Bạn bè có người bảo với tôi: Mỗi khi bị đời vật vã, sóng gió lao xao nhưng được nghe chị hát họ như lấy lại được niềm tin, đó là tiếng hát của tri âm. Chẳng thế mà nhà thơ Nguyễn Thị Khánh Minh đã viết: "Một giọng hát cất lên khiến ta nghe ra tri âm, thì nó trở nên tri kỷ". Nói đến tri âm và tri kỷ, bỗng dưng tôi lại nhớ đến BÁ NHA với lại TỬ KỲ, nghe Thu Vàng hát là nghe những âm thanh được phát xuất tự con TIM, tự đó đã thổi sang người thưởng ngoạn ngọn lửa ấm áp sưởi rét mùa đông, nghe Thu Vàng hát là nghe đá vàng chảy suốt ngọc ngà châu thân. Chị có cảm thấy như vậy, có hạnh phúc không khi đang gieo rắc tin yêu sưởi ngọt trái tim người xa xứ?

TV: *Tôi rất vui và biết ơn Đất, Trời, ba mẹ, quê hương... đã ban cho tôi tiếng hát. Cám ơn tất cả khán thính giả, anh chị em và nếu được hân hạnh "gieo rắc tình yêu" đến được cho ai thì đó là niềm vui mà Thu Vàng mong ước cho cả sự nghiệp của mình.*

THĐ: Một lần nữa xin chân thành cám ơn ca sĩ Thu Vàng đã dành trọn buổi chiều đẹp như buổi chiều hôm nay cho buổi nói chuyện này, cầu chúc chị mọi điều may mắn và hy vọng (một ngày không xa) con cá THU VÀNG sẽ vượt được Vũ Môn.

TV: *Cám ơn lời chúc của anh, tôi nghĩ thế hệ chúng tôi như ôm ấp bởi dòng sông xuôi chảy, những con sông quê êm đềm, tôi mang ơn quê hương Việt Nam nơi đã sinh ra và cho tôi khôn lớn, cầu mong sao những thế hệ nối tiếp được học rộng và tiếp cận rộng rãi với thế giới văn minh và VN phải có được những kế hoạch đào tạo và nuôi dưỡng để chúng ta có được những tiến bộ ngang tầm với thế giới.*

Triều Hoa Đại: Cám ơn ca sĩ Thu Vàng.

Triều Hoa Đại *thực hiện*

HOÀNG CHÍNH

THƯ CHO BÀ NỘI Ở THIÊN ĐÀNG

Tan học, trên đường về nhà chiều hôm ấy con nơm nớp lo âu, con nghĩ thế nào bà nội cũng kể chuyện hồi sáng cho bố mẹ con nghe. Con chưa kịp bước lên thềm nhà, con Vện đã quấn lấy chân, mừng rỡ. Nó không biết con đang lo lắng, con phải đẩy nó ra hai ba lần.

Hơn nửa thế kỷ rồi nhưng con vẫn nhớ như in những gì xảy ra ngày hôm ấy.

Hôm ấy là một ngày đẹp trời. Nếu trả con về cái thời thơ ấu ấy, con sẽ để ý xem hôm ấy là đầu mùa thu hay mới là cuối hạ. Bố đi làm từ sáng sớm. Mẹ cũng ra chợ ngay từ lúc nắng lên. Nhà chỉ còn hai bà cháu và con chó Vện. Bà nội lấy cho con bát cơm nguội với hai quả cà và một quệt mắm tôm. Cà pháo bà nội muối cả tuần ép chìm dưới nước trong cái hũ nhỏ để giữ được lâu. Con ăn sáng bằng bát cơm nhỏ với hai quả cà pháo ấy. Thấy ít vậy nhưng sẽ no tới chiều. Bởi ở trường con không chạy nhảy tung tăng như lũ bạn. Giờ ra chơi con thường loay hoay ở một góc bình yên của sân trường, xem mấy đứa bạn đánh bi, đánh đáo, chơi khăng, hoặc lẩn thẩn đếm bước dọc theo hàng rào, nhìn lũ bạn vây quanh những gánh hàng quà vặt.

Không đói bụng nên con chẳng cần tiền quà. Thế nhưng buổi sáng hôm ấy nắng đã lên cao, lũ chim ở cây bàng trước sân đã tíu tít gọi nhau đi kiếm ăn từ lúc tinh mơ, con vẫn nhùng nhằng không chịu bước ra cửa khiến bà nội phải dỗ dành.

"Sao lại không chịu đi học thế này!" Con nhớ bà nội đã hỏi như thế.

Con lúng búng câu trả lời trong miệng. Bà nội nhìn cái mặt méo mó, cái môi phụng phịu, xuống giọng dịu dàng, "Cháu của bà hôm nay làm sao vậy?"

Và bà nội sờ bàn tay lên trán con rồi gật gù, "Có nóng sốt gì đâu." Con chó Vện cũng lẩn quẩn bên chân bà nội, nghểnh cổ nhìn ra điều hỏi han. Con lặng im. Bởi con không đau ốm gì hết, nhưng con không biết phải trả lời như thế nào.

"Cháu của bà chăm học lắm mà, sao hôm nay lại thế này."
Giọng bà nội nặng trĩu những lo âu.

Bà nội ơi, con xin lỗi bà nội nhé. Cái tội đã không nói cho bà
nội biết vì sao buổi sáng hôm ấy con cứ nhì nhằng không chịu đi học.
Mãi đến khi bà nội mở cái ruột tượng, lấy ra tờ giấy bạc năm đồng
màu gạch cua nhét vào túi áo ngực của con, và đặt bàn tay ấm áp của
bà nội lên vai con, con mới lầm lũi bước đi. Bà nội đi với con suốt
đoạn đường đất viền hai bên bởi hàng cây dâm bụt xanh lá. Khúc
đường đất gập ghềnh, ngắn ngủi ấy là đoạn đường bình yên nhất của
lộ trình tuổi thơ con. Tới khúc quanh cuối ngõ, bà nội đứng lại, nhìn
theo. Con biết bà nội nhìn theo bởi đi một quãng xa, ngoái cổ lại nhìn,
con vẫn thấy bà nội đứng đó. Chiếc bóng nhỏ bé của bà nội nhập
nhòe, hai cánh tay vẫy đều trong nắng sớm. Con chó Vện đứng bên bà
nội, vẫy đuôi tíu tít. Cái con Vện ấy lúc nào cũng vẫy đuôi.

Từ khúc quanh ấy con chỉ còn một mình. Lẻ loi, đơn độc và
đầy những lo âu.

Chiều hôm ấy bà nội không nói gì với bố mẹ con chuyện hồi
sáng. Con cũng lặng im.

Và cho đến bây giờ, hơn nửa thế kỷ sau, con vẫn giấu chuyện
ấy trong lòng.

Chắc bà nội đoán con đã dùng năm đồng bạc ấy mua quà vặt.
Những hàng quà thường tụ tập trước cổng trường. Và dạo ấy món quà
vặt mà con có thể đứng chầu hàng giờ mà ngắm nghía là chiếc xe đạp
của hàng kẹo kéo. Ông hàng kẹo kéo có cái miệng dẻo hết biết luôn.
Bây giờ con không nhớ hết những câu ông ấy hát để rủ rê bọn học trò
tụi con, những đứa trẻ luôn bâu quanh chiếc xe đạp và cái kệ cồng
kềnh nhưng vững chãi phía sau yên xe. Hình như trong những câu hát
của ông kẹo kéo có cái câu gì đó mà con nhớ mang máng là "ăn đồng
kẹo kéo chồng mê tới già." Hồi ấy con chẳng biết làm cách nào người
này ăn kẹo mà lại làm người kia mê cho được, con chỉ biết kẹo kéo
dẻo và ngọt lịm, bên trong có nhân lạc rang bùi hết biết luôn.

Chắc bà nội đoán con đã bỏ tiền mua kẹo kéo và để được
quay số, hy vọng cái mũi tên chỉ vào con số trúng và được thưởng
thêm phần kẹo nữa. Năm đồng bạc mua được biết bao nhiêu là kẹo
kéo. Và cứ mỗi năm mươi xu tiền kẹo, ông hàng kẹo lại cho quay số
một lần, nếu may mắn là trúng thêm phần kẹo nữa, tha hồ chia cho lũ
bạn.

Năm đồng bạc bà nội cho nằm sâu trong túi áo. Suốt đoạn
đường đến trường, con sờ túi áo không biết bao nhiêu lần, chỉ sợ đồng

bạc ấy biến đi mất. Khi không có tiền tụi con cũng vẫn vây quanh xe kẹo kéo, dán mắt nhìn những đứa có tiền rón rén chạm đầu ngón tay vào cần quay số, mím môi, nín thở đẩy mạnh cái trục quay. Mũi tên may mắn ấy quay vùn vụt rồi chậm dần, và ngừng ở đầu một con số. Tiếng trẻ con reo vang khi cái mũi tên chỉ vào con số trúng. Ông hàng kẹo kéo hoan hỉ nụ cười và ông mở lớp bọc nhựa, phơi ra trước mắt bọn trẻ thỏi kẹo kéo trắng muốt, ông túm lấy một đầu thanh kẹo, kéo dài ra. Những hạt lạc lộ ra dần dần. Bọn trẻ con nín thở. Đứa trúng thưởng hí hửng đưa hai tay đón lấy hai thỏi kẹo trắng muốt. Ông hàng kẹo kéo kéo cách nào đó mà những thỏi kẹo lúc nào cũng bằng nhau và nhìn giống hệt nhau.

Giây phút hạnh phúc ấy ngày nào con cũng được hưởng ở cổng trường. Chẳng cần được ăn. Chỉ cần nhìn thôi cũng đủ. Những đứa trúng thưởng kẹo kéo cũng chẳng cần là bạn của mình. Chỉ cần một đứa có tiền, được cái vinh dự đẩy cái vòng quay ấy trong lúc những đứa khác bâu chung quanh, tròn con mắt nhìn, và giây phút linh thiêng ấy có con trong đám lau nhau ấy là quá đủ.

Ngày hôm ấy chắc bà nội vui lắm bởi bà nội nghĩ con được ăn quà vặt ở sân trường. Buổi chiều tan học. Con về nhà, mặt mũi buồn thiu. Hai bà cháu nhìn nhau không nói. Con sợ bà nội hỏi *năm đồng bạc bà cho ban sáng cháu làm gì với nó*. Con sợ bà nội hỏi câu ấy và bố mẹ con sẽ thắc mắc sao phải xin tiền bà nội. Rồi con sẽ phải nói dối, rồi sẽ lộ ra cái chuyện con nhùng nhằng đến khi bà nội cho tiền mới chịu đi học.

Sẽ rầy rà biết chừng nào!

Nhưng buổi chiều hôm ấy, hai bà cháu chỉ nhìn nhau mỉm cười mà không nói năng gì hết. Hai bà cháu hiểu ngầm với nhau, hai bà cháu cùng phe với nhau, như mỗi lần con nghịch ngợm bị đòn, bà nội luôn đứng ra xin bố, mẹ tha và không đánh đòn. Bao nhiêu lần con tái phạm nhưng mỗi khi bị phạt là bà nội vẫn lại xin "tha cho nó lần đầu."

Thực ra ngày hôm ấy con cũng được hưởng cái thú đứng mê mẩn nhìn những đứa bạn quay cái vòng có mũi tên trên quầy xổ số hàng kẹo kéo. Tim con vẫn đập rộn ràng trong lồng ngực khi thằng bạn rụt rè chạm đầu ngón tay vào cái cần quay số. Rồi cũng reo ầm lên cùng với bọn trẻ học chung trường khi thằng bé có phúc kia quay trúng và được thưởng thêm một phần kẹo kéo. Ơi miếng kẹo kéo trắng muốt với những hạt lạc rang từ từ hiện ra dưới lớp mạch nha tinh khiết như chiếc nụ tinh khôi nở ra thành đóa hoa tròn đầy.

Nhưng buổi sáng hôm ấy con đã không tiêu năm đồng bạc của bà nội vào hàng kẹo kéo, con đã không dùng đồng bạc giấy màu đỏ có những chữ Ngân Hàng Quốc Gia Việt Nam và con số năm tròn trĩnh vào bất cứ hàng quà nào hết. Con cũng không lơ đãng để tờ giấy năm đồng quý báu của bà nội rơi mất đến nỗi phải ngơ ngẩn đi tìm. Từ nhà đến trường con chạm tay vào túi áo hàng trăm lần để biết chắc tờ giấy bạc năm đồng của bà nội không biến đi cơ mà.

Vậy mà hơn nửa thế kỷ đã qua rồi!

Sáng hôm ấy thằng Thông, bà nội biết nó mà, nó là bạn thân nhất của con, nó hay lại nhà mình ngồi nói chuyện với con ở vỉa hè, dưới bóng cây bàng sum suê cành lá. Hôm ấy nó có tiền mua kẹo kéo. Ông kẹo kéo cho nó quay số. Nó quay và nó trúng. Nó hí hửng chia cho con cái thỏi kẹo trúng số ấy. Con gói lại thật kỹ, nhét thật sâu vào túi áo, định tan học sẽ đem về cho bà nội ăn thử. Bà nội vẫn bảo bà chưa biết cái vị kẹo kéo nó ra làm sao. Cả buổi học con cứ nghĩ hôm nay bà nội sẽ nếm được cái vị ngọt của đường, cái vị bùi của lạc rang. Hai bà cháu sẽ vui không làm sao nói hết.

Ông hàng kẹo kéo ở cổng trường con ngày xưa giờ này đã về nơi chốn bình yên, nơi có bọn trẻ con ca hát rộn ràng ở sân trường làm rung rinh những vạt nắng trên những cánh phượng đỏ thắm. Nơi bình yên ấy hẳn vẫn rộn ràng tiếng trống trường có những đứa trẻ hí hửng đăm đắm mắt nhìn cái mũi tên quay vòng và chậm dần rồi ngừng hẳn ở phần thưởng của ông hàng kẹo kéo. Nhiều lần con đã kể cho bà nội nghe chuyện ông kẹo kéo. Kể cho bà nội nghe về những vòng quay có thưởng. Bà nội nghe con kể mà ánh mắt bà nội sáng rực niềm vui. Con chia sẻ với bà nội một góc tuổi thơ con. Con kể cho bà nội nghe rằng ông hàng kẹo kéo luôn cho bọn trẻ quay số để thưởng thêm một phần kẹo như chút quà nhỏ nhoi. Và đứa trẻ có tiền mua kẹo kéo được thêm một phần kẹo cho thằng bạn thân của nó.

Thằng Thông không còn trên thế gian này nữa. Nó và nhiều đứa bạn cùng lớp con hay kể cho bà nội nghe giờ này cũng đã về nơi chốn bình yên có thật nhiều những ông hàng kẹo kéo rộng lượng và vui tính. Nhưng chắc chắn nơi chốn bình yên ấy không có mặt một đứa. Cái đứa khiến sáng hôm ấy con chần chừ không chịu ôm cặp sách ra cửa. Cái đứa mà không bao giờ con dám kể về nó cho bà nội hay bố mẹ con nghe. Cái đứa có sợi dây xích luồn quanh thắt lưng quần dùng làm vũ khí, có con dao nhỏ bấm nút một cái, lưỡi dao bật ra, sáng lòa. Cái đứa mà nhiều lần cũng vì nó mà con bị trầy trụa đầu gối, sưng môi, chảy máu răng mà không dám hé môi một lời với bố, với mẹ, nhiều lần con suýt nói cho bà nội nghe vì sao con bị sưng môi, bầm má, trầy trụa đầu gối, khi bà nội dịu dàng nhắn nhủ rằng đừng chạy nhảy, leo trèo nhiều quá lỡ gẫy tay, gẫy chân vừa đau đớn vừa làm khổ bố mẹ, nhưng rồi con lại lặng im.

Nơi chốn bình yên của bà nội bây giờ chắc cũng là nơi chốn bình yên có ông hàng kẹo kéo, có lũ bạn học hiền lành dễ thương của con những ngày thơ dại, có cả thằng Thông đã chia cho con một phần kẹo kéo, nhưng chắc chắn không có mặt cái đứa cướp đường cướp chợ ấy.

Ấy là cái đứa ngày nào cũng chặn đầu con ở lối rẽ vào cổng trường, cái đứa luôn hầm hè dí nắm tay vào mũi con, đe dọa sẽ đánh con gẫy hết răng, sẽ bẻ con què chân, sẽ quăng sách vở con xuống ao cho cá rỉa, cái đứa có cái sẹo dài trên má, kéo tận xuống cằm, mà nó khoe rằng lúc đi ăn cướp nó bị người ta xua chó đuổi theo cắn gấu quần nhùng nhằng kéo lại, làm nó ngã vào hàng rào kẽm gai. Và nó đã xé toạc gấu quần để trốn thoát.

Nó đó, cái thằng có cái sẹo dài trên má ấy là đứa đã giật phắt miếng kẹo kéo con định đem về cho bà nội ăn thử, rồi bỏ ngay vào miệng nó nhai ngấu nghiến. Và tay này dí nắm đấm vào mũi con, tay kia lục lọi túi con để rú lên mừng rỡ khi thấy năm đồng bạc bà nội cho con ban sáng.

Nhờ năm đồng bạc của bà nội mà nó tha, không đấm con vỡ mũi ngày hôm ấy.

Con sẽ không cầu cho cái thằng cướp cạn ấy phải xuống địa ngục bởi bà nội vẫn dạy con phải có lòng vị tha, nhưng mai mốt khi con về chốn bình yên gặp bà nội, con không muốn tình cờ thấy mặt nó. Con không muốn phải dí tay vào mũi nó để đòi đấm vỡ mũi nó cho hả giận, vì nó đã lấy tờ giấy bạc năm đồng màu gạch cua mà bà nội cho con buổi sáng ngày hôm ấy, và lấy miếng kẹo kéo con định đem về cho bà nội ăn thử.

Cái thằng cướp cạn ấy giờ này chắc vẫn còn sống - bọn gian ác thường sống lâu, con nghiệm ra như thế – nhưng có lẽ nó đang ở một nơi xô bồ, hỗn độn nào đó, và biết đâu đang bị một trong vô số những thằng cướp cạn khác moi túi nó tìm tiền lẻ và đòi đấm cho nó gẫy hết răng.

Hoàng Chính
15 tháng Tám 2021

NGUYỄN HÀN CHUNG
MẮC MỚ GÌ MẮC MỚ, X ƠI!

Mắc mớ gì X phải quên Y
mà muốn quên cũng quên không được
Y mềm mại như là bánh ướt
thiếu Y chả lụa cũng đâu cần

Mắc mớ gì X phải tủi thân
mà rầu rĩ râu ria rậm rạp
không phở tái thì ta ăn tạp
chút rau răm sảng khoái lên đường

Mắc mớ gì X phải bi thương
ngồi một đống than giường trách chiếu
trừ ma chướng niêm hoa vi tiếu
chắc chi ai địa ngục thiên đường

Mắc mớ gì X phải ghen tương
và oán hận khi Y ngoảnh mặt
đời mà thiếu X, Y bội bạc
thì thơ tình hết đất dung thân

Mắc mớ gì lụy một tình nhân
còn chán vạn nòi tình quyến rũ
nồi X méo úp vung méo thử
ham tròn chi để khổ một đời

Mắc mớ gì mắc mớ, X ơi! ∎

HỒ XOA
PHÍA XUÂN VỀ

Em từ xa lắc
Trời mưa
Giọt thiên thanh vọng
Bên mùa nhiễu nhương

Em từ viễn mộng
Vô thường
Ngàn hương dạ nguyệt
Bên đường chiêm bao

Vẫn là
Đất rộng, trời cao
Từ đôi mắt nọ
Ngọt ngào Xuân sang

Xõa mây
Rừng cũ mấy hàng
Môi thơm còn thắm
Ngút ngàn Liêu trai ∎

NGUYỄN SÔNG TRẸM
ĐÔI MẮT MÙA XUÂN

tặng Thuần (Canada)

Đôi mắt thả theo chiều xa vời vợi
Nhìn tuyết rơi thèm chút nắng quê nhà
Hương tháng chạp quyện theo mùa đi mãi
Để chạnh lòng nhìn lại giấc mơ xa

Ánh mắt nào dõi theo đời mê mải
Vẫn lặng thầm như rạch chảy về sông
Tóc pha sương và đường trần đã mỏi
Thêm mùa Xuân thèm một cuộc tương phùng!

Mùa Xuân ấy giấu trong chiều đôi mắt
Của mẹ già ngày tiễn đứa con đi
Nơi cố xứ vẫn mây trời xanh ngắt
Nỗi buồn dài theo suốt cuộc chia ly

Xuân quê nhà – đang mùa đông đất khách
Mắt chiều nào hun hút nẻo trời xa
Rừng trụi lá và mây trời xuống thấp
Những mùa đi thao thức nỗi quê nhà

Đôi mắt nào gửi bên trời cố xứ
Khi rừng phong nhuộm trắng tuyết đầu mùa
Nghe hương thoảng quanh bao mùa Xuân cũ
Những con đường rợp bóng nắng năm xưa ∎

TÔN NỮ MỸ HẠNH
Nói Với Hoa Quỳnh Đêm Cuối Năm

Chút tĩnh lặng, em
    nghe đêm tràn qua phố
Chạm một ngón tay thon
    thầm ve vuốt hương quỳnh
Em mất dấu anh nên mãi
    đi tìm thời gian chạm vào tiếng gió
Mong có tiếng chim thao thức
    san sẻ cùng em chút tia nắng bình minh.
*

Chẳng phải là anh
    người đàn ông của một thời mê thảo
Chẳng phải là em
    người con gái yêu quá đỗi ngây thơ
Nên ở một nơi nào ai
    qua sông lòng hóa thành chim sáo
Hát khúc xuân sang quên đi
    chiếc lá mùa đông bay lạc bên hồ.
*

Quỳnh hương ơi đêm nay có
    cùng em thắp lên ngọn lửa
Đượm chút hương nồng
    sưởi ấm một đêm xưa
Hãy để tình em quanh năm
    hồn nhiên xanh tươi màu cỏ
Gió ơi đừng hững hờ ngời lên
    lấp lánh những trang thơ ∎

TRANG CHÂU
Xuân Nhớ Bạn

Tao sẽ vui xuân cùng thiên hạ
Dù Tết năm nay không có mày
Nói rứa chứ mình tao cũng chán
Thiếu mày rượu không đã cơn say

Bao năm rồi phải không mày nhỉ
Hai đứa ôm chung giấc mộng đầy
Cái thuở hồn đang non trẻ ấy
Xem đời dễ như trở bàn tay
Tao nhớ chúng mình say ngất ngưởng
Một đêm trừ tịch khói hương bay
Văn chương chửi đổng qua thời thế
Chính trị bàn từ Đông sang Tây
Chán chê hai đứa kềnh ra ngủ
Sáng dậy thề nhau tao không say!

Một kỷ niệm xưa mày có nhớ
Hai đứa yêu và đã đắm say
Cô gái trước nhà căn gác trọ
Nhìn mình đôi má đỏ hây hây
Một thuở chúng mình tương tư quá:
Tao làm thơ, mày hát suốt ngày!
Bây giờ em đã lên bà lớn
Con đứa tay bồng, đứa dắt tay
Mà mày vẫn còn lưu lạc đó
Mà tao vẫn còn lất khất đây

Nhắc đôi kỷ niệm ngày xưa để
Buồn cho thế sự của hôm nay
Bao năm mơ ước chưa tròn ý
Duyên chỉ thêm nhiều men đắng cay
Đuổi đeo đeo đuổi trăm hình bóng
Rút cuộc còn tao với một mày!

Đã hẹn xuân này ăn Tết muộn
Chúc nhau nâng một cốc rượu đầy
Những tưởng chông gai cùng sát cánh
Nào ngờ thế nước bắt chia tay!
Còn đâu những buổi sương chiều xuống
Mưa lạnh, đường xa, gió heo may
Bấm tay ngồi đếm ngày phiêu bạt
Chợt thấy xuân về trên khóm cây

Mày vẫn âm thầm quê cũ sống
Tao phải bôn ba đất nước này
Cách sông, cách núi, lòng không cách
Nhớ mày tao chỉ một cơn say
Văn chương xứ Việt giờ chắc đắt?
Mấy mươi triệu kẻ đọc văn mày?
Văn mày còn như văn ngày trước:
Giọng cười pha lẫn ý chua cay?

Tao ở bên này xem tuyết trắng
Thơ lòng một cõi tha hồ hay
Thơ hay khốn nỗi không người đọc
Nhìn tóc hoe vàng nhớ tóc mây

Tao sẽ vui xuân cùng thiên hạ
Dù Tết năm nay không có mày
Nói rứa chứ mình tao cũng chán
Rượu buồn thiếu bạn uống không say ∎

NINH TRẦN
Xuân Hạnh Phúc

Em trót đến bên ta xin chớ vội
Xin nhẹ nhàng gượng níu bước chân về
Chiều bảng lảng nắng vàng rơi từng sợi
Còn sợi nào trói được những đam mê

Thôi ở lại cùng ta ba mươi tết
Đêm thiêng liêng chờ đợi phút giao thừa
Không tiếng pháo mà lòng như thắp lửa
Tiếng đì đùng điệu nhớ của xuân xưa

Lòng vui khẽ mai đào vừa hé nụ
Không tỏa hương sao rực rỡ đất trời
Em nhắm mắt khấn thầm điều ấp ủ
Hưởng tận cùng hạnh phúc nhé xuân ơi

Và... ta sẽ cùng nhau đi hái lộc
Tối ba mươi dừng mãi phút giây này
Xin tặng nốt nụ hôn ngày mùng một
Chẳng lạc loài đơn lẻ cánh vạc bay

Em có biết tình yêu luôn thánh thiện
Như mùa xuân rạng rỡ cánh hoa vàng
Nàng xuân đến đâu cần trao vương miện
Vẫn nồng nàn bất tử với thời gian ■

NGUYỄN VŨ SINH
KHI MÙA XUÂN ĐẾN

Anh cạn kiệt nỗi buồn của em
Nhưng ăm ắp niềm vui vô tận
Dù trải qua tháng năm lận đận
Bên em ngời ánh lửa mùa xuân.

Trên môi thơm dậy tiếng hân hoan
Bờ cánh mọng nụ hoa hàm tiếu
Hàng mi cong như buông mành liễu
Trên mắt ngoan đọng lá mày tằm.

Dù trôi qua thời tuổi xuân xanh
Tâm hồn vẫn mỗi ngày tươi mới
Như vườn ta mầm xanh lộc nảy
Lá thường xuân sắc thắm trên cành.

Chẳng cần chi đợi đến trăng rằm
Mắt em sáng long lanh vành vạnh
Như tinh tú đêm khuya lấp lánh
Soi đời nhau trong cõi phù hư.

Em, mùa xuân nở đóa dung từ
Trăm năm sao ngăn chăn gối lệch
Vì em như đóa hoa vĩnh cửu
Mỗi ngày tươi thắm lá trường sanh.

Hơi xuân đã chớm nụ mai vàng
Mùa xuân giao hòa đang vẫy gọi
Đầu ngõ bay ngang đàn chim én
Nghiêng cánh vui chào đón xuân sang ∎

NP PHAN
ĐOẢN KHÚC XUÂN

lụa

buổi sáng nào đi qua
vẫn mang hoài bóng dáng
buổi sáng nào tình cờ
ta nghe lòng nằng nặng

xuân vàng

em, áo lụa qua đồi
của một thời hoa bướm
mùa xuân vàng thắm đượm
đâm lộc biếc, hồn tôi

ánh mắt

tia nhìn nào rất vội
ánh mắt nào phôi pha
mùa xanh, trời đổi nắng
em có về, mưa xa…

giọt mưa phai

mưa trên tay mòn mỏi
mưa không kịp bên trời
mưa, em về ướt áo
hồn sáng mùa xuân tươi
hồn rạng trời mưa phai

màu nắng cũ

nắng, một mùa rạng rỡ
gió đã về, non xa
rực áo mùa nhung nhớ
ta, hồn cũng nhạt nhòa
thương hoài màu nắng cũ

lối

ánh sáng nào bao dung
trên bàn tay ngọc bạch
trên mộng ước không cùng
trên lối mùa xanh thơ ∎

NGUYỄN VĂN ĐIỀU
THƠ TÌNH CHO EM

Bây giờ trời đã vào Xuân
Cỏ cây trở giấc cho mầm xanh lên
Xin đời hai chữ bình yên
Buồn vui một thuở giữa miền quê ai

Này em biển rộng sông dài
Ta nằm đánh giấc thiên thai dưới trần
Bàn tay bao nỗi phân vân
Bàn tay năm ngón còn ân sủng nhiều

Trăm năm tạ một tình yêu
Quàng vai nhau nhé ta dìu nhau đi... ∎

HUỲNH LIỄU NGẠN
Mùa Xuân Vừa Đến

anh khai bút đầu năm
thì mùa xuân vừa đến
anh ôm tết vào lòng
chờ thắp lên ngọn nến

còn mấy phút nữa thôi
anh già thêm một tuổi
còn mấy giây nữa thôi
là đời trôi một buổi

giao thừa anh ngồi đợi
để nhốt thời gian trôi
lòng anh như đá cuội
lăn mãi giữa cuộc đời

một năm như sao chổi
xẹt qua trên bầu trời
làm anh cứ chờ đợi
từng ánh mắt xa vời

rồi xuân đi rất vội
đến rồi phải đi thôi
còn gì mà tiếc nuối
giữa dòng đời đang trôi

xin mùa xuân lộc mới
thơm màu áo hồng tươi
xin mùa xuân hoa trái
mật ngọt lại môi cười

anh khai bút xong xuôi
bài thơ còn tươi rói
cửa đã mở lâu rồi
mời em về chung lối ■

(11.2.2021- 4.11.2021)

KIỀU HUỆ
Sài Gòn Mùa Xuân

Sài Gòn ơi mùa Xuân sắp đến
Thành phố tỉnh sau giấc ngủ vùi
Người ngác ngơ chưa trọn niềm vui
Con đường lá me bay còn đó

Hàng cây xanh xuyên che nắng đổ
Râm mát đường xưa lối đi về
Góc phố quen hò hẹn cà phê
Nhóm bạn bè của ngày tháng cũ

Bạn thân vĩnh biệt lòng héo rũ
Nén nhang buồn thắp trắng hư vô
Bất chợt như vừa tỉnh cơn mơ
Ngậm ngùi mắt rưng rưng chực khóc

Người phương xa về tìm bạn mất
Chẳng gặp nhau phút cuối lìa đời
Đêm trăng vỡ một ánh sao rơi
Đời tắt lịm, tay xuôi nghẹn nấc

Sài Gòn nay đã bừng tỉnh giấc
Khép lo âu ngày tháng gian nan
Cố quên đi đau khổ ngỡ ngàng
Sài Gòn ơi mùa xuân thay áo ∎

NGÀN THƯƠNG

Xuân Mong

Loay hoay Xuân chạm ngõ
mới đây hơn nửa đời
khổ đau và hạnh phúc
theo mây trời chơi vơi

Tuổi người chồng chất mãi
từng con giáp xoay vần
nợ nần nhau vay- trả
có gì đâu phân vân

Chưa bao giờ buồn thế!
đại dịch vẫn trêu ngươi
hơn chiến tranh bom đạn
sống chẳng biết ngày mai

Tự mình lo là chính
may mắn thì qua mau
bài "Hương ca vô tận"
thoáng trên môi nghe sầu

Ngoài kia bầy én lượn
trao tín hiệu Xuân về
mẹ ngồi bên bếp lửa
sưởi lòng già tái tê

Xin bình yên sẽ đến
dẫu mỏi mòn ước mong
Sài Gòn ơi thao thiết
lệ rơi thầm long đong ■

(Huế- VN)

TRUNG CHÍNH HỒ
Mai Về Nơi Cỏ Lá

Ai có chờ đâu mà vẫn đợi
Ngày về quán tưởng cuộc hoàn nguyên
Sương tuyết che ngang trời quê cũ
Phương người thắp mộng mấy ngàn đêm

Nỗi nhớ thành rêu nồng hương đất
Đất bám lời ru, nỗi đá vàng
Mỗi bước chân đi, lòng thương tích
Dốc đời mỏi gối, cõi nhân gian

Vẫn tháng năm mòn thân viễn xứ
Ngùi trông hương khói nẻo quê xa
Ngậm nỗi đau chung mài thân phận
Đinh đời đóng xuống nỗi riêng ta

Chia tay khôn dứt tình tơ nhện
Giăng kín niềm riêng những vết đau
Cố quên một nửa hồn lem lấm
Gội cạn đời nhau, một thuở nào

Vẫn biết mưa mau cùng nắng vội
Sông còn hối hả một dòng trôi
Mơ mòng chi một thời hoang dịch
Cuộc chia ly màu lửa, quanh đời

Ta gọi ta, sống-với-một-lần
Cơ hồ còn được một tri âm
Nghe trong bụi cát lời ân sủng
Mai về nơi cỏ lá đương xuân ∎

THY AN
Chim Nhỏ Tường Xiêu

vẫn là tiếng hót rong chơi
con chim nho nhỏ gọi mời tường xiêu
tà huy nghiêng bóng vai chiều
rải thơ tóc rối mấy điều trần ai

tiếc chi sợi vắn sợi dài
ngõ xưa treo gió cành mai hững hờ
áo xanh đồi núi sương mờ
hoang sơ câu hỏi mấy tờ lịch rơi

bức tranh muôn sắc vẽ vời
xôn xao trăm cảnh rối bời thực hư
chập chùng diệu ngữ chân như
lắng nghe bản ngã mệt nhừ tâm kinh

đội mưa vào phố lặng thinh
nghe như âm ỉ một mình mùa xuân ∎

CHÂU YẾN LOAN

KẾ SÁCH GIỮ QUẢNG NAM CỦA
XUÂN QUẬN CÔNG NGUYỄN NGHIỄM

Sau khi chiếm Quy Nhơn (1773), Nguyễn Nhạc đem quân tiến ra Quảng Nam. Tháng 5 năm Giáp Ngọ (1774) Tĩnh đô vương Trịnh Sâm nhân tình hình rối ren ở Quảng Nam liền sai lão tướng Hoàng Ngũ Phúc làm Thống suất bình nam Đại tướng quân, Bùi Thế Đạt làm phó tướng và Nguyễn Nghiễm giữ chức Tả tướng, đem ba vạn quân xâm lấn Nam hà.

Khi hành quân vào chiếm đóng Hội An, Nguyễn Nghiễm đã đến thăm miếu Quan Phu tử (Quan Công) và lưu lại đây một bài xướng "Sư đễ Hội An phố đề Quan Phu Tử miếu" và một bài tán "Quan Phu tử miếu tán".

Hai vị tùy tướng là tiến sĩ Uông Sĩ Dư, tiến sĩ Nguyễn Lệnh Tân đã họa nguyên vận bài thơ và tự tay viết cả ba bài thơ và bài tán rồi sai thợ khắc chạm thành ba tấm hoành phi treo trên bái đường ngôi miếu.

Nguyễn Nghiễm (阮儼) là con thứ hai của Lĩnh Nam công Nguyễn Quỳnh, là thân phụ của đại thi hào Nguyễn Du, tự Hy Di (希思), tôn húy Thiều (玿), hiệu Nghi Hiên (毅軒), biệt hiệu Hồng Ngư cư sĩ (鴻魚居士), sinh ngày 14 tháng 3 năm Mậu Tý, tức ngày 14/4/1708 tại làng Tiên Điền, huyện Nghi Xuân, tỉnh Hà Tĩnh.

Tổ tiên của ông vốn ở làng Canh Hoạch, huyện Thanh Oai, trấn Sơn Nam (nay thuộc Hà Nội), sau di cư vào Hà Tĩnh, có truyền thống khoa hoạn nổi danh ở làng Tiên Điền thời Lê mạt. Trước ông, viễn tổ đã từng đỗ đạt làm quan.

Nguyễn Nghiễm tài kiêm văn võ, năm 16 tuổi (1724 đời Lê Dụ Tông) ông đỗ thi Hương, năm 23 tuổi (1731) đỗ Hoàng Giáp (Tiến Sĩ) được vào triều làm quan, lần lượt giữ những chức vụ quan trọng về quan võ cũng như quan văn.

Năm 1740, ông có công phế Trịnh Giang, lập Trịnh Doanh lên ngôi nên năm 1741 ông được thăng làm Tham chính Sơn Nam, ít lâu sau đổi làm Tế tửu Quốc Tử Giám.

Năm 1743, ông được thăng làm Thừa chỉ Viện hàn lâm, tước Xuân Lĩnh bá. Năm 1746, làm Hữu thị lang bộ Công, thăng lên tước hầu và được đặc cách dự chức Bồi tụng trong tướng phủ.

Năm 1748, Nguyễn Nghiễm được làm Tuyên phủ sứ tán lý quân vụ, quản cơ Trấn nội, chức Tham lĩnh, tước Lệ quận công, vào Nghệ An đánh dẹp. Thắng trận, ông được thăng làm Thị lang bộ Hình. Ít lâu sau, quân nổi dậy ở vùng núi Thanh Hóa lại dấy lên, ông được sai làm Hiệp đồng đến đánh thành lũy quân địch. Nguyễn Nghiễm đánh đâu thắng đó. Quân nổi dậy bèn theo đường tắt đánh vào ly sở Thanh Hoa, quân triều đình thua chạy. Nguyễn Nghiễm đem quân về cứu, chiếm lại được dinh.

Đầu năm 1750, triều đình quy cho ông trách nhiệm để thất thủ Thanh Hoa nên ông bị giáng làm Đông các Đại học sĩ. Cuối năm đó, Trịnh Doanh đi đánh quân khởi nghĩa ở Sơn Tây, Nguyễn Nghiễm làm Tán lý giữ trách nhiệm hộ giá. Ông tham gia dẹp được quân nổi dậy, nên được thăng làm Thiêm đô ngự sử.

Đầu năm 1752, ông được lệnh ra 4 đạo Sơn Tây, Hưng Hóa đánh hoàng thân Lê Duy Mật. Thắng trận, ông được phục chức cũ. Sang năm 1753 ông lại có công, được thăng làm Phó đô ngự sử. Cuối năm 1753, Nguyễn Nghiễm được Trịnh Doanh giao làm Đốc lĩnh ở Thanh Hoa để dẹp các lực lượng nổi dậy trong vùng núi, các lực lượng nổi dậy không chống nổi, bỏ chạy sang Ai Lao. Ông chia quân tiến vào Ai Lao nhưng quân khởi nghĩa đã chạy xa, nên ông trở về.

Năm 1755, ông được cử làm Hiệp trấn Nghệ An. Năm 1756, ông được gọi về triều thăng làm Vực quận công đi đánh lực lượng nổi dậy ở Kinh Bắc. Nguyễn Nghiễm thắng trận.

Cuối năm 1757, Nguyễn Nghiễm được thăng làm Tả thị lang bộ Hình. Đầu năm 1761, Nguyễn Nghiễm được thăng làm Ngự sử, rồi Thượng thư bộ Công và vào phủ làm Tham tụng (Tể tướng).

Ít lâu sau, Nguyễn Nghiễm thêm chức Trung thư giám Quốc Tử Giám và kiêm coi Đông các, rồi làm Tổng tài Quốc sử quán.

Mùa hạ năm 1764, ông được thăng hàm Thiếu phó. Năm 1767, Trịnh Doanh chết, Trịnh Sâm lên thay thăng ông làm Thái tử thái bảo, hàm tòng nhất phẩm, tước Xuân quận công, Đại tư không. Cuối năm 1771, ông xin về hưu ở làng Tiên Điền, được thăng làm Đại tư đồ. Nhưng tháng 3 năm sau (1772), Trịnh Sâm lại mời ông ra làm Tham tụng, rồi Thượng thư bộ Hộ.

Năm 1774 ông được sung chức Tả tướng quân theo Hoàng Ngũ Phúc, Bùi Thế Đạt đem ba vạn quân đi đánh Nam Hà.
Từ khi Tây Sơn nổi dậy, vùng đất thuộc Quảng Nam Dinh luôn bất ổn, thế lực Tây Sơn càng ngày càng mạnh, quân lực Đàng Trong phải tập trung cho mặt trận phía nam, phía bắc không đủ lực lượng phòng giữ quân Trịnh, binh tướng toàn là những người già yếu không quen chinh chiến cho nên các đạo quân của chúa Nguyễn lần lượt bị quân Trịnh đánh bại.

Tháng 12 năm Giáp Ngọ (1774), tướng Trịnh là Hoàng Ngũ Phúc xua quân vượt sông Gianh tiến chiếm Phú Xuân. Chúa Nguyễn bỏ kinh thành chạy vào Quảng Nam, lập Hoàng tôn Dương làm Đông Cung cho Trấn phủ Quảng Nam. Tháng 4 năm Ất Mùi (1775) Đông Cung bị bộ tướng của Tây Sơn là Tập Đình và Lý Tài bắt được dẫn độ về Hội An.

Quân Trịnh vượt Hải Vân, tiến vào Quảng Nam, quân Tây Sơn chận đánh quân Trịnh tại Cẩm Sa, cửa ngõ vào Dinh trấn Thanh Chiêm (Dinh Chiêm) và phố cảng Hội An. Tây Sơn đại bại, Nguyễn Nhạc thế cùng phải dâng voi ngựa, vàng ngọc và dâng đất ba phủ Quảng Ngãi, Quy Nhơn, Phú Yên cho Hoàng Ngũ Phúc xin hàng, Hoàng Ngũ Phúc phong cho Nguyễn Nhạc làm Tây Sơn trưởng hiệu Tráng tiết tướng quân.

Sau chiến thắng Cẩm Sa, quân Trịnh tiếp tục tiến đến Châu Ổ, phía Bắc Quảng Ngãi thì dừng lại vì bấy giờ có đại dịch, quân Trịnh không quen thủy thổ bị bệnh rất nhiều, chết như rạ. Nguyễn Nghiễm và Hoàng Ngũ Phúc cùng nhiều đại thần cũng lâm trọng bệnh, Hoàng Ngũ Phúc hoảng sợ không còn lòng dạ chiến đấu, tính kế lui binh. Nguyễn Nghiễm, Nguyễn Lệnh Tân muốn đóng quân tại Dinh Chiêm để tính kế lâu dài, nhưng Hoàng Ngũ Phúc không nghe, xin lệnh Trịnh Sâm rút về Thuận Hóa.

Hoàng Ngũ Phúc là một lão tướng có tài chiến trận nhưng không có mưu lược cao thâm như Nguyễn Nghiễm, ông chỉ có ý muốn chinh phạt xứ Đàng Trong chứ không có mộng chiếm giữ, cho nên đã không nghe kế sách của Xuân Quận Công xếp đặt việc cai trị và phòng thủ Dinh Chiêm. Chính vì vậy mà Việp Quận Công đã vội vàng bỏ lại kinh đô thứ hai của Chúa Nguyễn mà lui về giữ Phú Xuân.

Dinh trấn Thanh Chiêm lại nằm trong tầm kiểm soát của quân Tây Sơn. Đó lại là cơ may cho Nguyễn Nhạc, giờ đây có được trong tay một vùng đất phì nhiêu, nhiều sản vật, có cả một cảng biển buôn bán sầm uất, một hậu phương tốt, đã yên mặt Bắc, chỉ còn một nỗi lo quay về phía Nam chống đỡ với quân của Nguyễn Phúc Thuần đang cố vùng lên chiếm lại cựu đô. Nguyễn Nhạc ép gả con gái là Thọ Hương cho Đông Cung để lấy lòng dân.

Tháng Giêng năm Đinh Dậu (1777), Nguyễn Nhạc sai bề tôi là Đỗ Phú Tuấn đi sứ họ Trịnh xin trấn đất Quảng Nam, lúc bấy giờ Nguyễn Nhạc đã chiếm giữ đất ấy, Trịnh Sâm ngại dùng binh đánh dẹp quân Tây Sơn vì quân Trịnh mới bị tiêu hao nhiều trong trận dịch nên bằng lòng cho Nguyễn Nhạc làm Quảng Nam trấn thủ tuyên úy đại sứ, phong làm Trung Quốc Công.

Nguyễn Nghiễm không có cái nhìn hạn hẹp như Hoàng Ngũ Phúc, ông đặt Dinh Chiêm dưới cái nhìn chiến lược. Muốn khuếch trương thanh thế, chế ngự Tây Sơn, chận đường quay lại của Chúa Nguyễn thì không thể quay về phía bên kia Hải Vân để mỗi khi có chiến trận lại một phen vất vả đưa quân vượt núi đèo. Ở lại Quảng Nam, nghĩa là quyết tâm đi tới với hoài bão muốn thống nhất đất đai, rút về là vẫn còn tâm lý phân ranh, đất ai nấy giữ, chỉ cần thắng lợi với một số chiến lợi phẩm quay về tấu công là mãn nguyện. Tâm sự này Nguyễn Nghiễm đã thể hiện rõ trong hai câu thơ ông đề ở Miếu Quan Công Hội An:

Tâm thượng Cao, Quang hoàn nhất thống
Mục trung Ngô, Ngụy thất tam phân

(Lòng vọng Cao Quang, toàn nhất thống
Mắt trừng Ngô Ngụy triệt tam phân).

Sinh ra trong một gia tộc có nhiều công trạng phò Lê, tuy phải trực tiếp chịu sự điều hành của chúa Trịnh nhưng Nguyễn Nghiễm vẫn một mực trung thành với vua Lê.

Với ông đất nước phải liền một dải "toàn nhất thống", không phân chia Đàng Ngoài, Đàng Trong. Giang sơn phải thu về một mối không còn họ Trịnh, họ Nguyễn, Tây Sơn "thất tam phân" mà chỉ có vua Lê; như Quan Vũ khi xưa một lòng phò nhà Hán mà muốn xóa bỏ cái thế phân tranh Ngô - Ngụy - Thục. Chính vì khát vọng thống nhất thiên hạ cho nhà Lê, vãn hồi trật tự thái bình cho dân tộc sau nhiều năm loạn lạc khổ đau mà Nguyễn Nghiễm lúc bấy giờ tuy đã ngoài sáu mươi tuổi vẫn hăng hái tham gia chiến dịch Nam chinh vì đây là cơ hội ngàn năm một thuở để ông góp chút tài sức cuối đời thực hiện mong ước cháy bỏng mà ông hằng ôm ấp bấy lâu.

Miếu Quan Công còn gọi là Chùa Ông hay Trừng Hán Cung là một công trình kiến trúc danh tiếng ở Hội An, được xây dựng từ giữa thế kỷ XVII để thờ Quan Vân Trường, người đã kết nghĩa Đào Viên với Lưu Bị và Trương Phi, là một tướng tài thời Tam Quốc ở Trung Hoa, nổi danh trung liệt tín nghĩa, được nhân dân Trung Quốc và nhân dân Đông Nam Á mến mộ thờ phụng như một vị thần. Miếu được trùng tu nhiều lần vào các năm 1753, 1782, 1827, 1864, 1904, 1995, 2007.

Bút tích của Xuân Quận công và hai tùy tướng đặt tại bái đường Miếu Quan công ở phố cổ Hội An

Miếu Quan Công tọa lạc tại số 24, đường Trần Phú, khối An Định, phường Minh An, thành phố Hội An.

Hiện nay ở Chùa Ông Hội An còn treo ba bài thơ xướng họa giữa Nguyễn Nghiễm và Uông Sĩ Điển, Nguyễn Lệnh Tân và bài "Quan phu tử tán" của Nguyễn Nghiễm, khi họ đến thăm Miếu Quan Công này.

Bài xướng của Nguyễn Nghiễm

Bài thơ "Sư để Hội An phố, đề Quan Phu Tử miếu" của Nguyễn Nghiễm trên hoành phi tại miếu Quan Thánh:

師抵會安埔題關夫子廟

觥桅炎圖慷慨身

桃園兄弟即君臣

直相忠義師千古

無論英雄敵万人

心上高光還一統

目中吳魏失三分

至今萬國同瞻奉

匪直巍然海上神

Sư để Hội An phố đề Quan Phu Tử miếu

Niết ngột Viêm đồ khảng khái thân
Đào viên huynh đệ tức quân thần
Trực tương trung nghĩa sư thiên cổ
Vô luận anh hùng địch vạn nhân
Tâm thượng Cao, Quang hoàn nhất thống
Mục trung Ngô, Ngụy thất tam phân
Chí kim vạn quốc đồng chiêm phụng
Phỉ trực nguy nhiên hải thượng thần

Dịch thơ:

Hành quân đến phố Hội An đề miếu Quan phu tử

Vực dậy cơ đồ quyết ứng thân
Đào viên kết nghĩa hóa quân thần
Nêu gương trung nghĩa thầy thiên cổ
Vượt trội anh hùng địch vạn nhân
Lòng vọng Cao Quang toàn nhất thống
Mắt trừng Ngô Ngụy triệt tam phân
Đến nay muôn nước cùng chiêm bái
Vòi vọi trời cao đắng hải thần
 (Nguyễn Thiếu Dũng dịch)

Bên dưới bài thơ xướng ghi ngày viết bài thơ và chức tước Nguyễn Nghiễm lúc đó:

景興三十六年,乙未,端暘節,賜辛亥科進士,特進金紫荣禄大夫,奉

差左将軍入侍参從,户部尚書知東閣兼知中書監,國史総裁,大司徒,

致仕起復中捷軍营,春郡公阮儼,希思甫書

*Cảnh Hưng tam thập lục niên, Ất Mùi, Đoan dương tiết, tứ Tân Hợi
khoa Tiến sĩ, đặc tiến Kim Tử Vinh Lộc đại phu, phụng sai Tả Tướng
quân nhập thị Tham tụng, Hộ bộ thượng thư Tri Đông các kiêm Tri
Trung thư giám, Quốc Sử tổng tài, Đại Tư đồ, trí sĩ khởi phục Trung
Tiệp quân doanh, Xuân Quận công Nguyễn Nghiễm, Hy Tư phủ thư*
(Cảnh Hưng năm thứ 36, Ất Mùi, tết Đoan Ngọ (5.5 âm lịch). Tiến sĩ
khoa Tân Hợi (1731), tước Kim Tử Vinh Lộc đại phu, Tả tướng quân,
Tham tụng, Bộ Hộ thượng thư, Đông Các, Tri trung thi giám, Quốc
Sử tổng tài, Đại Tư đồ, về hưu được triệu hồi coi việc quân Trung
Tiệp, tước là Xuân Quận công, tên là Nguyễn Nghiễm, tự là Hy Tư
đề thơ).

Bài họa của Uông Sĩ Điển

　　Uông Sĩ Điển (1737- 1802), còn có tên là Uông Sĩ Dư, sau đổi
là Uông Sĩ Lãng, sinh năm Đinh Ty (1737) là con của danh sĩ Uông
Sĩ Đoan, người xã Vũ Nghị, huyện Thanh Lan, phủ Tiên Hưng, Thái
Bình (nay thuộc xã Thái Hưng, huyện Thái Thụy, tỉnh Thái Bình).
Ông đỗ Tiến sĩ năm Bính Tuất (1766), được bổ Ngự sử, rồi Đốc thị
Thuận Hóa và Quảng Nam (1781), sau về triều làm Bồi tụng tước
Thao Đường Hầu, Đông các Đại học sĩ.

Ông cùng với Nguyễn Hoàn, Võ Miên, Phan Trọng Phiên soạn bộ Đại
Việt lịch triều đăng khoa lục trong năm 1779 và là tác giả sách Nam
hành tiểu ký.
Ông mất năm Nhâm Tuất (1802) hưởng thọ 62 tuổi.

Hai bài họa của Uông Sĩ Điển và Nguyễn Lệnh Tân

經會安埔題關夫子廟詩

為國丹心許國身

義在思弟節思臣

英聲庀旦蜀三傑

忠烈當求古一人

直把炎圖為己責

捐交赤鼎許誰分

角蛙世事都陳跡

正氣洋洋萬古神

Kinh Hội An phố đề Quan Phu tử miếu thi

Vị quốc đan tâm hứa quốc thân
Nghĩa tai tư đệ tiết tư thần
Anh thanh phỉ đán Thục tam tháo

Trung liệt đương cầu cổ nhất nhân
Trực bả Viêm đồ vi kỷ trái
Khẳng giao xích đỉnh hứa thùy phân
Giác oa thế sự đô trần tích
Chính khí dương dương vạn cổ thần

Dịch thơ:

Đến phố Hội An đề thơ ở miếu Quan phu tử

Vì nước lòng son hiến tấm thân
Hay thay tiết nghĩa bậc trung thần
Tiếng thơm đâu chỉ ba chàng Thục
Trung liệt mong cầu một kẻ nhân
Quyết giữ sơn hà đeo gánh nợ
Dễ đem cơ nghiệp để chia phân
Chuyện đời tranh bá chi phiền toái
Chính khí nghìn năm rạng cõi thần
(Nguyễn Thiếu Dũng dịch)

Bên dưới bài thơ không ghi ngày viết, chỉ ghi chức tước Uông Sĩ Điển lúc đó như sau:

Tiến sĩ năm Bính Tuất (1766), Thị Giảng khâm sai, Nội thi Tả công phiên, tước Đông các Đại học sĩ, tên là Uông Sĩ Dư, họa nguyên vần của ngài Tả tướng quân Thiêm Tụng.

Bài họa của Nguyễn Lệnh Tân (không có đề)
Nguyễn Lệnh Tân (1726 -?), người xã Phù Lê, huyện Thụy Nguyên, nay thuộc xã Thiệu Thịnh, huyện Thiệu Yên, tỉnh Thanh Hóa. Tiến sĩ khoa Quý Mùi (1763), Hàn Lâm viện Thị giảng:

綱常任重置其身

匹馬單刀勢漢臣

三國英雄無敵手

一場忠烈有還人

歪流華夏垂千古

義在春秋炳十分

正氣洋洋穹冗鄭

廿年為將億年神

Cương thường sĩ trọng chí kỳ thân
Sắt mã đa đao thế thượng thần
Tam quốc anh hùng vô đối thủ
Nhất trường trung liệt hữu hoàn nhân
Huy lưu Hoa Hạ thùy thiên cổ
Nghĩa tại Xuân Thu bính thập phần
Chính khí dương dương khung nhưỡng tịnh
Chấp niên danh tướng ức niên thần

Dịch thơ:

Cương thường gánh nặng cả vai thân
Ruổi ngựa vung đao bậc trọng thần
Ba nước anh hùng không đối thủ
Một trường trung liệt có cao nhân
Lẫy lừng Hoa Hạ danh thiên cổ
Rạng rỡ Xuân Thu nghĩa bội phần
Chính khí sáng ngời thơm muôn thuở
Hai mươi năm tướng, vạn năm thần
(Nguyễn Thiếu Dũng dịch)

Dưới bài thơ có ghi ngày viết bài thơ và chức tước Nguyễn Lệnh Tân lúc đó:

Tiến sĩ khoa Quý Mùi (1763), Hàn Lâm viện Thị Giảng Phu hiên, tên là Nguyễn Lệnh Tân, họa nguyên vần của ngài Tả tướng quân.

Hoàng triều Cảnh Hưng, năm thứ ba mươi sáu (1775), tháng năm kính đề

Bài tán của Xuân Quận Công Nguyễn Nghiễm

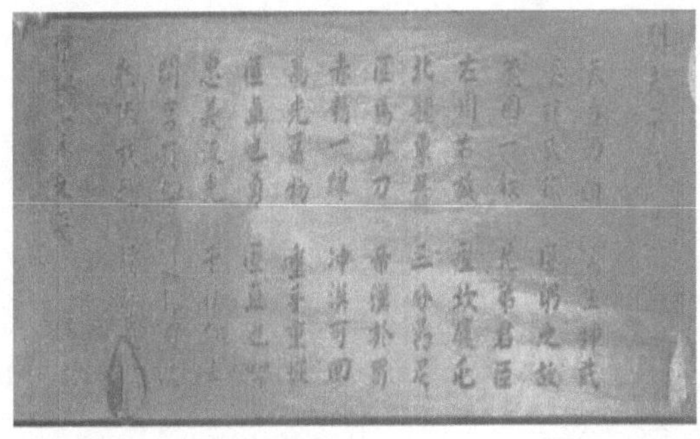

Bài "Quan Phu tử miếu tán" của Nguyễn Nghiễm

關夫子廟讚	*Quan phu tử miếu tán*
天眷西頗	*Thiên quyến tây pha*
炎祚式微	*Viêm tộ thức vi*
秀園一敘	*Tú viên nhất tự*
左周右旋	*Tả chu hữu toàn*
北魏東吳	*Bắc Ngụy, Đông Ngô*
匹馬單刀	*Sất mã đơn đao*
赤精一線	*Xích tinh nhất tuyến*
高光護物	*Cao, Quang hộ vật*
匪直也勇	*Phỉ trực dã dũng*
忠義流光	*Trung nghĩa lưu quang*
悶宮有恤	*Muộn cung hữu tuất*
默扶我越	*Mặc phù ngã việt*
篤生神武	*Đốc sinh thần võ*
匪躬之故	*Phỉ cung chi cố*
兄弟君臣	*Huynh đệ quân thần*
歷坎履屯	*Lịch khảm lý truân*
三分鼎足	*Tam phân đỉnh túc*
帝漢於蜀	*Đế Hán ư Thục*
沖漠可回	*Xung mạc khả hồi*
唾手重恢	*Thóa thủ trọng khôi*
匪直也智	*Phỉ trực dã trí*
千秋仰止	*Thiên thu ngưỡng chỉ*
遺像有嚴	*Di tượng hữu nghiêm*
赫赫炎炎	*Hách hách viêm viêm*
景興乙未之夏	Cảnh Hưng Ất Mùi chi hạ
左將君鴻魚居士題	Tả tướng quân Hồng Ngự cư sĩ đề

Đầu tháng 10 năm 1775, Nguyễn Nghiễm cùng Hoàng Ngũ Phúc lui về Phú Xuân. Bùi Thế Đạt ở lại cùng các tướng giữ Thuận Hóa, còn hai ông trở về Bắc dưỡng bệnh.

Nguyễn Nghiễm về đến quê nhà ở làng Tiên Điền, huyện Nghi Xuân thì bệnh tình đã trầm trọng. Ít hôm sau ông qua đời vào ngày 17 tháng 11 năm Ất Mùi (07 tháng 1 năm 1776), thọ 68 tuổi. Trịnh Sâm ban tên thụy cho ông là Trung Cần và truy phong Thượng đẳng phúc thần.

Hoàng Ngũ Phúc cũng chết ở trên đường về Bắc.

Đến Hội An đề thơ ở miếu Quan Công, Xuân Quận công Nguyễn Nghiễm đã bộc lộ khát vọng xóa bỏ các lực lượng phân tranh, thống nhất giang sơn về một mối. Đây không chỉ là ước muốn của riêng Nguyễn Nghiễm mà cũng là khát vọng thiết tha của toàn dân Đại Việt đã trải qua nhiều năm dài nồi da xáo thịt, đau khổ điêu linh. Hoàng Ngũ Phúc không nghe theo kế sách của Xuân Quận công ở lại Quảng Nam xếp đặt việc cai trị và phòng thủ Dinh Chiêm mà vội vã rút quân về Phú Xuân.

Châu Yến Loan

Chú thích:

1. Cao, Quang 高光:

- Cao: Hán Cao Tổ tức là Lưu Bang, người khai lập nhà Tây Hán vào năm 206 trước CN – năm thứ 9 sau CN

- Quang : Hán Quang Vũ, tức Lưu Tú, một hoàng tộc nhà Hán đã nổi dậy chống Vương Mãng (cướp ngôi nhà Hán vào năm thứ 9 sau CN), khôi phục lại nhà Hán, lập ra nhà Đông Hán (25-220).

2. Ngô, Ngụy 吳魏: *Nhà Hán đến đời Hoàn Linh bắt đầu suy sụp, tạo ra một thời kỳ loạn lạc kéo dài từ năm 190 đến năm 280 sau CN, các thế lực phong kiến cát cứ xâu xé nhau khiến đất nước bị tàn phá, nhân dân điêu linh. Trong cuộc tranh giành đó nổi lên ba thế lực: Ngụy, do Tào Tháo (155 – 220) làm chủ; Thục do Lưu Bị (161 – 223) làm chủ; Ngô do Tôn Quyền (182 – 252) cầm đầu. Ngụy được thiên thời, Ngô được địa lợi và Thục được nhân hòa.*

*Trong thế lực của nhà Thục có Quan Vũ (*關羽*, 162? - 220), cũng được gọi là Quan Công (*關公*), tự là Vân Trường (*雲長*), Trường Sinh (*長生*) là một vị tướng nổi tiếng trung dũng, mưu lược thời kỳ cuối nhà Đông Hán và thời Tam Quốc ở Trung Quốc, là anh em kết* *nghĩa với Lưu Bị và Trương Phi. Ông là người đã góp công lớn vào việc thành lập nhà Thục Hán, với vị hoàng đế đầu tiên là Lưu Bị. Ông cũng là người đứng đầu trong số ngũ hổ tướng của nhà Thục Hán, gồm: Quan Vũ, Trương Phi, Triệu Vân, Hoàng Trung và Mã Siêu. Sau khi mất, ông được nhân dân Trung Hoa lập đền thờ phụng ở nhiều nơi. Tại Việt Nam, Hoa kiều cũng lập đền thờ ông ở một số nơi.*

HIỀN NGUYỄN
CHUYỆN CŨ PHÙ DUNG TRẦN

(Trích đoạn từ truyện dài CCPDT)

Khi tôi còn nhỏ, đi học vỡ lòng với thầy giáo Ngữ ở trong trấn. Thầy rất hiền và tận tụy với bọn học trò theo học lớp vỡ lòng của thầy. Ngôi nhà của thầy khá khang trang, thầy cho lợp tôn nối mặt tiền ngôi nhà với khoảng sân ở phía trước thành lớp học. Lớp học của thầy rất đông và đủ trình độ từ vỡ lòng đến lớp năm. Tất cả bọn trẻ con trong trấn biết chữ đều nhờ thầy cả. Không chỉ ở thế hệ của tôi mà ngay cả thế hệ cha chú cho đến thế hệ cháu chắt ở trong trấn cũng đều trải qua lớp học chữ quốc ngữ vỡ lòng ở lớp học của thầy. Ngày ấy tiền học phí cũng không bao nhiêu, thậm chí có nhà nghèo quá cũng không có đóng nên cuộc sống của thầy cũng khá kham khổ. Trong số học trò vỡ lòng của thầy ngày ấy giờ có kẻ làm quan, có người thành đại gia, cũng có không ít người nối nghiệp thầy… Nhưng hầu như mọi người quên lãng, không thấy ai nhắc đến thầy. Không có ai đến thăm thầy dù là chỉ một lần chứ đừng nói chi đến lời cảm ơn. Ôi nhân tình là thế! Người đưa đò suốt đời đưa người qua sông nhưng có ai quay lại nhìn đò? Người suốt đời bắc cầu cho người vượt qua nhưng đến khi mình qua thì chẳng có cầu để qua! Những năm cuối đời, thầy suốt ngày ngồi bó gối trên chiếc ghế mây nhìn ra cửa, dáng thầy khô đét, hom hem và rúm ró còn chút xíu. Tôi đặc biệt nhớ thầy luôn mang mắt kiếng xệ xuống lưng chừng sống mũi, mỗi khi nhìn ai thì thầy phải ngước lên và một điều nữa là thầy luôn cười hềnh hệch rất gần gũi, rất dễ thương. Mé sân ngoài có cây khế to hai người ôm, trái rất to và chi chít trên cây, có điều khế chua quá nên ít ai muốn ăn. Bọn học trò trẻ thơ vốn nghịch ngợm như thế mà cũng chừa cây khế ra. Cứ mỗi mùa khế chín là bọn kéc (vẹt) không biết từ đâu kéo về đậu đầy trên cây, chúng tranh ăn kêu réo và đá nhau chí chít, phải nói rằng chúng thật đẹp, màu lông xanh lá trông hợp với màu lá khế nhưng cũng có những con nhiều màu sắc sặc sỡ vô cùng. Thầy giáo Ngữ là ông thầy khai tâm chữ quốc ngữ cho bao thế hệ ở cái trấn này, ngoài thầy ra thì cũng cần nhớ thêm có thầy giáo Bản, thầy Sâm, cô Lân. Dì tôi, cậu tôi, anh tôi rồi em tôi đều lần lượt học với thầy giáo Ngữ. Giờ mỗi người một số phận, một cuộc đời.

Tôi thì ngàn dặm xa phương trời hải ngoại. Thầy đã về với nguồn cội tổ tiên. Đã từng không ít lần tôi vẫn mơ và thấy thầy, trong tâm tư tôi cái lớp học chữ quốc ngữ vỡ lòng của thầy vẫn cứ như những thước phim cổ tích. Mấy chục đứa trẻ con ê a đánh vần, ráp chữ khi thì rống to lên để được khen, nhưng cũng có lúc nghịch ngợm quá thầy đập cây thước bảng lên bàn ầm ầm. Thầy giáo Ngữ cũng như các ông, bà giáo làng khác đều là những người học hành không cao, không bằng cấp, không học hàm, học vị hay danh hiệu ưu tú, nhân dân chi cả nhưng lại là những vị thầy dạy tiếng Việt vô cùng xuất sắc. Tôi cũng như những thế hệ trước và sau đều nói, viết tiếng Việt rất chính xác, phân biệt các âm: ch, tr, s, x, d, v… rõ ràng, viết đâu ra đấy, chính tả cũng sạch sẽ; không giống như bây giờ. Các ông bà giáo bằng cấp đầy mình, danh hiệu dài thòng lòng… mà viết sai chính tả, câu cú lủng củng, từ ngữ ngô nghê vô nghĩa. Thế mới biết có những cái mới lại thua xa cái cũ, có những cái bị chê cù lần lại trong sáng và hay ho hơn những cái bóng bẩy đầy mị xảo của thời đại. Nếu Phù Dung trấn có thầy giáo Ngữ nổi tiếng ai cũng biết thì ấy là mặt văn, còn bên võ cũng cần phải nói đến là các lò võ như: Phi Long Thắng, Trần Cang, Hà Trọng Sơn… Dân địa phương khá hâm mộ võ thuật nên cho con theo học. Bạn tôi tụi thằng Lợi, thằng Vinh, con Lài, con Chi, con Ái… đều học võ cả. Sau những buổi học chữ ở trường Bồ Đề là chạy sang lò võ luyện tập, đánh đấm bình bịch vào mấy cái bao đựng mạt cưa. Ba tôi cũng bảo tôi đi học võ nhưng tôi thì không thích võ, chỉ khoái vùi đầu đọc sách nên thoái thác không chịu đến lò võ. Ba tôi nói:

- Học võ cho cứng cáp gân cốt, cho người khỏe mạnh và cũng có chút nghề để phòng thân, ra đường không bị ai ăn hiếp!

Tôn chỉ các lò võ cũng rất rõ ràng và mã thượng:

- Không vô cớ đánh người, không đánh người yếu hơn, không đánh đàn bà, trẻ em, người già; không phản thầy, phản bạn; học võ để tự vệ chứ không phải để đánh nhau…

Lễ ra mắt sư phụ võ thuật cũng đơn giản, thường là con gà trống, ít hoa quả… tiền học phí cũng tượng trưng chứ không nhiều. Các võ sư thường kiêm luôn là thầy vật lý trị liệu. Họ rất giỏi và biết rõ cấu tạo của xương khớp, hễ ai bị bong gân, trật khớp… chỉ cần họ nắn, bóp, kéo… ấy vậy mà bình phục lại một cách nhanh chóng. Họ còn chế thuốc võ, thuốc dầm… trị đau nhức xương, khớp, cơ, các vết bầm, sưng… chỉ cần bó thuốc vài hôm là khỏi. Dân quanh vùng hễ có đau thường đến nhờ mấy thầy võ trị cho và họ trị miễn phí chứ không lấy tiền. Nếu bệnh nhân có lòng thì mua ít trái cây hay lễ vật gì đấy đến tạ ơn! Giữa tu viện Nguyên Thiều và Phù Dung trấn có chùa Phước Điền, trụ trì là thầy Hạnh. Thầy rất hóm hỉnh nhưng công phu trì giới thì rất nghiêm ngặt, không xu phụ quyền thế, ngoài thời khóa công phu thầy còn làm ruộng để nuôi thân và phụng sự chùa. Thầy còn có một biệt tài là "mắn" (tiếng địa phương để chỉ việc chữa trị trật xương, sai khớp…) Bất cứ ai bị tai nạn, bị té, bị đánh… mà xương khớp bị trật thì đến chùa nhờ thầy. Thầy rờ, mò, vuốt… rồi bất chợt kéo hay bẻ một cái làm cho bệnh nhân la oái một tiếng thế là hết ngay! Quả thật tài tình không thể tưởng, nhiều người đi nhà thương chữa trị, uống thuốc không giảm ấy vậy mà thầy "mắn" một vài phút là xương, khớp trở về vị trí cũ liền! Sau đó thì cho ít thuốc dầm về bó thêm một hai ngày là hoàn toàn khỏi hẳn. Tôi không biết sao lúc ấy bạn bè cả bọn đều học võ mà tôi thì không chịu học, sau này lớn lên thấy tiếc hùi hụi.

Ngoài những lò võ tư gia ấy còn phải kể đến một lò võ đặc biệt và nổi tiếng khác, đó là lò võ chùa Long Phước. Chùa cách trấn chừng ba cây số về hướng đông, vốn khai sơn từ năm đầu Gia Long. Chùa là ngôi cổ tự đẹp nhưng tương đối đơn giản và khiêm tốn, quanh vườn cây lá xanh tươi. Chùa mở lò võ không biết từ khi nào nhưng khi tôi lớn lên lúc nào cũng có mấy mươi võ sinh theo học. Một số là võ sĩ chuyên nghiệp còn phần lớn là thanh thiếu niên quanh vùng theo học để khoẻ mạnh, cứng cáp. Dân quê tôi khá hâm mộ võ thuật, không biết có phải cái *gene* còn lưu lại từ thời xa xưa với truyền thống "Học văn dụng võ". Có lẽ nhờ truyền thống thích võ nghệ mà ngày xưa không ít người theo phò tá nhà Tây Sơn, lập nên nhiều chiến công hiển hách. Chùa Long Phước được nhiều người ví von như là một tiểu "Thiếu Lâm Tự" vậy! Ở đây ngoài dạy võ phòng thân còn có võ đối kháng, quyền, côn, binh khí… Võ roi cũng là một môn võ đặc thù của địa phương, chỉ cần một ngọn roi hay một cây gậy trong tay thì không có một đối thủ cường bạo nào có thể xáp lại gần được, bởi thế mà ca dao có câu:

Từ lò võ chùa Long Phước mà nhiều võ sĩ đã thành danh trên trường võ cổ truyền của cả nước. Người ta thường ca tụng xứ sở này là "Đất võ trời văn" kể cũng có lý vậy!

Hàng năm khi trời đất chuẩn bị vào xuân, người trong trấn bày hoa kiểng ra bán khắp nơi. Nào là mai, cúc, vạn thọ, thược dược, lan… đủ thứ hoa, muôn màu sắc. Chợ hoa bên lề quốc lộ, ở hai đầu cầu Cây Da, ở ngã ba miễu Ba Gà… Người đi xem chen lấn nhau, người đưa đón chờ chực đậu xe chật cả một khúc đường. Chợ trong trấn những ngày tháng chạp vô cùng sôi động, trăm kẻ bán vạn kẻ mua, thôi thì không thiếu thứ gì. Nhưng chợ tết còn phong phú hơn nữa vì có bánh mứt và đồ trang trí cho bàn thờ gia tiên, nhà cửa trong ngày tết. Dân quanh chợ trong trấn nhiều nhà có nghề làm mứt tết. Nhà ngoại tôi cũng thế, giữa tháng mười một âm lịch là ngoại bắt đầu huy động hết con trai, con gái vào làm mứt bán tết. Tôi cũng có phần tham gia, thường thì được cử đi lấy nước ở giếng nhà bà Năm Củi, giếng nhà ông Bảy Thì… vì nước các giếng ấy trong vắt và không có phèn mới có thể rim mứt được. Má tôi, dì tôi người thì xăm gừng, xăm bí, cắt bông bằng đu đủ, làm bánh in, bánh hồng và nhiều loại mứt khác nữa. Trong cách làm các loại mứt ấy, khó nhất vẫn là xăm gừng, xăm bí; những củ gừng gọt chuốt đẹp như bàn tay mỹ nhân rồi xăm cho mềm ra, rồi luộc và đem rim (dụng cụ xăm gừng là những khúc gỗ gòn, một đầu cắm đầy các cây kim may, nghề này xem ra giờ thất truyền); rồi còn đu đủ xanh cắt bông thược dược, cắt nơ… Mùi nước đường rim mứt bay thơm thoang thoảng trong gió, ra tận ngoài chợ luôn! Bánh mứt ở tiệm của ngoại vừa đẹp vừa ngon nổi tiếng. Ngoài người mình ra, mấy anh lính đồng minh rất thích mua những cái bông thược dược rim từ đu đủ. Công việc mua bán thuận buồm xuôi gió, ngoại trở nên giàu có nổi tiếng khắp vùng.

Năm ấy khoảng đầu thập niên bảy mươi, dì Tư cùng với học sinh các trường Cường Để, Quốc Học, Trưng Vương… cắm trại ở vận động trường. Ông tỉnh trưởng đến chúc mừng. Bọn người bên kia cử thích khách đến ném lựu đạn. Ông tỉnh trưởng đứng trên đài cao nên không hề hấn gì nhưng học sinh thì chết la liệt, lớp vì lựu đạn lớp vì hoảng loạn dẫm đạp nhau. Dì cũng chết trong đám học sinh xấu số ấy. Người chết và bị thương nhiều đến nỗi nhà thương tỉnh không còn cả bông gòn và thuốc đỏ để sơ cứu. Đài truyền hình đưa tin, dân chúng kinh hoàng tiếc thương cho những người xấu số. (Không biết những kẻ thủ ác ra lệnh và thi hành ấy có bao giờ thấy hối hận chăng? Chắc là không, vì hàng năm họ vẫn tổ chức kỷ niệm chiến công, vẫn đeo huy chương đỏ khé màu máu trên ngực! Cũng may cho bọn họ là thời ấy chưa có thuật ngữ "khủng bố" và nhân loại không quan tâm đến chuyện khủng bố như bây giờ.) Ngoại tưởng chừng như suy sụp nhưng rồi công việc làm ăn lại bận bịu, thời gian dần dần xoa dịu nỗi đau… Cho đến một ngày kia, khi mà quốc gia "sụm bà chè"! Lần này thì suy sụp thật, suy sụp vĩnh viễn! Lần này không phải mỗi ngoại sập tiệm mà tất cả đều sập tiệm! Mọi người khép nép hạ mình xuống, mai danh ẩn tích, bôi xóa vết tích thân phận, tẩu tán chôn giấu tài sản, che đậy ăn uống… Tất cả như cơn ác mộng giữa ban ngày!

Những năm sau đó mặc dù đóng tiệm nhưng ngoại vẫn mua bán lẻ tẻ vụn vặt để mưu sinh. Bấy giờ cả nước thành một cái chợ trời khổng lồ, cái gì cũng mua, cái gì cũng bán nhưng luôn dòm trước ngó sau. Lúc bấy giờ tôi vẫn còn là một chú bé con, rất tò mò, hay nghe lóm chuyện người lớn, thích mò vào trong kho hàng cũ của ngoại để lục lạo tìm kiếm (nhưng chẳng biết tìm cái gì mới lạ chứ!). Tôi thích thú nhìn những két bia con cọp Larue chất cao tới nóc (không biết hồi ấy người nhà uống hay bán lẻ mà vẫn còn những cái két chứa vỏ chai như thế?), những hộp nhựa to dài cả thước dùng đựng giấy quyến nhãn hiệu thuyền rồng (loại giấy nổi tiếng dùng để vấn thuốc lá. Nghe người lớn kể lại, những năm sau tháng tư đen ấy, mỗi cây giấy quyến này đổi một cây vàng), những thùng giấy cạc tông (carton) dùng chứa trà Diệu Ký (một thương hiệu nổi tiếng thời ấy)… Cái kho hàng của ngoại như một góc trời cổ tích của tôi. Mỗi ngày đi học về, tôi vẫn thường chui rúc vào trong kho hàng ấy như chú bé đi tìm thế giới thần tiên trong truyện cổ tích ngày xưa.

Sau khi quốc gia "sụm bà chè", ngoại dẹp tiệm quay về mua bán lặt vặt và làm ruộng. Ngoại cũng như những người dân miền Nam hồi trước thường gởi tiền nhà băng và mua đất, nhưng khi thống nhất thì tiền mất hết, đất đai ruộng vườn cũng mất luôn. Người ta bắt buộc phải vào hợp tác xã. Ngoại không vào, không ký bất cứ giấy tờ gì thế là người ta lấy ruộng làm của công, sau này họ có trả một vài mảnh. Tôi nghe người lớn kể lại thế chứ thật tình lúc ấy cũng chưa biết thế nào là công, tư hay hợp tác xã gì cả. Những năm tháng ấy lòng người xáo động, tâm tư bất an biết là bao. Người nào cũng lo âu, sống hôm nay nhưng không biết ngày mai ra sao. Bấy giờ phong trào vượt biên rộ lên, ngày nào cũng nghe tin có người vào Nam để đi, có kẻ xuống Nhơn Lý dùng ghe đánh cá đi, có gia đình thì đóng tiền, vàng để mua bãi, mua chỗ trên tàu… Mấy gia tộc người Hoa có lẽ lo âu cùng cực, ngoài bất an về kinh tế họ còn sợ bị kỳ thị, sợ bị trục xuất… cho nên họ là những người đầu tiên đóng vàng để được ra đi. Không biết phước phần thế nào mà họ đóng vàng bao nhiêu lần thì mất hết bấy nhiêu mà chẳng đi lọt, khi thì bị chủ ghe gạt, khi thì rò rỉ tin nên bị bắt… Trong mấy gia tộc người Hoa ở trong trấn thì phải nói tiệm Thái Xuân Đường, Lợi Sanh Đường, Tân Lợi Đường là mất vàng nhiều cho những vụ vượt biên. Sau này con cháu tiệm Thái Xuân Đường cũng có người đi lọt vì có nuôi con lai, còn Tân Lợi Đường thì cũng có người vượt biên thành công. Ngoài những người Hoa luôn tìm mọi cách để ra đi cho bằng được, thì dân trong trấn cũng như nhà tôi có lẽ an phận thủ thường, không có mấy ai nghĩ cách vượt biên. Cũng có lần nhà ngoại tôi bàn đến chuyện đóng vàng vượt biên nhưng không dám thử vì biết chắc chín phần sẽ mất, hoặc sẽ bị bắt. Gia đình tiệm trà Diệu Ký trong thị xã vốn là bạn hàng thân với ngoại tôi, không biết họ đóng bao nhiêu vàng mà cả gia đình đều lọt xuống tàu cả. Chừng vài tháng sau thì có tin từ những người vượt biên thành công nhắn tin về: tàu chở gia đình Diệu Ký bị hải tặc giết toàn bộ, không biết vì sao mà chúng biết có giấu vàng trong mạn tàu nên phá tàu để lấy vàng. Ngoại ngậm ngùi lắm, lên chùa lễ Phật cầu siêu cho họ. Những ngày tháng kế tiếp chuyện vượt biên càng nóng bỏng hơn, ti vi ngày nào cũng đưa tin có khi bắt được tàu vượt biên, có khi đưa ra tòa xử bỏ tù, có khi đưa tin những người vượt biên đói khát ăn cả thịt người chết trên tàu… Rồi những tin nhắn từ các trại tị nạn ở Thái, Mã Lai, Indo… báo về cho biết bao nhiêu thảm nạn trên biển: bão tố, hết dầu, hết nước, hải tặc hãm hiếp, giết chóc… nhưng những cái tin ấy chẳng đủ sức làm người ta phải chùn bước. Cả nước lên cơn sốt vượt biên!

Hiền Nguyễn

ấu thơ thổi gà kéo
bằng đất sét sơn màu
môi còn dính bánh tét
lấm lem đỏ xanh nâu
cha cười mẹ hôn tóc
đã năm tuổi trên đầu…

mới đó chừ tóc trắng
mẹ cha đã về đâu
xuân tết mỗi năm lại
bâng khuâng buồn dàu dàu
châungọc

THIẾU KHANH

TẠI SAO "MẸ TRÒN CON VUÔNG?"

Mới đây, trên Facebook của mình, anh Mưu Thái (tức Thái Quốc Mưu, một nhà văn, nhà thơ, nhà báo nổi tiếng ở nước ngoài) có đặt câu hỏi: "*Mẹ tròn con vuông, vậy bố hình gì?*"

Có lẽ chủ ý của anh Thái chỉ là hỏi trào phúng cho vui, (và những câu trả lời của các *facebookers* là theo hướng đó) nhưng đây là một câu hỏi rất thú vị. Từ trước đến nay câu "Mẹ tròn con vuông" luôn được mọi người nói ra, nhất là để chúc sự an lành cho một sản phụ sắp sinh hay vừa sinh con, nhưng dường như chưa bao giờ có ai đặt câu hỏi nghiêm túc "Mẹ tròn con vuông" nghĩa là gì.

Trong câu hỏi của anh Thái có thêm ý "cha hình gì?" vẫn là một câu hỏi rõ ràng ngắn gọn, nhưng câu trả lời chắc là dài dòng. Khái niệm TRÒN và VUÔNG này có lẽ từ sự miêu tả hình thức Trời và Đất rất quen thuộc trong Nho giáo. Từ sự quan sát hình tượng biểu kiến, người xưa cho Đất là một nền phẳng hình vuông (*địa phương*) mà ở trên nó bầu Trời tròn (*thiên viên*) như cái lồng bàn úp xuống. Theo quan niệm "*Thiên viên địa phương*" này, trời và đất là hai thực thể đẳng lập, mang tính lưỡng nghi (âm dương). Như vậy, với tinh thần triết học Nho giáo, trời đất cũng như vợ chồng, "có âm có dương." "Lưỡng nghi (âm dương) giao hòa sinh tứ tượng; tứ tượng sinh bát quái; bát quái sinh vạn vật."

Đó là văn hóa du mục của người Tàu, trong đó Trời là một đấng đàn ông – ông Trời, và Trăng là thuộc phái NỮ, Hằng Nga tiên nữ.

Dân tộc Việt, trong đại chủng người Việt phương Nam với nền văn hóa nông nghiệp thấm sâu trong tinh thần và máu thịt của mỗi con người, cho nên dù nhiều lần bị Tàu đô hộ, bị tẩm ướp văn hóa Tàu một cách cưỡng bức suốt hàng ngàn năm, rốt cuộc khi giành lại độc lập, người Việt vẫn giữ được bản sắc văn hóa riêng của mình, không trộn lẫn với văn hóa của người cai trị. Quan niệm "Mẹ tròn con vuông" là một trong nhiều bằng chứng rực rỡ trong lãnh vực này.

Theo tinh thần văn hóa nông nghiệp của đại chủng người Việt phương Nam, trái với văn hóa Tàu, Trời thuộc phái nữ - Bà Trời, và Trăng là Ông Trăng.

Trong một bài đồng dao cổ của người Việt có câu:

"Ông Trăng mà lấy Bà Trời
Tháng Năm đi cưới tháng Mười nộp cheo…"

Trong bài hát *"Ông Trăng xuống chơi"* của trẻ em hiện đại thường hát trong dịp Trung Thu, nhạc sĩ Phạm Duy cũng viết:

Ông trăng xuống chơi cây cau
Thì cau sẽ cho mo
Ông trăng xuống chơi học trò
Thì học trò cho bút
Ông trăng xuống chơi ông bụt
Thì ông bụt cho chùa
…

Người Nhật, một chi trong Bách Việt, trong cùng nền văn hóa nông nghiệp phương Nam cũng gọi Trời là Bà. Đến nay dân tộc Nhật vẫn còn thờ Bà Trời – *Thái Dương Thần Nữ.*

Trời tròn đất vuông là quan niệm chung của cả nhân loại từ thời thượng cổ cho đến thế kỷ 15; với sự ra đời của nhà thiên văn học người Ba Lan Nicolaus Copernicus (1473 – 1543), người ta mới xác định đất không phẳng, không vuông mà có hình cầu.

Nhưng trong khi người Tàu quan niệm bầu trời (tròn) ôm mặt đất (vuông) trong sự kết hợp âm dương như vợ chồng để sinh ra vạn vật, thì người Việt nguyên thủy nhìn thấy hình ảnh biểu kiến Bà Trời cúi xuống ôm lấy mặt đất là hình ảnh mẹ ôm con trong tình thương yêu và bảo bọc. Ở đây không phải là triết lý *"Thiên viên địa phương"* nữa mà là niềm hạnh phúc "mẹ tròn con vuông".

Tại sao là Mẹ ôm con mà không phải là Cha ôm con? Cha cũng thương yêu con nên cũng ôm con được chớ?

Hình ảnh người cha được cho là biểu hiện của sự mạnh mẽ (mà người Tàu gán cho tính chất *Dương*), chủ yếu hoạt động ngoài gia đình, không thích hợp là biểu tượng của tình thương âu yếm, trong khi tình mẹ dịu dàng, bao dung và chăm chút cho con cái chu đáo, tỉ mỉ hơn. Hơn nữa, *Trời của người Việt là phụ nữ*. Bà Trời ôm mặt đất như Mẹ ôm ấp con, tự nhiên và phù hợp hơn. *Mẹ là Trời, con là Đất, cho nên Mẹ tròn con vuông.*

Nhưng tại sao trong khi đề cập mẹ con, người ta không nói đến người cha?

Quan niệm "mẹ tròn con vuông" đã có từ rất lâu đời, nhiều ngàn năm trước, khi dân tộc ta còn ở chế độ mẫu hệ. Trong chế độ này, người phụ nữ không chỉ là người "chủ quản" của mỗi gia đình (hay mỗi gia tộc) mà còn đứng đầu cả thị tộc, thậm chí lãnh đạo cả quốc gia. (xin đọc Thiếu Khanh, VƯƠNG ĐẠO VÀ VỊ HÙNG VƯƠNG THỨ 19:

http://www.art2all.net/tho/tho_tk/vuongdaovavihungvuongthu19.html

Người đàn ông trong chế độ mẫu hệ không có địa vị nào trong gia đình và chịu sự cai quản của những người phụ nữ. Chỉ người phụ nữ mới đáng kể. Dường như không có chỗ nào trong các sách lịch sử nói người Việt thượng cổ có tục đa phu, nhưng có nhiều bằng chứng lịch sử cho thấy trong chế độ mẫu hệ, người ta chỉ biết mẹ, mà không biết và không quan tâm cha mình là ai. Trong tình hình đó, quan niệm "mẹ tròn con vuông" không kèm theo hình ảnh người cha là điều tự nhiên. Người cha vắng mặt vì chưa là gì cả, nên không có hình dạng nào cả trong triết lý tròn vuông này.

"Mẹ tròn con vuông" là hình ảnh lớn lao hàm nghĩa *TRỜI ĐẤT TRONG NIỀM YÊU THƯƠNG, AN TOÀN VÀ BỀN VỮNG*, vì vậy người Việt luôn dùng cụm từ thiêng liêng này để chúc sự an lành cho mẹ con sản phụ.

Nên biết, văn hóa của người Tàu khác của người Việt, cho nên trong trường hợp tương tự, họ chỉ chúc "Mẫu tử bình an" (母子平安), trong đó hoàn toàn không có khái niệm gì về trời đất lớn lao này.

Thiếu Khanh

VÕ PHÚ
SỢI XÍCH

Thôn Văn Đăng nằm cạnh sông Cóc, nơi con sông uốn cong với dòng nước chảy xiết mỗi khi vào mùa lũ. Nước ở khúc sông này sâu và có nhiều khe đá ngầm nên có rất nhiều cá tôm sinh sống. Hầu hết những người trong thôn làm nghề lưới cá. Cuối thôn, cách bờ sông vài căn nhà, đó là nhà thằng Thọ. Thằng bé khoảng mười tuổi bị xiềng lại bằng sợi dây xích dài gần mười mét bên cột nhà. Nó ngồi xổm trước hiên dùng que củi vẽ những hình ảnh mà nó mơ ước. Nó muốn được thoát khỏi sự ràng buộc của sợi xích vướng dưới chân để được rong chơi đây đó, như trước.

Thọ là con trai út của dì Lộc. Nó cao chưa tới một mét, bé nhỏ và yếu ớt hơn rất nhiều so với những đứa trẻ cùng tuổi. Gia đình nghèo, dì Lộc phải lo chạy ăn từng bữa, không có thời gian chăm sóc nó. Nhà dì Lộc gần sông Cóc, do sợ Thọ té xuống sông và chết đuối như anh trai của nó, nên dì đành xích con lại trước khi rời khỏi nhà để ra bến cá phụ giúp việc cho người ta. Trước đây vài năm nhà dì Lộc luôn rộn rã tiếng cười, nhưng chỉ trong vòng hai năm ngắn ngủi mà dì đã mất đi ba người của cả ba thế hệ, mẹ chồng, chồng và con trai lớn. Nên, giờ đây căn nhà vắng cả tiếng nói, cười. Nhà dì chỉ còn hai mẹ con thui thủi với nhau đơn chiếc, quạnh quẽ.

Cũng như mọi người trong thôn này, chú Lộc làm nghề lưới cá. Một lần ra biển, ghe của chú bắt được một con tôm Sú lớn bằng cườm tay với đường trứng màu gạch vàng chạy theo sống lưng. Cả ghe bèn thu gom lưới và chạy vào bờ để đem con tôm bán cho người ta nuôi làm giống.

Vào những năm đầu của thập niên chín mươi, kỹ thuật nuôi tôm giống còn thô sơ, những con tôm Sú cái có trứng rất quý giá. Một con tôm Sú có lằn trứng trên sống lưng bán được hơn cả một năm làm nghề đánh bắt. Để cho con tôm sống khỏe trước khi đem bán cho người ta thì ngư dân phải chạy đua với thời gian. Sau khi bắt được tôm, ngư dân bỏ nó vào một cái thùng nhựa được khoét lỗ bên trên, lấy nước biển đổ vào, giữ cho con tôm sống. Nếu như tôm chết, nó chỉ có giá trị bằng một con tôm lấy thịt. Bởi vậy, khi bắt được tôm Sú cái, ngư dân thường dẹp bỏ mọi sản vật qua một bên để chuyển con tôm giống từ khơi vào đất liền rồi chở nó bằng xe máy từ xã Vĩnh Lương đến Viện Hải Dương Học bán.

Con đường từ xã Vĩnh Lương đến Nha Trang dài hơn 40 km, qua đèo Rù Rì quanh co. Do trời tối và lại chạy nhanh, nên xe của chú Lộc đã lọt xuống đèo Rù Rì. Người tài xế lái xe may mắn còn sống, nhưng chú Lộc ngồi phía sau chết tại chỗ. Lúc người ta đến nơi xảy ra tai nạn, bên cạnh chú Lộc, con tôm vẫn còn bơi lội trong cái thùng nhựa.

Chú Lộc chết đi, để lại gánh nặng lên vai người vợ chưa tới bốn mươi với mẹ già và hai con nhỏ. Để tiếp tục cuộc sống của gia đình, hàng ngày dì Lộc đều ra bến cá phụ việc cho chủ ghe để kiếm tiền. Công việc của dì là phụ chủ ghe đem cá từ thuyền lên bến cảng, phụ khuân vác, làm sạch và phơi cá để bán cho thương lái, nhiều lúc làm từ sáng sớm đến quá trưa mới xong. Chú Lộc mất hơn một năm thì thằng Phúc, con trai lớn của dì, cũng té sông chết đuối.

Thằng Phúc trạc tuổi với tôi, mười hai tuổi. Chúng tôi học chung lớp với nhau. Từ khi chú Lộc mất đi, vì không có tiền đóng tiền học, nên Phúc nghỉ ở nhà phụ bà nội trông em để má nó đi làm nuôi cả gia đình.

Tôi còn nhớ ngày hôm đó là thứ Ba, chúng tôi đi học về thì thấy mọi người ùn ùn chạy ra bờ sông coi náo nhiệt. Ở cái xã Vĩnh Lương này, dường như thú tiêu khiển của mọi người là bàn tán chuyện thiên hạ, nên một khi có việc gì là mọi người rủ nhau kéo đến để dễ bề buôn chuyện. Tôi nghe nhiều người kể lại rằng: Sáng hôm đó, dì Lộc đi ra bến cá giúp việc như mọi khi, thằng Phúc vì không đi học, nó ở nhà một mình cầm cần ra bờ sông câu cá. Đến tận trưa, sau khi dì Lộc đi làm về, không thấy con đâu nên ra bờ sông tìm. Dì đưa mắt ngó quanh dòng sông, nhưng không thấy tăm hơi con trai đâu. Trên bờ, chỉ thấy một chiếc dép và cái cần câu bên cạnh. Dì Lộc gọi tên con trong nghẹn ngào. Mọi người nghe tiếng kêu của dì vội chạy đến mỗi lúc một đông. Một vài người đi theo mé sông để tìm Phúc. Họ vừa đi vừa gọi lớn tên của nó vang vọng cả con sông. Tìm hơn một giờ đồng hồ, nhưng chỉ tìm thấy thêm chiếc dép còn lại đang trôi bên kia bờ. Một vài người bàn tán và nhảy xuống sông để mò tìm.

Đám đông vây kín. Một, hai, ba rồi hơn hai chục người đàn ông giỏi bơi lội lùng sục cả khúc sông, nơi họ nghi ngờ thằng Phúc câu cá rồi té xuống. Thêm một giờ đồng hồ nữa trôi qua, họ không tìm thấy gì. Một vài người bỏ lên bờ vì đã thấm mệt. Đến hơn hai giờ trưa, đám đông tản ra. Dưới sông chỉ còn vài ba người ngụp lặn. Đúng vào lúc đó, chú Tám, một trong những người thợ lặn ngoi lên mặt nước để lấy hơi. Chú gọi những người đàn ông bên cạnh:
- Hải, Phong, Điền... Hình như chỗ này có cái hang. Tụi mày lại đây giúp tao với?

Những người đàn ông bơi lại bên chú Tám. Họ ngụp lặn xung quanh nơi đó và họ đã kéo xác của thằng Phúc lên. Họ đưa xác thằng bé xấu số lên bờ. Da Phúc tái tím, chân tay dính đầy bùn đen, một vài nơi bị trầy xước. Khi thấy xác của con, dì Lộc đã ngất xỉu. Người ta dìu dì vào nhà và đem thân xác thằng bé để dưới gốc dừa bên cạnh. Mấy ngày sau đó, mọi người trong xóm chung tay giúp dì Lộc chôn cất thằng bé xấu số ở nghĩa trang bà Hai, cách mộ của ba nó không xa.

Chôn cất xong, mọi người đến chia buồn. Họ lại bàn tán về chuyện ma da, số phận của gia đình người xấu số... Người ta nói số của dì thiệt là khổ tận cam lai. Chồng mất chưa được bao lâu, giờ phải mất luôn đứa con trai đầu. Chưa dừng lại, thằng Phúc mất không được bao lâu thì một lần nữa dì lại ngậm ngùi tiễn đưa người mẹ chồng.

Mẹ chồng mất đi, dì Lộc không còn ai coi ngó thằng Thọ để cho dì ra bến cá giúp việc, nên dì đành xích thằng bé vào cột nhà. Lúc đầu người trong thôn còn thấy xót thương tội nghiệp cho thằng bé, nhưng không ai giúp được gì, nên dần dà chuyện thằng Thọ bị xiềng xích trong ngôi nhà tranh vách đất cạnh bờ sông cũng dần quen mắt rồi quên đi.

oOo

Vào những dịp hè, chúng tôi thường đi ra bờ sông để câu cá. Lần nào cũng vậy, khi đi ngang nhà dì Lộc, chúng tôi cũng thấy thằng Thọ ngồi trước hiên nhà dùng que củi để vẽ trên nền đất. Thấy thằng bé tội nghiệp, chúng tôi thường đem kẹo bánh ra chia cho nó. Lần nào thấy chúng tôi đến nó cũng năn nỉ ở lại chơi với nó. Có lần, Thọ nắm lấy tay tôi lắc lắc, rồi nói:

- Anh Tuấn cho em đi câu cá với? Em hứa là sẽ ngoan và nghe lời chứ không quậy phá đâu.

Tôi đưa mắt nhìn xuống đôi chân bị xiềng của thằng bé, chưa biết trả lời sao, thì thằng bé chợt hiểu ra. Nó nói tiếp:

- Mà anh làm gì có chìa khóa để mở cho em đi được. Chỉ có má em mới có chìa khóa. Hay hôm nào anh xin má em cho em đi với. Lâu rồi em không được đi chơi. Em nhớ anh Phúc.

Nói rồi thằng bé thút thít khóc.

Tôi quay sang hai người bạn đi câu chung, thằng Em và thằng Lượm, nói với chúng:

- Thôi tụi bây câu trước đi. Tao ở đây chơi với thằng Thọ chút rồi ra sau.

- Ừa, cũng được. Vậy tụi tao đi trước. Nhớ ra sớm nha. Còn không… tụi tao không cho mày ăn cá nướng đâu.

- Ừa, tao biết rồi. Chút nữa tao ra liền.

Tôi đi đến chỗ thằng Thọ, ngồi xuống. Chúng tôi ngồi trên bậc thềm trước hiên nhà. Mắt nhìn xuống nền đất. Tôi hỏi thằng bé:

- Thọ, khi nãy em vẽ gì vậy?

- Dạ em vẽ em và anh Hai được ba dẫn đi coi cải lương trên đường cái quan. Ba em còn mua cho em bịch kẹo đậu nữa. Mà kẹo đậu ở trên đường cái quan nó ngon hơn kẹo ở xóm mình nha anh. Em ước gì Ba và anh Hai em còn ở đây. Nếu còn Ba và anh Hai chắc em không bị má em xích lại như thế này đâu.

- Sao em không nói với má em đừng xích em lại nữa?

- Em có nói, nhưng má em nói em còn nhỏ, sợ em ra ngoài sông và té xuống chết chìm như anh Hai nên má không chịu tháo ra cho em. Má em nói đợi mai mốt lớn thêm chút nữa thì má sẽ mở xích cho em. Nhưng không biết khi nào em mới lớn. Mà em cũng mười tuổi rồi.

Tôi ngồi nói chuyện với thằng Thọ được một lúc thì dì Lộc đi làm về. Tôi chào dì:

- Dạ con chào dì Lộc ạ!

- Ừa, chào con. Tuấn qua chơi với thằng Thọ à? Thọ ở nhà có quậy phá gì không đó?

- Dạ không, con lớn rồi mà Má.

- Ừa. Lớn rồi... Tới đây má mở xích ra cho con.

Dì Lộc tháo ở lưng quần ra cây ghim băng có cái chìa khóa nho nhỏ rồi mở xích ra cho thằng Thọ. Nó đứng lên ôm chầm lấy cổ dì Lộc. Nó nhìn dì năn nỉ:

- Má cho con đi chơi với anh Tuấn chút nha? Nha má? Lâu rồi con không được đi chơi.

Dì Lộc nhìn nó rồi nhìn qua tôi, dì hỏi:

- Mà hai đứa tính đi đâu chơi?

Thằng Lộc cướp lời:

- Dạ khi nãy có anh Em, anh Lượm đi ra sông câu cá. Anh Tuấn ở lại chơi với con, chắc giờ ảnh cũng đi ra câu cá với hai anh kia. Má cho con đi chung nha?

- Hả? Ra sông hả? Không được đâu. Lỡ con có chuyện gì thì làm sao má sống nổi. Thôi ở nhà. Không đi được.

- Má...

Thằng Thọ ôm lấy tay dì Lộc lắc lắc, năn nỉ. Thấy vậy, tôi mới nói thêm vào:

- Dì cho thằng Thọ đi chơi chút đi. Nó bị xích cả ngày ở nhà cũng tội. Với lại đi câu cá có ba đứa con lận. Tụi con có thể trông chừng nó, dì yên tâm.

Chắc thấy tôi năn nỉ nói giúp, nên dì Lộc cũng xiêu lòng và cho nó đi chung. Thằng Thọ vui mừng nhảy cỡn lên. Nó ôm lấy dì Lộc hôn một cái lên má rồi kéo lấy tay tôi chạy nhanh ra phía bờ sông như sợ má nó đổi ý.

Chúng tôi ra bờ sông ngồi câu cá. Gió nhẹ từ lòng sông thổi lên mát rượi. Tôi đưa cần câu của mình và chỉ cách cho thằng Thọ câu cá. Thằng bé thích thú luôn miệng cười. Câu cá đến xế chiều, chúng tôi trở về nhà. Trên đường về, chúng tôi đi ngang qua nhà thằng Thọ và đưa nó vô nhà với dì Lộc. Dì hỏi chúng tôi:

- Mấy đứa hôm nay câu được nhiều cá không?

- Dạ được hơn chục con cá rô phi. Giờ chắc đem về nhà thằng Em nướng ăn cơm.

- Mấy đứa có muốn ở đây ăn cơm với dì và thằng Thọ luôn không? Để cá đây, dì chiên rồi nấu cơm luôn cho mấy đứa ăn cho vui.

Chúng tôi đưa mắt nhìn nhau, thầm hỏi ý. Chúng tôi biết nhà dì Lộc rất nghèo, chạy gạo từng bữa lấy đâu mà nấu cơm đãi cho chúng tôi ăn. Vả lại, ba đứa choi choi chúng tôi tuổi đang lớn nên ăn mạnh lắm sợ hết gạo nhà dì. Chắc có lẽ dì Lộc hiểu được những suy nghĩ của chúng tôi, nên dì trấn an:

- Không sao đâu. Nhà dì còn gạo. Dì coi mấy đứa như con cháu trong nhà, như thằng Phúc thằng Thọ, nên nấu cơm cho mấy đứa một buổi có là gì. Thôi ra trước chơi đi để dì làm cá nấu cơm rồi cùng nhau ăn.

Bốn đứa chúng tôi đồng thanh

- Dạ. Dạ. Dạ. Dạ.

Hôm nay được dịp có ba đứa chúng tôi ở lại chơi, nên thằng Thọ và dì Lộc vui lắm. Vui nhất là thằng Thọ, miệng nó lúc nào cũng mỉm cười. Hôm đó chúng tôi ăn rất ngon miệng với cá rô phi chiên giòn chấm mắm ớt tỏi kèm với rau muống luộc thật ngon. Nhìn đám trẻ bọn tôi ăn dì Lộc cảm thấy vui lây. Có lẽ đây là lần đầu dì cảm thấy vui vẻ nhất kể từ khi mẹ chồng dì mất?

Ăn cơm xong, chúng tôi chào dì Lộc và thằng Thọ ra về. Trên đường đi, chúng tôi vui quá xá. Cái miệng lúc nào cũng tía lia nói đủ chuyện trên đời. Thằng Lượm chợt nói:

- Hay là mỗi tuần mình đi ra nhà dì Lộc chơi với thằng Thọ để được ăn cơm như hôm nay?

- Thôi đi mày, đừng có ham. Mày ăn như tàu hạm vậy ai mà chịu nổi. Thằng Em chen vào.

Tôi nói ra suy nghĩ của mình:

- Hay là mỗi lần mình đi câu rồi đem gạo theo để cho dì Lộc nấu cho bọn mình ăn luôn?

- Ừa... Được đó...

- Nhưng không biết dì có chịu hay không?

- Ừa hén...

Đi một hồi, chúng tôi cũng tới trước cửa nhà thằng Lượm. Lượm nói:

- Thôi tao tới nhà rồi. Gặp tụi mày sau nha.

Vừa nói xong, thằng Lượm chạy vào nhà.

Vài ngày sau khi ăn cơm ở nhà dì Lộc về, mẹ tôi cho chúng tôi biết gia đình chúng tôi có giấy tờ để chuẩn bị đi xuất ngoại sang Hoa Kỳ nên chúng tôi không còn có cơ hội được ăn cơm nhà dì Lộc nấu nữa. Mẹ không cho chúng tôi đi chơi rong nữa mà bắt chúng tôi ở nhà học tiếng Anh để chuẩn bị cho cuộc sống sau này khi định cư nơi xứ người. Mẹ thuê cô giáo dạy tiếng Anh về dạy cho cả nhà chúng tôi. Tôi không biết các anh tôi thì sao, nhưng riêng tôi, một đứa con trai mười bốn tuổi làm sao ngồi yên để học thứ ngôn ngữ lạ hoắc đó. Tôi không thể nào nhét vào đầu ngoài hai chữ "hello" và "good bye". Vài tháng sau, chúng tôi vào Sài Gòn và chuẩn bị cho chuyến xuất ngoại.

oOo

Sau gần hai mươi năm sống ở xứ người, tôi mới có dịp về thăm lại thôn xưa. Thôn vẫn nghèo như trước, chẳng thay đổi gì nhiều dù đã gần hai mươi năm xa cách. Con đường từ quốc lộ số Một dẫn tới thôn Văn Đăng dù đã tráng nhựa, nhưng bụi bặm vẫn bám lên mặt đường đến ố vàng. Tôi đi qua từng mái nhà bên thôn xưa rồi dừng chân trước nhà dì Lộc. Vẫn mái nhà tranh vách đất như trước, nhưng có phần xụp xệ hơn, lòng tôi dâng lên một nỗi buồn khó tả. Ở trước hiên tôi thấy một bà lão, dưới chân bị xiềng lại bằng sợi xích sắt. Đôi mắt người đàn bà thờ thẫn, ngây dại. Tôi nhìn kỹ khuôn mặt thì thấy rất thân quen. Một hồi sau, tôi chợt nhớ ra và gọi lớn:

- Dì Lộc? Có phải dì là dì Lộc, mẹ của Thọ không?

Người đàn bà ngước đầu lên nhìn tôi rồi ngờ ngợ, bà hỏi:

- Cháu là ai?

- Dạ cháu là Tuấn, bạn của Phúc, con cô Hằng ở xóm ngoài đó dì.

- Ờ... Ờ... Con bà cô giáo ở xóm ngoài. Bây đi đâu mấy năm nay giờ mới về?

- Dạ dì quên rồi sao? Con cùng gia đình đi định cư ở Mỹ. Năm nay mới có dịp về thăm quê hương. Mà sao dì…

Chúng tôi đang nói chuyện với nhau, một người đàn ông chạy xe máy vào trong nhà gọi lớn:

- Má... Sao má không ở trong nhà mà ra ngoài hiên này làm gì? Má đang nói chuyện với ai vậy?

Tôi quay qua nhìn người đàn ông đang chạy xe máy vào trong. Nước da anh ngăm đen, khuôn mặt khắc khổ ngoài ba mươi. Tôi gật đầu chào người đàn ông:

- Chào anh.

Người đàn ông gật đầu chào lại tôi và hỏi:

- Xin lỗi, anh là ai? Mà sao biết má tui?

- Có phải là Thọ không?

Người đàn ông nhìn tôi từ đầu đến chân. Anh ta ngờ ngợ nói:

- Tui thấy anh quen quen, nhưng không biết là đã gặp ở đâu?

- Tao đây. Anh Tuấn, con bà cô ở xóm ngoài.

- À... À... Anh Tuấn. Anh mới vừa về? Mời anh vô nhà em chơi.

Tôi theo Thọ vô nhà. Vẫn cái bàn hình chữ nhật ở giữa nhà và bốn cái ghế meo mốc, bạc thếch. Thọ nhìn tôi, ái ngại giải thích:

- Mong anh thông cảm, nhà em đơn chiếc không có gì đãi anh. Mà sao anh đi lâu quá không về thăm quê?

- Vì công việc và gia đình nên không có dịp về thăm. Còn em và dì sao? Sao anh thấy dì...

- Chuyện má em bị xích đó à? Khổ lắm anh ơi. Chuyện này cũng chẳng đặng đừng. Nhà em hồi nào đến giờ chỉ có hai má con. Mà dạo này má em bắt đầu lú lẫn. Lúc nhớ lúc quên. Bả không nhớ gì hết ngoài những chuyện trước khi bà nội em mất. Có đôi khi má còn gọi em là anh Hai Phúc nữa. Nói chi cho xa, cách đây mới ba tháng, má em bỏ nhà đi lang thang rồi lạc ra tận ngoài Ngọc Diêm. Làm em bỏ cả công ăn việc làm đi lùng gần cả tháng trời mới tìm được. Em giờ thì phải đi chạy xe ôm để kiếm tiền lo cuộc sống của hai má con, nên không có thời gian để chăm sóc bà. Cho chắc ăn, em đành phải xích bà lại để an tâm đi làm đi ăn.

- Ờ. Sao em không tìm một người vợ để về sống chung lo cho dì Lộc?

- Dạ em cũng muốn lắm chứ, nhưng gia cảnh của em như vầy thì ai mà dám nhào vô? Người ta thấy chạy mất dép rồi nên không ai dám xáp vô cả anh ơi. Thôi đừng nói chuyện của em nữa. Anh ở bển làm ăn ra sao mà không thấy anh về thăm quê hương? Em thấy người ta đi đi về về hà rầm, nhưng không thấy gia đình anh về.

- Ừa thì công việc làm ăn hơi bận rộn với lại gia đình anh ở đây không còn ai. Lần này anh dẫn ba mẹ anh về để thăm quê hương và sẵn tiện ghé thăm thôn xưa.

- Dạ.

- Ừa thôi, anh ghé thăm dì Lộc và em một tí rồi đi thăm bà con chòm xóm. Anh có chút ít quà, của ít lòng nhiều để phụ em lo cho dì lúc tuổi già.

- Dạ em cám ơn anh thật nhiều. Cho em gởi lời thăm hai bác và mấy anh chị luôn nhé.

- Vâng. Chào em.

Tôi rời căn nhà nhỏ của dì Lộc mà nước mắt lưng tròng. Văng vẳng bên tai tôi còn nghe tiếng lê lết của sợi xích dưới đôi chân dì Lộc. Sợi xích như một vòng đời trói buộc hai mẹ con dì Lộc ở cái thôn quê nghèo khó này. Tiếng leng keng của sợi xích mỗi khi dì Lộc lê bước làm lòng tôi nhói đau. Tôi hy vọng rằng với số tiền ít ỏi mà tôi giúi vào tay Thọ cũng tạm nuôi sống hai mẹ con dì Lộc một vài năm. Hay ít ra, cũng đủ để Thọ được nghỉ ngơi vài tháng để ở nhà chăm sóc mẹ già.

Tôi rời khỏi căn nhà tranh của dì Lộc với cảm giác đôi chân mình bị đè nặng bởi tiếng leng keng của sợi xích. Tôi lê từng bước chân như để trốn chạy khỏi cái thôn nghèo khó mà một thời mình đã sống.

Nắng chiều làng thôn cũng tắt dần phía bờ sông con Cóc, nhưng tiếng vang của sợi xích vẫn còn âm ỉ trong lòng tôi.

Võ Phú

QUẢNG THIỆN

XUÂN NÀY CÓ VUI ĐÂU

Khi Xuân đến người ơi
Rộn ràng vang tiếng cười
Nỗi niềm đau hạnh phúc
Tìm gặp nhau trong đời

Xuân về khác xuân qua
Còn đâu ở quê nhà
Tri kỷ dăm ba đứa
Giờ này một nẻo xa

Gió xuân hương thoáng bay
Không quên với những ngày
Rời quê hương đất Mẹ
Buồn nào ai có hay

Ta làm cây thiên di
Đường xa chẳng sá gì
Sóng dồn vào biển cả
Mẹ ơi! Con đã đi

Bao nhiêu tuổi cũng già
Xuân về rồi sẽ qua
Cuộc đời không đứng đợi
Có gì phải xoắn xa

Một đời mấy lần xuân
Hẹn nhau bấy nhiêu lần
Hoàng hôn thêm nỗi nhớ
Tờ lịch đếm thời gian ∎

BÙI DŨNG
Ru Em

Ru em
Đầy giấc xuân nồng
À ơi tháng chạp
Tàn đông buốt thì...

Cội mai vàng
Chở mùa đi
Em còn giữ lại
Chút gì ngày xưa

Ru em
Tròn giấc nắng mưa
Chút tình xuân muộn
Để vừa lòng nhau

Ru em
Ngày đã bạc đầu
Thác ghềnh lau lách
Nhớ câu nghìn trùng

À ơi! Như thị
Sắc không!
Chút xuân còn lại
Em ngời nhé em! ■

ĐÀO MINH TUẤN
Tứ Quý Nghinh Xuân

1. MAI
Xuân đáo hiên nhà, mai hé nụ
Hương trầm ngan ngát, phút chân tu
Tâm yên ngoái vọng, ơn tiên tổ
Thiên hạ bằng an, sống nhân từ...

2. TRÚC
Trúc xinh đầu ngõ, miên man nắng
Đẹp dáng em xinh, nét vĩnh hằng
Ngoài kia thoang thoảng, mùi gió Tết
Em về phố thị, đón xuân sang...

3. CÚC
Đường quê rực nắng, cúc khoe dáng
Vàng áo em xinh, nét dịu dàng
Sắc xuân chợt đến, hương trong gió
Em về dáng ngọc, cõi bằng an...

4. LAN
Nghinh xuân hé nụ, lan một nhánh
Mộng phút đoàn viên, ấy tâm thành
Mãn khai xuân đến, vui an lạc
Rộn ràng thôn xóm, đẹp như tranh... ∎

ĐỖ THƯỢNG THẾ
KHÚC BỘ HÀNH CHIỀU CUỐI NĂM

Hà hơ… bộ hành
Hà hơ… tay xách nách mang
cuộc người
ba chấm lửng...

Ta đã đi tắt hay vòng
đôi chân dìm xuống mặt đường
nham nhở 365 ngày
câm lỳ vớt lên từng bước

Tạc bóng họa hình
khảy râu bí ẩn
cao trào nước bọt phấn son
ồ kẻ ngược đời vó im bờm lặng

Những thương hạt mưa chấm mặt
hạt bụi sẩy màu
ngực sấm đất
dự đứng con sông trước nhà giọng mộc

Hà hơ... về
bên ngày em trổ đòng
ta tươi tỉnh cánh đồng phải hơi xuân
và mặt trời đậu sau vai gáy ∎

LÊ THANH HÙNG
Ru tình bên bến sông xưa

Góc xuân, buông ngang chở bến đời
Giăng sấp ngửa theo chiều sáng tối
Cứ thắc thỏm, dập dềnh, nông nổi
Em bước theo con nước đầy vơi

Bóng nắng chiều đi, đổ nhịp xa
Em đưa đẩy dấu tình buông thả
Nhìn thân quen, sao giờ lạ quá
Trúc trắc tình xa vắng quê nhà

Êm trôi tuổi mộng, dòng sông xưa
Xuân cũ, ngỏ lời bên bến vắng
Òa vỡ dòng xuôi, tình trĩu nặng
Treo bên đời, vọng tiếng đò đưa

Em bước qua, ngoái lại: mùa xuân
Lộng gió trên đầu tràn tóc bạc
Vẫn tươi trong, mượt mà, tiếng hát
Ru tình đầu trắc trở, trầm luân … ∎

NGUYỄN THÁI DƯƠNG
Nỗi Niềm Tháng Chạp

Người có thấy lại mùa xuân năm cũ
Con chim ngồi đau lời hót chơi vơi
Chiều ba mươi mắt buồn nơi cư trú
Ôm trong tim đôi cánh - dấu-tên-đời

Cây hạnh phúc đã không còn trổ nụ
Lá trơ cành tháng chạp rất vô tình
Ta thừa hiểu thì mong gì nhắn nhủ
Lời phân ưu cho loài thú tâm linh

Buồn vô kể ta suốt đời từ đó
Ôm nỗi niềm tháng chạp để rêu rao
Dù thiên hạ chẳng bao giờ tin được
Chuyện tình này như một giấc chiêm bao

Chuông hạnh phúc đã không còn đổ chậm
Giọt lệ nào nhỏ xuống chén-mồng-ba
Ví dầu biết tháng chạp buồn ghê lắm
Ta vẫn xin giữ lấy phút giao thừa

Trả người về lại với thời hong tóc
Bên ngọn đèn bạch lạp chiều ba mươi
Cho người thấy loài chim tình ngồi hót
Vạn lời-ca-gãy-cánh dưới kia đời... ∎

THẢO NGUYÊN
DỰ CẢM GIÊNG

Giêng!
Phố rêu tách mầm nỗi nhớ
Em – cánh én say mùa
Chao giữa đời

Dự cảm điều gì
Mà mỗi bước chân ngày mênh mang
Người câu mưa hồ biếc
Bỏ quên đoản khúc nhọc nhằn

Những cung đường choàng dậy
Uống cạn rất nhiều men gió
Mắt ký ức mở tròn
Nụ cười phát sóng

Em nũng nịu cơn mơ
Nở vội tầm xuân bữa trước
Giêng hai mưa thơm
Tuyệt diệu không ngờ ∎

PHẠM CAO HOÀNG
Chàng Đi Hai Mươi Bốn Năm

tặng anh Thành Tôn

khi chàng xuống tới chân đồi
gió thì thầm nhẹ như lời quê hương
bước đi cùng nỗi cô đơn
những trang sách cũ chập chờn bay qua

ngước nhìn về phía quê nhà
hình cha bóng mẹ đã xa muôn trùng
chàng đi tìm một dòng sông
sông bây giờ đã cạn nguồn từ lâu

chàng đi tìm một con tàu
và sân ga đượm nỗi sầu Quảng Nam
chàng đi hai mươi bốn năm
những trang sách cũ theo chân chàng về

đọc bài thơ viết năm xưa
nỗi buồn còn đó như vừa hôm qua
đọc bài thơ lúc chiều tà
nỗi buồn còn đó rất xa mà gần

chàng đi hai mươi bốn năm ∎

Virginia, 24.10.2021

HỒ CHÍ BỬU
MÙA XUÂN VÀ TÊN LÍNH RỪNG

Cuộc sống của ta giờ quá đã
Sáng ra chim hót ở trên cao
Tối nghe vượn hú vui chi lạ
Sáng tắm suối nguồn tối tắm ao

Ta sống ở đây mười bốn tháng
Dưới kia thung lũng ắp đầy hoa
Lính ta một lũ đầy ngạo mạn
Gối súng quen rồi quên gối da

Có bữa cơm chiều mưa tầm tã
Khói quyện lên trời bay lãng du
Ngồi nhớ chuyện đời cười ha hả
Bỏ phố lên rừng đâu phải ngu?

Sau buổi mưa chiều hoa kết trái
Ta mất một đàn bướm thật xinh
Nhớ em ta ngắt cành hoa dại
Nhờ gió đưa hương gọi chút tình

Người ở phố phường khua tiếng hát
Rượu uống suốt ngày say lại say
Ta ở phương này mang đánh bạc
Cuộc đời sự nghiệp lẫn tương lai

Người ở phố phường nhiều gái đẹp
Nhà lầu giường nệm thật là sang
Ta ở phương này tay súng thép
Đắc chí chỉ trời ca hát vang

Sáng ra ta hít đầy khí mát
Tội em cát bụi dưới phố hồng
Ở đây ta có ngàn cung nhạc
Tội em dưới thế có bằng không

Ta đứng đây cười bằng kiêu hãnh
Lâu quá thành quen cũng cố lỳ
Râu tóc mọc dài không thợ hớt
Ta giống như là tên hippy

Có bữa hứng lên vào bản Thượng
Dẫn theo vài chú lính chưa già
Nhiều tên còn muốn xin làm rể
Rượu cần dăm hũ uống như pha

Cuộc sống của ta giờ quá đã
Hồn nhiên nên mãi vẫn không già
Thành phố nghe quen mà xa lạ
Tết đến ở rừng chơi... hết ga ! ∎

THỤC UYÊN
CÁNH CHIM VIỆT

Người hỏi tôi khi nào về cố xứ?
Đến khi nào mỏi mệt cánh thiên di...
Mưa vần vũ trên bầu trời u ám
Mây cũng bẽ bàng với cuộc chia ly...

Yêu ca dao từ khi "trăng là nguyệt..."
Yêu truyện Kiều từ thuở rất ấu thơ...
Nhớ tha thiết tiếng rao hàng cuối phố
Chợ nhóm xôn xao trong cả giấc mơ...

Chim bạt gió từ khi xa tổ ấm
Cánh bôn ba đời cơm áo tha phương...
Thân phiêu bạc vẫn nhớ miền đất hứa
Nửa linh hồn đã để lại quê hương.

Cánh chim đó biền biệt ngày xa xứ...
Mơ ngày về khi trời bớt bão giông...
Mưa Sài Gòn oằn nỗi buồn nhược tiểu
Mưa Houston dằng dặc kiếp lưu vong! ∎

TRẦN VẤN LỆ
Dĩ Vãng Ngàn Năm Chuyện Của Thơ

Hồi đó em rất đẹp... hơn em hồi bây giờ!
Hồi đó là hồi xưa, anh khen mà đã hụt!

Con sông đời lặn, hụp, ngọn núi đời chông chênh
Cái hồi đó chiến tranh, hòa bình là ảo vọng!

Tình yêu thành cái bóng... đêm đêm thành bóng trăng,
Anh ngồi giữa giang sơn, thấy bàn thờ nến chảy!

Và em đâu có thấy... anh cái bóng bao giờ!
Hồi đó là hồi xưa, anh cứ hoài sống sót...

Nhớ em, làm cho ngọt / ly cà phê buổi mai!
Nhớ em làm thế mãi, rồi nhịn thèm, dĩ nhiên!

*
Em đi ngang nhìn nghiêng mà lòng em không biết
anh trong em biền biệt... chỉ còn chăng thơ thôi!

Những bài thơ ngậm ngùi, làm chơi, in, ngồi ngó
Có lần em ngang ngỡ / thấy hoa vàng, phải không?

Hoa vàng vẫn nở cho em thấy,
Dĩ vãng, ngàn năm, chuyện của thơ! ∎

THÁI TÚ HẠP
TỎ TÌNH DƯỚI CỘI BỒ ĐỀ

Nhớ những ngày đi lễ Chùa
Tam Bảo Tự Đà Nẵng với Ái Cầm.

1.
đường xưa phượng đỏ đi về
bình minh trong mắt. Tóc thề ngang vai
chim reo tiếng guốc ban mai
chiều thơm nức mộng miệt mài hoa bay
tưởng chừng xuân ngất ngây say
ngỡ về bước giữa hàng cây si tình
bao năm dâu bể - chiến chinh
đâu ngờ lửa đốt - điêu linh khắp cùng
trời quê tâm lạc viễn phương
ngẩn ngơ một thoáng trầm hương chốn nào
sóng thời gian vọng âm hao
bâng khuâng cứ tưởng chiêm bao quê nhà

2.
tỏ tình dưới cội Bồ Đề
trùng trùng duyên khởi. Chốn về nẻo đi
bản lai vi diệu xuân thì
cội nguồn mây trắng từ khi tao phùng
cửa thiền tâm lượng bao dung
đời vui có nhạc hoa vương vấn lòng
bốn mùa thay áo núi sông
trong ta chung một vừng đông nhiệm mầu

3.
soi tâm tìm bóng Bồ Đề
cõi đi hư huyễn. Cõi về mù tăm
nhớ em xưa thuở trăng rằm
tóc mây thả gió phù vân đôi bờ
tiếng hoàng oanh hót trong thơ
ta như đá núi cũng khờ khạo yêu
nay sương điểm mái tóc chiều
xuân thu hơi thở đìu hiu kiếp người
bao tàng kinh chỉ nụ cười
ngàn mai quán niệm tâm người chân quê
chùa nghiêm nẩy hạt Bồ Đề
chuông Tam Bảo Tự nẻo về an nhiên... ■

NGUYỄN VĂN GIA
VIẾT TRONG NGÀY BUỒN

Muốn cùng bạn
ra cà phê xóm chợ
Quá khó khăn
như thể đường lên trời
Gì cũng ngại -
và ngó ai cũng sợ
Vi-rút kia cứ
phát tán khơi khơi

Có phải lời kinh xưa
giờ hiển hiện
Người với người
cũng ngoảnh mặt làm ngơ
Bao người chết -
không người thân đưa tiễn
Sống bơ vơ
mà chết cũng bơ vơ

(Con vi-rút
không bỗng dưng mà có
Là lòng tham
của một lũ bội tình
Chúng muốn cả nhân loại
phải quỳ xuống
Và tinh cầu
trở lại thuở hoang sơ!)

Những nẻo đường thu
đã lá vàng rơi
Lại vắng biệt
những lứa đôi yêu nhau qua đó
Chỉ xe cấp cứu hụ còi
và xe tang buồn bã
Ngọn đèn đêm
nhập nhoạng bóng ma trơi

Khóm tường vi bên đường
chẳng còn ai nhớ
Những giọt ngâu
như khóc chuyện nhân gian
Mọi sinh linh
chui vào ô kén nhỏ
Chuyện xưa sau
trả hết lại mây ngàn

Rồi mốt mai
trở về năm tháng cũ
Liệu đời mình
có còn được như xưa? ∎

TRẦN ĐÌNH SƠN CƯỚC
THĂM MỘT CHIỀU THU

(Kính nhớ luật sư Bùi Chánh Thời)

Trong ngôi nhà này
Có THẦY CÔ tôi
Trái tim bầm nát
Quặn lòng biển đau

Ngồi lại đêm thâu
Bóng quê mờ mịt
Sóng xô sóng vỗ
Đập vào thâm u

Thăm một chiều thu
Chắt chiu tình cũ
Tràn mắt giọt lệ
Thấm vào tâm tư…∎

CAO NGUYÊN

VƯỢT BIÊN

vượt biên giới ngày
vượt biên giới tháng
vượt biên giới năm
dừng chân biên giới hồi luân

vượt biên giới đời
vượt biên giới đạo

vô biên... một mình ■

LÊ CHIỀU GIANG
CÁ VÀNG

"Sao lòng ta bỗng rộn ràng
Như những toa tàu sắp chạy
Thăm những nhà ga sắp hồi sinh
Những nhà ga sắp thở…"
[Đinh Cường 1969]

Anh Đinh Cường gọi phone cho tôi chỉ hỏi: "Làm sao để thành… Cá?".

Cá bơi xuôi lội ngược, vẫy vùng trong biển lớn, hay quanh quẩn trong hồ ao? Cá đẹp óng ánh bơi ngược dòng, hay lừ đừ chịu trận trong lưới ngày, và ngay cả đang giãy giụa chết bởi những lưỡi câu lờ lững?

Không phải, Anh hỏi tôi về cá khác. Cá Vàng.

Năm 1997, anh Trần Công Sung từ Paris viết bài về chuyến ghé thăm một số bạn bè sống ở California và một vài tiểu bang khác. Tạp Chí Thế Kỷ 21 gửi xuống San Diego bài viết của Trần Công Sung viết riêng cho Nghiêu Đề, chỉ bởi từ câu nói đùa của anh: "Suốt bao năm, Giang ngắm nhìn tôi như thích một con Cá Vàng".

Anh Trần Công Sung viết bài ngợi ca, khen tặng tất cả những "Vợ hiền" trên trái đất. Dù có thấp thoáng chút hồn thơ mộng, vẫn không dám chểnh mảng cái trách nhiệm khó khăn muôn đời của "Hội phụ nữ" chúng tôi: Bằng mọi giá, luôn xây dựng, vun xới quyết liệt cho một gia đình ấm êm, và hạnh phúc. Cuối cùng, anh Nghiêu Đề đau ốm buông bỏ hết mọi thứ, rồi ra đi.

Và trước khi tôi bước những bước dài theo một Nhân Duyên hoàn toàn mới. Trong những chuyến du lịch xa xôi, tôi ghé Virginia thăm ngôi nhà thơ mộng của anh chị Đinh Cường.

Trên chiếc xe nhỏ màu đỏ, Anh chạy nhiều vòng qua mọi phố, loanh quanh cùng tôi xem những kiến trúc yêu kiều của DC. Nhớ nhất là lúc tôi ngồi dưới bóng của một tàn cây xanh mát, kiên nhẫn chờ Anh viết cho xong bài thơ bên dòng Potomac. Dòng sông với nước lung linh sáng trong ánh nắng gay gắt giữa trưa. Đúng giờ Ngọ.

Nhìn bóng nước xôn xao, tôi chợt tự hỏi có phải Anh đang nghĩ đến chiếc nhẫn anh đã quăng xuống hồ Tịnh Tâm? Ném đi mất tăm mối tình đầu tan vỡ của anh, ngay giữa dòng nước hồ tịch lặng.

Chiếc nhẫn cũng như đáy hồ… Toàn những chuyện tôi được nghe kể lại. Chỉ có điều duy nhất mà tôi còn nhớ, sau 75 lúc phải sống, phải điên đầu trong than lửa nhọc nhằn, anh Nguyên Khai đã tiếc nuối hỏi đùa Đinh Cường: "Mi ném nhẫn đó góc nào? Để tau ra Huế, tìm cho ra chiếc nhẫn vàng dưới đáy hồ, sửa soạn một bữa tiệc linh đình, đãi anh em".

Lái xe có khi lạc đường, quên lối, nhưng chúng tôi chẳng mấy quan tâm. Anh ghé hai quán café có trưng tranh, treo bán nhiều tác phẩm rất nhỏ anh ký gửi. Tôi thú vị tìm ra cái hay hay của những bố cục muốn vượt hẳn ra ngoài khung tranh, những nét vẽ miên man, bất tận trong một không gian nhỏ hẹp. Rõ ràng tôi đã quen thưởng lãm tác phẩm Đinh Cường qua những tấm canvas lớn. Bóng thiếu nữ dịu dàng đứng bên góc nhà thờ, thanh thoát bay cùng tiếng chuông xa vời, trong chiều thu im vắng.

Anh dặn dò: "Hôm nay anh mời, Giang phải uống rất nhiều, có thể uống trăm ly café cho hết tiền của hai bức tranh nhỏ vừa bán". Tôi cũng hay café sáng, trưa và chiều tối, có khi cả tỷ tỷ ly trong những lúc chán đời, buồn bã từ ngày anh Nghiêu Đề đau ốm rồi ra đi. Nhưng hôm nay, một ngày rất đẹp, rất vui ở DC, chắc tôi không nên phí hoài như thế.

Anh tiếp tục lái xe, cứ lạc lối và cứ lạc đường, quyết để tìm mua những chai Red Wine, dưới trăm cái tên mà cả anh và tôi đều chẳng biết rượu ngon hay dở. Anh muốn dùng cho hết tiền tranh vừa mới có, không hết bởi café, thì phải uống thêm rượu đỏ. Uống như sự đãi ngộ, phải như một tưởng nhớ về người bạn thân vừa mới bỏ đời, ra đi...

Chiều nhạt nắng với ngàn lá phong rơi rụng, con đường mòn phía sau nhà Anh trải đầy lá úa. Chúng tôi ngồi café, nhắc lại nhiều kỷ niệm từ những ngày còn Hội Họa Sĩ Trẻ, những ngày tôi còn đi học, tôi còn bé xíu.

Tôi nhất định không muốn quên lời khiếu nại trong lần đầu tiên tôi gặp anh, anh theo dõi bức tranh của Nghiêu Đề. Bức tranh mà khi mang tới phòng triển lãm của Hội Họa Sĩ Trẻ ở Alliance Française Gallery. Chân dung đẹp mơ màng của tôi với khung tranh chỉ được anh Nghiêu Đề quấn rất vội vàng bằng những sợi dây lạt. Với tôi, đó là một khung tranh khác lạ hay hay, còn có thêm cả sự chân tình, dễ thương. Nhưng ngay lập tức, anh Đinh Cường nói với tôi theo một ý nghĩa khác: "Bằng mấy vòng dây lạt đó, "Nó" sẽ trói đời cô vào cái kiếp sống lơ tơ mơ, sống vất vưởng trên cung trăng, sống lang thang bên ngoài trái đất …"

Và lời anh Đinh Cường nói đã như một tiên tri, những sợi dây lạt tưởng như mong manh dễ rớt rơi đó, đã trói buộc tôi với anh Nghiêu Đề, một họa sĩ tài hoa nhưng nghèo nhất nước. Chúng tôi đã sống chan hòa, sống cùng nhau cho đến hết, và cho đến chết.

Chị Đinh Cường mời thêm họa sĩ Ngọc Dũng, người có nhà rất gần, một bạn thân mà như hàng xóm. Chiều tà với lá tả tơi bay, lá rụng vàng theo gió sau hiên nhà. Chúng tôi ngồi với café, và những ly rượu đỏ.

"... Ngoài ta ai đón trăng huyền lặn
Mà dẫn đi qua khỏi cửu trùng?..."
[Trần Dần]

Anh Ngọc Dũng đọc thơ Trần Dần, Hữu Loan. Tôi ngâm thơ Hoàng Cầm, Quang Dũng...

"... Vầng trán em vương trời quê hương
Mắt em dìu dịu buồn Tây phương
Tôi nhớ xứ Đoài mây trắng lắm
Em có bao giờ em nhớ thương?..."
[Quang Dũng]

Chúng tôi như đang sướt mướt, gọi mời những hồn ma bóng quế trong Nhân Văn Giai Phẩm về đây, ngồi với.

Chút se sắt lạnh của chiều như làm những lời thơ xưa, nửa hùng tráng nửa buồn hơn.

Tôi nhắc anh Đinh Cường bài thơ mới bên dòng Potomac.

Anh tìm trong túi áo, anh ra tìm ngoài xe... Bài thơ chưa thuộc, bài thơ biến mất. Anh tiếc nuối những vần thơ vừa mất tích.

Nhớ nhớ quên quên, Anh thở những hơi dài trong *pipe* thuốc, đọc chút thơ có nhắc chiếc nhẫn đã quăng giữa lòng hồ Tịnh Tâm. Nhìn khói haft & haft mơ màng bay, nghe thơ mà cứ tưởng như đang nghe anh kể lại những kỷ niệm xa vời...

Tránh đi chút nặng nề của quá khứ, anh mời chúng tôi xuống *basement*, Studio với rất nhiều tranh sơn dầu. Hội Họa Sĩ Trẻ chỉ có anh là người vẽ nhiều tranh nhất. Anh có nhã ý tặng bức nào tôi muốn mang về California.

Tranh của anh tôi treo trong phòng khách, vẫn rất mơ màng và u hoài như một bài thơ cổ.

oOo

Chỉ một năm, sau lần chúng tôi ngồi café bên khu rừng phong rất đẹp ở nhà anh Đinh Cường. Từ nơi khác xa xôi, tôi biết tin anh Ngọc Dũng ra đi.

Nghiêu Đề, Ngọc Dũng, và rồi Đinh Cường. Những con Cá Vàng như lời ví von của một năm nào, rất cũ. Lần lượt đã theo dòng nước trôi, rồi biến mất tăm, và sẽ quên lãng hết, ngay cả trong lòng người.

Duy nhất anh Đinh Cường, người ước ao biến thành "Cá Vàng".

Cá vàng đã lững lờ lặn sâu xuống dòng nước cũ, đã tìm cho ra dưới lòng hồ Tịnh Tâm, chiếc nhẫn nào đã ném đi từ những năm xưa. Trên chiếc cổ nho nhỏ, Cá Vàng có mang thêm chiếc nhẫn.

Nhẫn vẫn đẹp rực rỡ và óng ánh sáng như một chiếc kiềng vàng.

Lê Chiều Giang

LOAN NGUYỄN
Người Đàn Bà Hẻm 42

1.

Nắng vàng như mật rải xuống đường nhựa nóng bỏng. Mặc. Chị vẫn ngồi bên vỉa hè đầu ngõ. Hai chân bắt chéo, tay đong đưa bịch cà phê đá cùng cái mũ béret đỏ cũ sờn. Trên cặp môi khô khốc thiếu nước luôn ngậm phì phèo điếu thuốc dở dang. Ánh mắt không biểu cảm lơ đãng lướt theo khách qua đường. Bao ngày chị ngồi đó đến quen thuộc, hôm nào không thấy mọi người lại hỏi nhau. Cũng lạ, có nhà đứa cháu họ trong hẻm cưu mang bấy lâu chẳng chịu ở, lại cứ lang thang.

Cuối tuần lũ trẻ trong xóm nghỉ học, rủ nhau đá bóng, trốn tìm ngang chỗ chị ngồi, chúng reo hò ầm ĩ, "bà điên! bà điên kìa!" Một vài đứa rắn mắt còn cố ý ném đá trúng cánh tay gầy guộc đen mốc như khoai khô của người đàn bà mất trí. Chị hờ hững bỏ đi trong tiếng cười vang của đám nhóc. Đợi sau khi người lớn can thiệp - lũ trẻ tản hàng - chị mới quay lại ngồi đúng chỗ cũ của mình. Âm thầm đến cũng như đi.

2.

Tháng tư năm ấy, ngày tao loạn đó chị mất tất cả. Mất chồng con. Mất gia tài. Mọi thứ chìm sâu vùi chôn dưới đáy biển. Ngôn ngữ tắt luôn. Chị lặng câm, đúng hơn là không nói chuyện với ai, chỉ làm nhảm một mình. Thỉnh thoảng cười ngu ngơ cùng bước chân thẫn thờ

khắp phố. Thân hình còm cõi trong bộ quần áo rộng thùng thình bạc
phếch. Miếng ăn khi có khi không, ai cho gì ăn nấy. Đời bảo chị tâm
thần. Trẻ con chọc ghẹo. Người lớn xót thương. Cuộc sống lắt lay vô
định gần nửa thế kỷ trôi qua. Luôn nâng niu gìn giữ cái mũ đỏ binh
chủng nhảy dù cũ kỹ bạc màu. Có người vô tình cầm nhầm, chị rú lên
như con thú bị thương giật lại giấu sau lưng. Ai bảo người điên không
biết nhớ!?

Chị vẫn nhớ! Chị nhớ đã một thời có chồng con. Một thời lên xe
xuống ngựa, người đưa kẻ đón. Có lần người ta bắt gặp chị ngẩn ngơ
trước tấm pano quảng cáo vẽ hình con tàu đánh cá. Gợi nhớ hình ảnh
cả chiếc ghe chở người quá tải chìm dần xuống biển sâu, nguyên nhân
đưa đến cho chị cái biệt danh "bà điên". Trong nỗi kinh hoàng đó
không hiểu sao chỉ mình chị sống sót. Để mình chị chìm vào nỗi đau
khi đất nước nối liền một dải, cũng là ngày gia đình riêng bé nhỏ tan
tác chia ly...

3.

Bốn mươi sáu năm trôi qua, chị song hành cùng thời gian. Không
buồn cũng chẳng vui. Lơ ngơ một cõi. Hình như cõi mênh mông của
người đàn bà mất trí không có gì tồn tại ngoài quên quên nhớ nhớ
bóng dáng người thân. Thế nên khi dịch bệnh len lỏi vào thành phố
cũng tháng tư, chị vẫn ngơ ngác ngồi nhìn người qua kẻ lại.

Thành phố được lệnh tạm đóng cửa, khoanh vùng kiểm soát dịch.
Thiên hạ âu lo nhốn nháo tích trữ lương thực, chị dửng dưng bên vỉa
hè phơi nắng. Cười một mình. Hát cũng một mình. Lảm nhảm với
bịch cà phê. Xòe tay đếm ngón ngắn dài...

Ngày giới nghiêm, ai cũng ẩn kỹ trong nhà riêng. Bấy giờ cái dáng
hình còm cõi cô đơn kia mới nổi bật giữa không gian u tịch của dịch
bệnh. Người ta vội vã thu gom kẻ lang thang về một chỗ. Chị được
đưa đến đâu chẳng ai biết, ai hay. Cuộc sống bộn bề lắm nỗi lo toan,
mấy ai băn khoăn về một chiếc lá úa sắp tàn.

Thế rồi Sài Gòn thôi đóng cửa, mọi sinh hoạt dần trở lại bình
thường. Sớm mai trời vẫn trong xanh, nắng vẫn hanh vàng. Thêm
mùa Xuân nữa sắp quay trở lại. Những cánh mai vàng đang chờ khoe
sắc thắm. Tảng đá cạnh vỉa hè ngày ngày trơ trọi đón gió chờ mưa, nó
rưng rưng thầm hỏi sao mãi chưa thấy chị về!?...

Loan Nguyễn
2021

MINH NGUYỄN

LŨNG CÚ
ĐIỂM ĐẾN CỰC BẮC *

Rời làng văn hóa Lũng Cẩm, nằm trong thung lũng Sủng Là, nơi được chọn làm bối cảnh bộ phim "Chuyện Của Pao", dựa theo truyện ngắn "Tiếng Đàn Môi Sau Bờ Rào Đá" của nhà văn Đỗ Bích Thúy, tôi chạy xe ra quốc lộ 4C, tới giao lộ thôn Lao Xa rẽ phải, thẳng đường về thị trấn Đồng Văn cho kịp khi trời tối.

Dừng xe bên đường, tôi định hướng xem khách sạn đặt qua mạng nằm trên đường nào, vô tình chứng kiến cả một dãy phố cổ Đồng Văn đang chìm đắm trong ánh trăng, trong ánh sáng của những chiếc đèn lồng đỏ, hắt ra trước mỗi ngôi nhà. Thứ ánh sáng lung linh, huyền ảo, tưởng như tôi đang lạc bước vào nơi chốn nào đó trong chuyện cổ tích, chợt nhớ ra hôm nay cũng là ngày rằm.

Trong khoảnh khắc bất chợt, tôi vô tình đánh rơi bó hoa Tam Giác Mạch, do cô gái dưới bản tặng cho trong phiên chợ tình Sà Phìn lúc nào không hay, kèm theo nụ hôn lên má để lại mùi hương thoang thoảng núi rừng Tây Bắc.

Tới chừng, có ai đó nhặt hộ bó hoa dân dã ấy lên trao tận tay, kèm theo giọng nữ trong veo, khiến tôi không khỏi giật mình:
- Ủa! Tưởng anh cùng nhóm "phượt" đã quay về thị trấn Yên Minh rồi chứ?

Ra là cô gái mà suốt trong buổi sáng nay cứ nhìn theo tôi cười mỉm, bắt tôi phải suy nghĩ mãi cũng không tài nào nhớ, đã gặp cô ở đâu?

Để tỏ lòng biết ơn, tôi nhìn cô cười đáp lễ:
- Cám ơn em. Tối nay anh ở lại đây để sáng mai đi khám phá tiếp cột cờ Lũng Cú. Còn em?
Cô gái tròn mắt kêu:
- Ô! Sao lại có sự trùng hợp đến như vậy được nhỉ? Sáng mai em cũng muốn đến đó một lần cho biết.
- Em đi mỗi mình sao?

- Dạ.

- Em từ đâu lên đây?

- Dưới Hà Nội.

- Em còn đi học hay đã đi làm?

- Em học năm cuối khoa ngoại ngữ.

Giọng nói ngọt ngào của cô gái, nghe đến đâu cháy lòng kẻ si tình đến đó, vậy mà cô cứ tỏ ra ngu ngơ không biết chi, hay thừa biết, nhưng cố tình làm ra vẻ ngây thơ, để cho cuộc đời trở nên dễ thương hơn trước mắt tôi cũng nên?

Mặc kệ. Tôi mở lời nói với cô:

- Nếu em không ngại, sáng mai chúng ta đi chung một xe vậy.

- Có thật là anh đồng ý cho em đi theo?

Tôi đáp:

- Có bạn đi chung đường nghĩ cũng vui, nhất là khi phong cảnh núi đồi Tây Bắc mùa này vừa đẹp như tranh vẽ vừa lãng mạn biết chừng nào.

Cô gái reo lên mừng rỡ:

- Được như vậy thì còn gì bằng. Trước hết xin cho Trà được cám ơn anh nhiều, nhiều lắm vậy.

Tôi cảm thấy vui trước lối giới thiệu có duyên tên mình một cách tự nhiên như vậy, trước mặt người lạ của cô. Dĩ nhiên, trước một cô gái xinh đẹp, có học vấn, không ai nỡ từ chối lời mời; hơn nữa, việc có thêm người đồng hành ngồi phía sau chuyện trò, nghĩ cũng hay.

Gửi xe ở khách sạn quay ra, tôi cùng Trà đi dạo dưới ánh trăng mười sáu, qua vài con đường quanh phố núi, trước khi ghé chợ Đồng Văn, xem các chàng trai Mông trổ tài biểu diễn khèn cho các cô gái nhảy múa. Lúc ghé gian hàng bán trang phục, túi xách, khăn quàng cổ, bằng thổ cẩm. Lúc ghé lại hàng bán ngô, khoai nướng, bốc mùi thơm ngát hương vị quê hương Tây Bắc. Mua vài trái bắp vừa đi vừa gặm nhấm bên cái lạnh đằm thắm giữa thời tiết đang chuyển mùa từ thu sang đông.

Đi loanh quanh một hồi, bọn tôi cũng đã trở về đứng trước dãy phố cổ dài chưa đến một cây số, hình thành cách đây hơn một thế kỷ, với lối kiến trúc đặc trưng của đồng bào vùng cao "nhà trình tường". Loại nhà làm bằng đất nện, không có cột làm trụ, mùa hè mát mùa đông ấm. Là điểm nhấn thu hút khách du lịch, bắt đầu từ khu chợ cổ Đồng Văn. Được biết, hiện tại còn khoảng 40 ngôi nhà có tuổi thọ ba trăm năm tuổi. Điển hình là "Nhà 3 Cổng" của trưởng tộc họ Lương, được xác định lâu đời nhất ở đây và từng có thời gian là trụ sở cơ quan nhà nước. Sau cho một doanh nghiệp thuê lại, để họ chỉnh trang thành quán cà phê chơi nhạc sống, với tên là Cà phê Phố Cổ.

Nhìn lại, thấy một số người chờ ở trước quán cà phê tương đối đông, nên tôi hỏi Trà:

- Hay mình ghé Cà phê Phố Cổ xem sinh hoạt ở đó thế nào nha?

Trà không phản đối, theo tôi leo lên những bậc thang bằng gỗ lên tầng hai, bắt gặp ngoài hành lang treo nhiều lồng đèn đỏ. Và, thật là bất ngờ, khi bọn tôi bước qua cửa vào bên trong, thấy những tấm thảm đặt trên sàn gỗ, đều đã có người ngồi. Thấy khách lóng ngóng tìm chỗ, cô phục vụ mặc váy hoa xòe đã nhanh chân bước tới, hướng dẫn bọn tôi đến ngồi chung bàn với một ông lớn tuổi.

Dưới ánh sáng chiếc đèn hột vịt, chỉ đủ soi sáng một phần khuôn mặt người đối diện, tôi gật đầu chào ông ta theo phép xã giao. Theo sự suy đoán của tôi, người đàn ông có thể là văn nghệ sĩ hay ít ra cũng là người có máu văn nghệ. Ông ta ngồi với chiếc đầu hói bóng, trên đó mọc lưa thưa một nhúm tóc màu muối tiêu, được cột lại sau lưng thành một chiếc đuôi. Ông ta ngồi lim dim đôi mắt, hát theo ca sĩ trình diễn trên sân khấu. Thú thực, ngưỡng mộ giọng hát của ông thì không, ngược lại, tôi thích nhìn cái dáng vẻ nghệ sĩ nơi ông ta nhiều hơn. Thấy tôi chú ý nhìn, người đàn ông vừa cười vừa chỉ tay về phía hai diễn viên đang trình diễn trên sân khấu giới thiệu: "Bọn chúng là con em người dân tộc, học sinh trường nội trú trong tỉnh, mỗi tuần hai tối thứ Bảy và Chủ nhật, chúng được mời đến đây hát phục vụ cho du khách, nhờ vậy vừa có tiền ăn học vừa dành ra chút tiền gửi về giúp đỡ gia đình ở dưới bản".

Trên sân khấu hai diễn viên vừa hát vừa múa bài "Cướp Vợ".
" Người H' Mông uống rượu ngô ăn thắng cố.
Xòe váy hoa chọi họa mi, phóng ...
Ngựa mang em yêu lên núi. Tục lệ trai người Mông.
Cướp em yêu mang trên ngựa cưới vợ".

Rời quán cà phê trở xuống đường, bọn tôi đi bên nhau trong giá lạnh phố núi, cảm thấy cái đói đến thật nhanh.
Tôi quay sang hỏi Trà:
- Em cần về sớm không, hay là đi ăn một bụng no nê, rồi về ngủ sớm để mai còn có sức leo núi?
- Anh muốn ăn, Thắng Cố, Trâu gác bếp, bánh cuốn trứng, hay cháo Ấu tẩu?
- Cháo Ấu tẩu nghe tên lạ quá.
- Theo một số người, "Lên Hà Giang mà chưa thử qua món cháo Ấu tẩu, là đồng nghĩa với chưa biết chút gì về ẩm thực trên cao nguyên

đá". Thực ra, ấu tẩu chỉ là loại củ rừng, thoạt trông rất giống củ ấu dưới xuôi, vỏ cứng, màu nâu đen, sần sùi, nhiều góc cạnh, có vị nhân nhẫn, khó ăn. Bản thân ấu tẩu rất độc, phải có bí quyết để chế biến, nếu không dễ gây ra ngộ độc dẫn đến chết người như chơi. Từ lâu, người Mông dùng ấu tẩu ngâm rượu xoa bóp chân tay khi bị đau nhức, hoặc chữa cảm gió rất hiệu quả. Sau này, người Kinh dùng tài nghệ chế biến ấu tẩu thành bát cháo thơm ngon, nhờ sự lôi cuốn của gạo nếp cái hoa vàng, gạo nương, ninh nhừ với nước hầm giò heo béo ngậy, cộng thêm mùi lá thơm làm gia vị, ăn vào khỏe gân cốt, tráng thận, bổ dương.

- Còn món Thắng Cố có phải nấu nguyên một con ngựa?

- Lúc ngồi cạnh bác tài xe khách 16 chỗ, em có hỏi ổng về món này, nghe qua ổng trả lời, món đó ghê bỏ mẹ, người Kinh đâu ai dám thử?

- Chứ không phải khách du lịch ghé Hà Giang ngày càng đông, nên các quán ăn đã cải tiến món Thắng Cố truyền thống này rồi hay sao?

- Nếu anh muốn thử, hãy đợi lên Lũng Cú, anh em mình trải nghiệm chung một bát Thắng Cố xem nó thế nào nhé?

Ăn xong bát cháo Ấu tẩu nóng hổi trong tiết trời se lạnh, quả thật là thú vị không gì bằng, sau đó tôi tiễn Trà về nơi cô đã xuất phát, hẹn sáng mai đón cô đi ăn đặc sản: bánh cuốn trứng.

Y hẹn. Sáng sớm, tôi đón Trà trở ra Phố Cổ, tìm tới hàng bánh cuốn nổi tiếng nhất ở đây, ngồi vào bàn, gọi hai phần bánh cuốn.

Giống với bất kỳ quán bánh cuốn nào tôi thường ăn trên phố, cũng nồi hấp, bột gạo xay, nhân thịt trộn chung với nấm mèo, hành phi, rau mùi, ớt, tiêu, dấm chua... chỉ khác bánh cuốn ở đây, có thêm trứng gà cho vào bánh, nên mới gọi là bánh cuốn trứng; đặc biệt, có kèm theo tô nước chấm nấu bằng xương hầm, có thả thêm vài miếng chả, cùng với hành lá, rau mùi tàu, thái nhỏ.

Ngồi chờ một lát, hai đĩa bánh cuốn cùng với hai tô nước chấm, cũng được mang tới đặt trước mặt bọn tôi. Ôi! Quả đây là buổi sáng tuyệt vời, khi ngồi bên không khí se lạnh Tây Bắc, thưởng thức món bánh cuốn trứng nóng hổi, thì còn gì bằng.

Vừa ăn tôi vừa dõi theo thao tác nơi đôi tay nhịp nhàng, khéo léo của cô gái ngồi tráng bánh, trông cũng bình thường với một lượng bột gạo nhỏ tráng lên mặt vải nồi hấp, chờ bánh chín, đập lên đó một quả trứng gà, rồi đậy vung lại. Khi trứng chín lòng đào, bánh được lấy ra, trải trên mặt phẳng chiếc mâm bằng nhôm; rồi cho thêm nhân, cuộn tất cả lại thành một chiếc bánh cuốn nhân trứng.

Điểm tâm xong, tôi chở Trà đi mua ít bánh kẹo mang theo để trên đường đi, gặp bọn trẻ con đồng bào, xếp hàng ngang đứng bên đường chờ mỗi khi có khách du lịch đi ngang vẫy tay chào chào, ghé lại phân phát cho chúng...

Xong xuôi, bọn tôi chào tạm biệt Phố Cổ, lên đường đến với cột cờ Lũng Cú, điểm cực Bắc của Việt Nam, ở trên độ cao từ 1600-1800 mét so với mực nước biển.

Xe chạy ra đến ngã ba Khèn, tôi rẽ phải để đi Lũng Cú, thay vì thẳng đường sẽ chạy trở lại Sủng Là. Đoạn đường dài chừng bốn mươi cây số, ngang qua Dinh Thự Vua Mèo, qua các cua tay áo nối cua tay áo, uốn lượn hình chữ m, qua các ảnh thường thấy đăng trên một số báo ảnh du lịch; bù lại, phong cảnh dọc hai bên đường đẹp đến nao lòng.

Thích quá, Trà năn nỉ tôi cho dừng xe ghé lại bên đường để cô có thể nhìn tận mắt vẻ đẹp thiên nhiên hoang sơ, hùng vĩ giữa mênh mông đá và đá tai mèo, ẩn hiện sau những cánh đồng tam giác mạch.

Qua khỏi Dinh Thự Vua Mèo, tôi tiếp tục chạy theo đường Cột Cờ, ghé vào khám phá cột cờ Lũng Cú sẽ gần hơn, thay vì chạy thẳng tới xã Lũng Cú.

Ngồi từ phía sau tôi, Trà chỉ tay về phía đỉnh núi, nơi hiện diện cây cột cờ cao ngất ngưởng trên bầu trời, hỏi:
- Có phải cột cờ Lũng Cú đang ở trước mắt chúng ta không anh?
Tôi gật đầu đáp:
- Đúng là nó.
- Lũng Cú có nghĩa là gì anh?
Nhờ đã đọc trước một số tài liệu liên quan tới Lũng Cú trên mạng, nên tôi tự tin trả lời Trà một mạch suôn sẻ:
- Lũng Cú là xã thuộc đỉnh cao Đồng Văn, có độ cao từ 1600 – 1800 mét so với mực nước biển, là điểm cực bắc ở nước ta [*]. Xã gồm ba phần tư diện tích đá tai mèo, phần còn lại là bản làng người Mông, Lô Lô, Giáy, sống chủ yếu bằng nghề làm rẫy, trồng lúa trên các ruộng bậc thang; riêng người Mông còn duy trì được nghề truyền thống: se sợi lanh, dệt vải. Về nghĩa của từ Lũng Cú, có thể giải thích theo nhiều cách khác nhau. Đối với người Mông thì, Lũng Cú là "lũng trồng ngô", vì từ xưa đến giờ cả cánh đồng Thèn Pả (lớn nhất ở đây) đều trồng ngô. Cũng có quan điểm cho Lũng Cú là do cách đọc lệch âm của từ Long Cư, nơi ở của rồng, bởi theo truyền thuyết: "Ngày xưa, có một con rồng thấy cảnh quan nơi đây khá đẹp nên thường đến trú ngụ trên ngọn núi (Long Cư). Và trước khi bay về trời, nó đã để lại đôi mắt là hai hồ nước thiêng trong vắt (long nhãn) cho người dân trong bản sử dụng". Còn hiểu theo dân gian thì, đây là tên thủ lĩnh người Lô Lô từng có công khẩn hoang, giữ gìn bờ cõi, phát triển vùng

đất này. Riêng các nhà khoa học, khẳng định từ ngữ này bắt đầu từ chữ Long Cổ (trống rồng), thì sau khi đại thắng quân Thanh, Hoàng đế Quang Trung đã cho đặt tại miền biên ải này, một chiếc trống đồng rất to. Cứ mỗi canh, người ta lại gióng lên ba hồi trống, thông tin báo hiệu chuyện lành-dữ cho mọi người biết. Bằng chứng, người Lô Lô ở Lũng Cú ngày nay sử dụng thành thạo trống đồng thuộc dòng Đông Sơn, do chính họ làm ra và được xem là bảo vật thiêng liêng. Cũng vì sự linh thiêng ấy, nên chỉ các bậc cao niên, có uy tín, đạo đức, mới được phép bảo vệ trống, nhưng không được phép đưa trống sang sông; nếu trái lệnh, thuồng luồng sẽ xuất hiện và lấy mất trống. Để bảo vệ trống, người ta chôn nó xuống đất và dùng thân cây Pơ-mu, bọc xung quanh để chống ẩm, khi cần lấy lên sử dụng, người Lô Lô phải làm lễ cúng bái rất bài bản, kèm theo mâm cúng là đôi gà trống cùng với rượu ngô.

Đi hết cung đường núi, bọn tôi đã có mặt tại một quán nước, ở ngay dưới chân cột cờ Lũng Cú, cạnh khu nhà khách Cực Bắc. Vừa ngồi chia nhau những chai nước, vừa hỏi thăm những người từ bên trên cột cờ đi trở xuống, mới hay ngoài cổng chính mà tôi vừa chạy qua, còn có con đường nhựa có thể chạy xe lên tới điểm bán vé, nằm trên lưng chừng núi.

Thôi thì đã lỡ ghé đây, bọn tôi cứ chọn con đường cũ, dắt tay nhau vượt qua chiếc cổng sắt khép hờ, đặt chân lên những bậc thang đá *granite* đi lên trên. Để tránh gặp sự đáng tiếc xảy ra, tôi nhắc Trà đặt tay còn lại lên một trong hai tay vịn bằng thép không rỉ, có sẵn ở dọc hai bên hành lang, nhằm bảo vệ người lớn tuổi hay trẻ em tránh được sự mỏi mệt hay té ngã khi phải leo cao.

Vừa lên đến lưng chừng núi, bọn tôi bắt gặp một khoảng sân rộng, dùng làm bãi đậu xe, điểm bán vé, nhà trưng bày sản phẩm văn hóa các dân tộc Hà Giang, cũng con đường trải nhựa nằm ngay bên cạnh. Con đường mà trước khi lên đây, tôi đã nghe nhiều người nói là có thể chạy xe lên đến tận đây.

Đưa vé cho bảo vệ kiểm tra xong, bọn tôi leo tiếp những bậc thang uốn lượn quanh núi Rồng (Long Sơn) trong cảm giác thư thái, nhẹ nhàng như đang đi trên dải lụa mềm mại dưới chân. Nhìn quanh, thấy vách núi bên này toàn là vườn đào, vườn lê lẫn trong tiếng đàn, tiếng hát, phát ra từ những chiếc loa được ngụy trang giấu kín đâu đó, bên còn lại là nhà cửa, vườn tược, đường sá, ruộng lúa xếp ô bàn cờ, sâu hun hút dưới chân.

Vượt hết 839 bậc thang, tôi và Trà có mặt đứng cạnh tấm bia chủ quyền quốc gia, đặt theo chiều đứng của hình chữ nhật, bên trên khắc quốc huy và những dòng chữ diễn giải bằng hai thứ tiếng Việt, Anh, xếp thứ tự từ trên xuống. Theo các anh lính Biên Phòng làm nhiệm vụ bảo vệ cột cờ tại đây cho biết, "Cột cờ Lũng Cú được trùng tu, nâng cấp nhiều lần. Lần đầu, vào thời Lý Thường Kiệt, cột cờ và cán cờ được làm bằng gỗ cây sa mộc hay Pơ Mu, cao 13 mét. Lần thứ hai, xây dựng lại năm 1887, thời Pháp thuộc. Lần thứ ba và thứ tư vào những năm 1992, 2000; đặc biệt, năm 2002 cột cờ được trùng tu, xây dựng lại với quy mô, kích thước, lớn dần theo thời gian. Và, gần đây nhất, sau 196 ngày thi công, cột cờ Lũng Cú có hình bát giác, chiều cao 33,15 mét, chiều rộng 3,8 mét, cán cờ làm bằng thép không rỉ cao 9 mét, bên trên cắm lá cờ Tổ quốc, ngang 6 mét, dài 9 mét, tượng trưng cho 54 dân tộc anh em, được đưa vào sử dụng ngày 25 tháng 09 năm 2010".

Quan sát cột cờ Lũng Cú hồi lâu, tôi thấy nó có ít nhiều điểm tương đồng với cột cờ ở thủ đô Hà Nội, nhưng khác ở chỗ bệ cờ có tới 8 mặt phù điêu bằng đá xanh, mô phỏng hoa văn mặt trống đồng Đông Sơn cùng những họa tiết minh họa các giai đoạn lịch sử đất nước qua từng thời kỳ, bao gồm con người, phong tục, tập quán, các dân tộc sinh sống ở Hà Giang. Ngoài ra, tại chân bệ cột cờ, tôi còn phát hiện ra một chiếc cửa to, nằm giữa một trong tám bức phù điêu, bên trong thân có cầu thang xoắn ốc dẫn lên Đài Vọng Cảnh.

Không bỏ lỡ dịp này, tôi cùng Trà đặt chân lên những bậc thang, chỉ vừa đủ chỗ cho hai người tránh nhau. Leo được hơn chục bậc thang, bên tai tôi nghe vẳng từ trên cao xuống, nhiều tiếng bước chân, cùng những lời bàn tán xôn xao của một số cô gái, bày tỏ sự sợ hãi trước độ cao, khiến Trà vô tình nghe được, bủn rủn cả tay chân. Hiểu được nỗi lo sợ ấy nơi cô, tôi liền quay lại để kịp thời trấn an cô. Và, bên mớ ánh sáng lọt từ bên ngoài vào trong thân cột cờ qua các ô kính gắn sẵn trên tường, trông mặt cô tái nhợt một cách thảm hại. Thấy vậy, tôi cố dỗ dành, hướng dẫn cô cách chế ngự chứng sợ hãi độ cao, mà các nhà khoa học khuyên mọi người nên làm theo.
Tôi khuyên cô:
- Không sao đâu em, theo anh biết, những ai sợ độ cao, nên tự kềm chế mình bằng cách nhìn thẳng mặt về phía trước, tránh không nhìn xuống chân, và cứ thế tiến thẳng lên trên cao.

Để giúp cho Trà lấy lại sự tự tin, tôi nắm lấy bàn tay nhỏ nhắn của cô, bước tiếp 140 bậc thang, để có mặt ở khoảng sân dùng làm nơi thượng hạ cờ.

May sao, trên đài vọng cảnh hôm nay trời yên gió, khiến lá cờ Tổ quốc thường ngày vẫn tung bay trên bầu trời, nay lại đứng im, tạo cơ hội cho du khách có dịp khoác lên người lá cờ, tạo dáng, chụp những bức ảnh kỷ niệm đẹp tuyệt vời. Lợi dụng cơ hội hiếm hoi ấy, Trà quên bằng đi nỗi sợ hãi, dạn dĩ, choàng tay ngang qua vai tôi, nhờ ai đó chụp giúp cho vài bức ảnh kỷ niệm. Chao ôi! Vô tình mùi hương con gái thoáng qua cánh mũi, để lại trong tôi cảm xúc, thăng hoa, rạo rực, ngất ngây, bên phút giây bất chợt có một không hai này.

Không muốn lộ cho Trà thấy nhược điểm, tôi bước tới đứng vịn tay lên hệ thống lan can bằng thép không rỉ, bảo vệ xung quanh đài vọng cảnh, nhìn núi non trùng điệp trải dài tới tận vùng cực Bắc của địa đầu Tổ quốc; đồng thời, cũng là biên giới tự nhiên giữa hai nước Việt Nam và Trung Hoa.

Đang mải mê quan sát cảnh vật thiên nhiên, tôi quên không để ý tới sự có mặt của Trà, tới chừng nghe cô lên tiếng hỏi về hai cái ao nước, nằm xen giữa những cánh đồng ngô, những ngôi nhà trình tường, tôi mới giật mình quay lại, thấy cô đã đứng ngay sau lưng từ lúc nào.

Tôi cảm thấy có chút bất ngờ, trả lời:

- Đó là hai ao nước được ví như hai con mắt rồng, một nằm ở bản Thèn Pả người Mông, một nằm ở bản Lô Lô Chảy của người Lô Lô. Là nguồn nước dành cho người dân hai bản trên sử dụng; đặc biệt, nước trong cả hai hồ luôn đầy mà không bao giờ cạn.

Trà thắc mắc:

- Không rõ cộng đồng dân tộc ở đó sống bằng nghề gì?

- Họ trồng lúa trên các ruộng bậc thang, tỉa ngô trên các hốc đá tai mèo; đặc biệt, họ luôn tự hào về việc bảo tồn nghề dệt truyền thống, qua các công đoạn như se sợi lanh, dệt thổ cẩm...

Trà khen:

- Cuộc sống của họ xem ra quá bình dị.

- Chưa hẳn thế đâu em.

- Vì sao?

- Anh nghe kể, Lũng Cú sắp hình thành Khu Du Lịch Sinh Thái Văn Hóa Tâm Linh, bề thế, không thua gì Bái Đính ở Tràng An hay Tam Chúc ở Hà Nam đâu.

- Ủa! Mà du lịch tâm linh là gì anh?

- Theo các nhà làm du lịch giải thích: "Spiritual tourism" - thực chất là loại hình du lịch văn hóa, lấy yếu tố tâm linh làm mục tiêu để thỏa mãn nhu cầu của con người.

- Nếu vậy thì việc xây dựng các khu du lịch sinh thái văn hóa tâm linh ở nước ta có đúng mục đích đề ra?

- Nếu đúng thì đã không có chuyện lôi thôi như các báo đài đã phản ảnh.

- Vậy mà em cứ tưởng, khi các khu du lịch tâm linh hoàn thành, thì người lao động nghèo sẽ có cơ hội đổi đời kia chứ?

- Thời gian gần đây, đời sống vật chất người dân được nâng cao, vì thế đời sống tinh thần cũng được chú trọng nhiều hơn, nhất là số đông người tin vào tín ngưỡng, nhu cầu du lịch tâm linh càng có xu hướng tăng cao. Chính vì thế mà nhiều địa phương có ưu thế về mặt di tích lịch sử, đền đài, miếu mạo, đã tạo cơ hội cho một số nhà đầu tư phát triển loại hình du lịch tâm linh, nhằm thu hút khách du lịch, xóa đói giảm nghèo cho chính đồng bào mình tại địa phương. Nhưng càng về lâu, mục đích tốt đẹp như lúc ban đầu đề ra, đã bị một số người lợi dụng loại hình du lịch này, thu về lợi nhuận bất minh bằng việc cho đặt các thùng công đức khắp nơi, ra giá cúng sao giải hạn, cho mướn lễ vật, cúng thuê, cầu xin danh lợi...

- Hèn gì mà nhiều địa phương đua nhau làm du lịch văn hóa tâm linh.

- Bằng chứng là tại đây, chúng ta đang chứng kiến cả ngọn núi đá vôi ở về phía đông bắc, đang bị đào bới loang lổ, để xây dựng thành Khu Du Lịch Sinh Thái Văn Hóa Tâm Linh Lũng Cú.

Vừa nói tôi vừa chỉ cho Trà thấy cả một mảng núi xanh um, nằm sau những thửa ruộng bậc thang, sau hai ao nước, đang bị tàn phá tan hoang, để mở ra hai con đường dẫn vào khu du lịch sinh thái, cùng với những hạng mục kiên cố đang trong tình trạng xây dựng dở dang. Nghe đâu, trên cánh đồng ruộng bậc thang Thèn Pả, chủ đầu tư còn cho xây đền Hộ Quốc thờ danh tướng Lý Thường Kiệt. Phía tây thôn Lô Lô Chảy xây đại tượng Phật ở thôn. Phía nam Lũng Cú là công trình quân đội bảo vệ biên giới.

Trà tròn xoe đôi mắt nhìn tôi hỏi:

- Vậy là thời gian sắp tới, nếu một trong hai chúng ta có dịp quay trở lại cột cờ Lũng Cú, chắc sẽ không còn được nhìn thấy cảnh quan hoang sơ như hiện giờ?

- Dĩ nhiên rồi, nhưng điều quan trọng là môi trường, đời sống kinh tế của đồng bào thiểu số quanh đây có được nâng lên không, hay là đất đai, mồ mả, ruộng vườn tồn tại qua bao thế hệ cha ông lại bị mang ra làm mồi ngon cho những kẻ chuyên đi trục lợi, làm giàu trên mồ hôi, nước mắt, xương máu của người dân nghèo?

Rời cột cờ Lũng Cú, tâm trạng của tôi và Trà không biết nên vui hay buồn, vì câu trả lời còn tùy thuộc vào tương lai./.

Minh Nguyễn

** Nhiều tài liệu ghi điểm cực Bắc cách cột cờ Lũng Cú 2 km.*

TRANG THÙY

NGỌT THƠM XỨ HUẾ NHÃN LỒNG

Dường như đất trời có phần ưu ái để bù đắp cho những thiệt thòi khắc nghiệt của thiên nhiên mà người dân miền Trung luôn gánh chịu nên xứ Huế có những loài cây ăn trái nổi tiếng với những đặc điểm "ăn là nhớ mãi", trong đó trái nhãn lồng Huế là một sản vật đọng lại cho người từng thưởng thức một hương vị khó quên.

Năm Minh Mạng thứ 11 người dân Hưng Yên đã chọn giống nhãn lồng của họ đem vào kinh đô để tiến vua nên nhãn lồng còn có tên gọi là nhãn tiến vua. Năm Minh Mạng thứ 17 đã khắc long nhãn vào Tuyên đỉnh. Dần theo năm tháng giống nhãn lồng nhân rộng ở Huế và có lẽ phụ thuộc vào thổ nhưỡng đặc trưng của vùng đất mùa đông mưa lụt triền miên đem theo những mỡ màng phù sa còn mùa nắng thì khắc nghiệt với những cơn gió Lào cháy da cháy thịt nên trái nhãn như được gói ghém cô đọng lại từ những tinh hoa của đất trời, thỉnh thoảng một vài trộ mưa dông tưới tắm dung hòa và từ những đôi tay cần mẫn, khéo léo của người thợ lồng nhãn mà nhãn lồng Huế có cơm giòn, ráo và có vị ngọt rất thanh và thơm.

Nhãn Huế có mặt rất nhiều nơi; trong những khu vườn, khắp các con đường nhưng ngon nhất phải nói đến nhãn vùng Kim Long, thứ nữa là nhãn trong Đại Nội với rất nhiều những gốc nhãn trái sai trĩu cành, là đà níu chân du khách khi ghé thăm vào mùa nhãn Huế. Nhãn Huế vốn đã ngon, nhãn lồng Huế lại càng ngon ngọt thanh tao hơn khi được những đôi bàn tay khéo léo và cần mẫn của người thợ lồng nhãn bằng những bẹ mo cau hoặc bao chẹ.

Vào mùa nhãn, cũng là thời điểm khô hạn nhất khiến ruộng đồng nứt nẻ, nước máy chưa có nên cả làng dùng chung một cái giếng để sinh hoạt nên vào tháng 5, 6 giếng thường cạn nước, những đứa trẻ xóm giếng Chùa chúng tôi ngày ấy lại được ba mẹ giao cho trọng trách là chực nước giếng. Cạnh giếng là chùa Thiên Hòa với ba cây nhãn lâu năm luôn là nơi tụ tập hấp dẫn nhất của lũ trẻ. Dưới những tàn lá rộng che mát, những gốc nhãn to bốn đứa trẻ dang tay ôm không xuể, những trò chơi dân gian như đuổi bắt, ô làng, trốn tìm... là những ký ức đến giờ mãi còn đọng lại trong tôi và những cây nhãn chùa Thiên Hòa không thể không nhắc đến mỗi khi chúng tôi có dịp gặp nhau ôn lại những ngày tháng cũ. Lũ trẻ con ngày ấy với những thiếu thốn vật chất nhưng lại giàu trí sáng tạo thích nhất là những chú bọ xít có trên cây nhãn. Thật ra thì nếu không cẩn thận để các chú ấy tè vào mắt thì cay xè đau đớn vô cùng nhưng chúng lại quyến rũ lũ trẻ con chúng tôi với trò chơi chế tạo xe bọ xít. Với tuýp kem đánh răng, vài hột nút và một ít hắc ín (dầu hắc) chúng tôi làm thành một chiếc xe rồi bắt những chú bọ xít tội nghiệp dính vào dầu hắc trên chiếc xe. Bọ xít bị dính vào chiếc xe đập cánh quay vù vù trong những ánh mắt hân hoan thích chí của lũ trẻ và sau đó thường là tay đứa nào đứa nấy đều dính nước đái của bọ xít vàng khè. Và thỉnh thoảng chúng tôi lại nghe một vài tiếng khóc của đồng bọn quanh xóm chính là hậu quả của vài tiếng roi hoặc nhẹ hơn thì ăn mắng vì trò chơi cố ý sát sanh.

Khi những trái nhãn bắt đầu hình thành cơm và có vị ngọt rồi, chú Tuấn là người đàn ông được coi là trèo cây và lồng nhãn chuyên nghiệp nhất xóm lại chuẩn bị những chiếc bao chẹ, những bẹ mo cau cho công việc lồng nhãn. Chú gom nhãn lại từng khóm và lấy những sợi lạt buộc túm lại trên miệng bao. Đôi khi công việc ấy phải kéo dài đến ba ngày mới xong xuôi cho những lồng nhãn chùa Thiên Hòa. Ông mặt trời đã bao lần mọc rồi lặn, đã qua một mùa trăng và đêm đêm những đàn dơi từ đâu kéo về xạc xào trên những tàn nhãn, sáng mai dậy thấy chúng xả vỏ và hột rơi đầy dưới những gốc cây. Đó cũng chính là dấu hiệu đã đến lúc thu hoạch nhãn lồng và đó là những ngày rộn ràng nhất của những đứa trẻ.

Chú Tuấn thường ngày rất nghiêm và lũ trẻ chúng tôi thường không dám lại chơi gần chú nhưng hôm nay thì khác hẳn. Chú leo tít lên những ngọn cây cao còn dưới đất lũ trẻ con lại háo hức rướn cổ, những đôi mắt thao láo đợi chờ và tranh giành những trái nhãn rơi vô tình rụng xuống. Thỉnh thoảng lại có những nhành nhỏ tách lồng được thả xuống để những đứa trẻ lại reo hò tựa như sắp trúng số độc đắc và trên cao chú Tuấn tay bẻ lồng thoăn thoắt, thỉnh thoảng chú mỉm cười trông xuống và giả vờ vô tình đánh rơi một vài chùm nhỏ, để lũ trẻ lại inh ỏi reo hò.

Nhãn Huế lạ lắm. Không biết những nơi khác thế nào, riêng nhãn Huế nếu cây năm này cho trái trĩu cành thì phải một hai năm sau cây mới cho trái lại. Vậy nên người Huế hay hẹn nhau mùa nhãn lần sau chứ ít ai nói hẹn nhau mùa nhãn năm sau lắm và thông thường cây chỉ đậu trái khi tuổi cây đã khá lớn. Một điều đặc biệt nữa là nhãn lồng Huế thường chung mùa cùng hạt sen Huế, nên như một chữ duyên được tạo ra cho cây trái Huế được giao hòa cùng nhau, vậy nên mùa nhãn lồng Huế lại đi kèm với món chè long nhãn hạt sen.

Với đôi bàn tay khéo léo, sự tinh tế và cầu kỳ của những người phụ nữ Huế giỏi nữ công gia chánh thì món chè long nhãn hạt sen luôn là món ăn bổ dưỡng và giải nhiệt tuyệt vời cho mùa hè. Với những trái nhãn lồng nàng tôn nữ nhẹ nhàng dùng mũi dao nhọn tách phần hột ra và hạt sen sau khi hấp với đường phèn chừng mười phút sẽ bỏ vào trong trái nhãn. Nước đường phèn sau khi nấu để nguội xong đổ vào những chén nhỏ có để sẵn vài trái nhãn bọc hạt sen. Nâng chén chè lên thưởng thức, tưởng đâu đây bóng dáng nàng con gái Huế dịu dàng e ấp, nghe trong từng vị ngọt những khúc nhạc trời đang trỗi lên những thanh âm trang đài của món chè thanh tao vương giả, nhãn lồng và hạt sen Huế đã quấn quýt ôm ấp nhau trong hương sắc trong ngần.

Ngày nay tuy giống nhãn lồng đã có mặt ở rất nhiều nơi nhưng nhãn lồng Huế vẫn là một sản vật danh tiếng của Huế. Năm nay cây nhãn nhà tôi cho trái rất nhiều. Đứa em trai tôi lại rộn ràng qua chợ Đông Ba mua rất nhiều bao chẹ để lồng nhãn. Sau gần một tháng trái nhãn đã có vị ngọt đậm đà, cả nhà tôi ba thế hệ quây quần bên gốc nhãn. Người trẻ có sức leo cây bẻ chùm, mạ và chị em tôi ở dưới cùng nhau lặt nhãn còn mấy đứa cháu lăng xăng rộn rã cả một góc vườn rộng, tiếng cười đùa làm cả xóm ai cũng kéo tới cùng vui chung nhãn nhà tôi năm nay được mùa.

Lựa những chùm trái to ngon cơm dày giòn thơm nhất, mạ tôi dâng lên bàn thờ gia tiên tấm lòng thảo thơm của người "ăn quả nhớ kẻ trồng cây", và đem biếu trong xóm mỗi nhà một ít. Số còn lại tôi đem ra chợ bán, không là bao nhưng tôi muốn mọi người ai cũng được nếm hương vị ngọt ngon của trái nhãn lồng nhà tôi. Đó không chỉ là một sản vật danh giá của Huế, không chỉ là những mật ngọt của đất trời ban tặng cho xứ Thần Kinh mà còn là những tiếng cười trong trẻo hồn nhiên của chúng tôi gắn liền với những gốc nhãn lồng vườn Huế.

Trang Thùy
Huế, 1.8.2021

HOÀNG QUÂN
CÓ NHỮNG VÍ DỤ

Thế kỷ trước, truyện *Ví Dụ Ta Yêu Nhau** của một nhà văn trẻ đã làm bao nhiêu "kẹp tóc", "húi cua" say mê một thời. Thế kỷ này, các cô, các cậu ngày xưa, giờ đây là những bà, những ông với mái tóc mặn mà, ít tiêu nhiều muối, có phút chạnh lòng chăng, khi nghe những ví dụ dưới đây?

Ví dụ một: Ví dụ họ gặp nhau vài thập niên trước

Văn phạm Việt ngữ chẳng thể làm nổi bật sự không tưởng của trường hợp này. Tuy nhiên, người ta có thể cho trí tưởng tượng bay bổng, để bắt gặp những hình ảnh rất dễ thương. Hai nhân vật ấy gặp nhau, cậu bé mười tuổi, cô bé tám tuổi. Cậu bé đọc sách, đọc thơ rất sớm. Cậu nắn nót chép mấy câu thơ của thi sĩ Xuân Diệu:

Thư thì mỏng như suốt đời mộng ảo/ Tình thì buồn như tất cả chia ly/ Xếp khuông giấy mang hoài trong túi áo/ Mãi trăm lần viết lại mới đưa đi.

Cô bé lờ mờ hiểu "thư thì mỏng" nghĩa là gì. Mà, "suốt đời mộng ảo", cô bé đành chịu thua. Nhưng cô bé thấy những vần thơ hay quá chừng (có lẽ vì do cậu bé chép cho cô). Hình như thi sĩ viết *"Giấy phong kỹ mang thầm trong túi áo"*. Mặc kệ thi sĩ, cô bé thích vần thơ nhớ nhầm của cậu bé hơn. Cô bé tìm trong tự điển Việt Nam không có chữ "khuông". Không sao, cô bé vẫn giấu tờ thơ trong tập vở, lâu lâu mở ra đọc, dù cô đã thuộc lòng rồi.

Cô bé kể cho cậu nghe, rằng, cô thích bài hát *Kiếp Nào Có Yêu Nhau*, dù cô chẳng hiểu gì cả. Cậu muốn "nghiên cứu" lời của bài hát để cắt nghĩa cho cô bé nghe. Cậu do dự, cô bé còn nhỏ xíu, bài hát lại quá buồn. Thôi, cậu chỉ thích nghe tiếng cô bé cười trong trẻo, như khi cậu hái hoa ngọc lan, hoa phượng tặng cô. Cô bé mân mê vuông giấy trắng, có cánh phượng ép hình con bươm bướm. Đôi mắt cô bé sáng rỡ, vui sướng.

Có những trưa, cậu bé đi bắt cá đây kia, bỏ cá vào những hũ chao, cho cá đá. Cô bé dặn nhỏ cậu, chỉ đá cá, chớ đừng lăn dưa. Lúc cả gan, cậu đến nhà cô, bắt cá từ bể tròn to trong vườn. Nhà có con chó mực giữ vườn. Ai lạ mặt lảng vảng, con mực um sùm lên tiếng. Khi biết "ý đồ" của cậu với mấy con cá lia thia nhà cô, cô vuốt đầu con mực, năn nỉ nó đừng sủa, để yên cho cậu bắt cá thật nhanh. Kẻo anh cô bắt gặp, không chừng có ẩu đả. Cô bé không muốn cậu bé bị ăn đòn.

Cậu bé vào trung học. Cậu thông minh, học giỏi, mà phá nghịch quá. Cậu mê chơi *bi-da*. Thấy những bước chân của khách bộ hành, cậu tưởng tượng đến những đường banh. Tối nào, Ba cậu cũng kiên nhẫn chờ cậu về để đóng cửa ngõ. Thỉnh thoảng trốn học, cậu say sưa với cơ, banh, phấn ở tiệm *bi-da* nào đó. Một buổi sáng cuối tuần, cậu đang ngủ ngon. Ba cậu vào phòng, đánh thức, "Dậy đi con, tới giờ đi chơi *bi-da* rồi". Cậu chợt tỉnh, không bỏ học, không chơi *bi-da* nữa.

Cô bé phụng phịu kể cậu nghe, mấy đứa bạn chọc ghẹo cô, tóc bum-bê chê chồng. Cậu phồng mang, trợn mắt, nổi máu du côn, hỏi đứa nào, để cậu lấy ná bắn. Cậu thấy tóc bum-bê của cô bé ngắn thiệt, nhưng trông ngồ ngộ. Cậu nói, cho dù tóc cô chỉ còn một chỏm như chú tiểu trong chùa, cậu vẫn thấy cô dễ thương như thường. Cô yên tâm, cười toe.

Lên trung học đệ nhị cấp, cậu chọn ban văn chương. Suy nghĩ của cậu lớn dần theo thời gian. Chiến tranh lan rộng. Cuộc sống ở tỉnh ly chìm trong không khí nặng nề. Cậu cảm thấy bài vở chữ nghĩa phù phiếm, xa rời cuộc sống bấp bênh, trắc trở bấy giờ. Nhiều giáo sư của các trường trung học tham gia phong trào đấu tranh. Có những xung đột giữa chính quyền và những người "đứng dậy". Cậu hăng hái góp mặt vào hoạt động đang bừng bừng ở các trường trung học. Cô bé ngưỡng mộ hồn văn, lòng thơ của cậu. Nhưng cô lộ vẻ bất an, khi nghe cậu sôi nổi về những sinh hoạt của cậu và các anh chị trung học đệ nhị cấp. Bao người xôn xao khi rạp *xi-nê* trong phố trình chiếu phim *Mối Tình Roméo và Juliette*. Rạp xi-nê đã có lần bị đặt chất nổ. Vì thế, cô bé chưa bao giờ được phép đi xem chiếu phim. Cô chỉ biết lén lén đọc lời bài hát của phim, *Giây phút êm đềm ngày ta gặp nhau...* Cô bâng khuâng. Cô mơ màng. Cậu nghĩ, tội nghiệp cô bé. Phải bù đắp cho cô. Cậu đọc cho cô nghe bài thơ *Guốc Gỗ* của người bạn thi sĩ cùng trường. Cô sẽ *Guốc gỗ trưa về khe khẽ nhịp*, để cậu *nghe khua động xáo tâm hồn*.

Sau những biến động của cuộc sống, cậu bé, cô bé từ giã tỉnh lỵ, vào sống ở chốn phồn hoa đô hội. Bây giờ họ đã thành chàng và nàng. Chàng vào đại học. Nàng tiếp tục trung học. Chàng thường chờ nàng ở con đường nhỏ gần trường, đầy cây xanh, đón nàng đi học về. Rủ nàng đi ăn chè đậu xanh, đậu đỏ ở cạnh ngôi chùa nổi tiếng. Chàng lóng ngóng chờ nàng tan trường. Chàng và nàng có nhau. Tưởng như tự nhiên của đất trời: *Trời sinh mưa nắng hôn nhau/ Gió hôn ngọn cỏ, ao sâu hôn bèo/ Cớ sao em chẳng làm theo/ Mình hôn nhau ấy là theo lẽ trời* (*Hôn Nhau*, Văn Viết Lộc). Nàng nguýt chàng một cái sắc lẻm. Rồi cúi đầu, nhìn chằm chằm mặt đất. Có lẽ nàng thấy trái đất thật đẹp, vì có chàng. Hay nàng đang mím môi nói thầm, sao chàng quỷ quái quá vậy. Chàng tính toán, nếu mình theo lẽ trời, nàng sẽ phản ứng thế nào. Chàng biết, nàng rất hiền, không bao giờ dùng võ lực. Chàng chẳng cần bận tâm trường hợp năm ngón tay đỏ hồng lên má chàng. Nhưng chàng cũng biết, nàng rất "nghiêm". Hình như nàng đã kể, có lúc nàng thích đi tu. Trời ơi, sư sãi nào yên lòng tụng niệm, khi thấy cặp mắt đầy tục lụy của nàng. Nếu nàng nhất định xuống tóc, chàng sẽ thành tâm lui tới chốn cửa Phật. Chàng cảm hứng:

Có chàng đội gạo lên chùa,/ Theo o sư nhỏ học nghề làm tương./ Chao ui, tiếng Huế dễ thương,/ Một, hai, ba, bốn là thành tương tư.../ Mà sao tâm tính của sư,/ Cũng mang tục lụy của người trần gian./

Sư cô tính giống Nghi Lâm,/ Cắt dây chuông đứt, bỏ chùa đi chơi...

Ủa, chàng lạc đề xa lắc, xa lơ rồi. Bịnh lạc đề chàng lây của nàng tự hồi nào không hay. A, nàng không dùng võ lực. Nhưng "văn lực" của nàng thâm hậu lắm. Chàng trấn an mình, nàng nhất định không giận chàng. Vì chàng có làm gì nên tội, ngoài tội thương nàng. Nếu nàng cứng đầu, bảo đó là tội, chàng sẽ hùng hồn cho nàng biết, nàng cũng có tội, tội thương chàng. Chàng chưa bao giờ hỏi. Nàng chẳng bao giờ chịu nói, mà chỉ hát nhỏ... *niềm thương không nói nên lời...* Chàng nghĩ, chàng sẽ không bao giờ hỏi. Không khí hạnh phúc chàng thở, những thương yêu chật cứng trong tim chàng, đã là câu trả lời đầy đủ nhất. Dù nàng chưa là sinh viên, chàng sẽ rủ nàng đi dạo trên... *con đường Duy Tân cây dài bóng mát...* chàng sẽ mời nàng... *uống ly chanh đường...*

Nàng ở tỉnh lỵ suốt tuổi thơ của nàng, mà rất mù mờ về địa lý của nơi ấy. Khi bé tí ti, nàng nghe lóm bài thơ tả về những con đường. Nàng nhớ lõm bõm mấy câu: *Con đường Trần Thúc Nhẫn hoa thơm/ Hoa thơm hay tóc em thơm ngát/ Anh muốn hôn lên đôi mắt hay hờn...* Nàng hỏi chàng con đường đó ở đâu. Chàng vênh mặt lên lớp. Càng cắt nghĩa, nàng càng rối rắm. Nàng cho sông này chảy nhầm qua hồ kia, cho núi này che mất đồi nọ. Chàng bèn sáng tác ra Bến Thương Thương. Nàng nghĩ mình dốt, nên đứng dựa cột mà nghe, hỏi, "Bến đó nằm ở đâu?" Chàng sung sướng, nhìn nàng trúng kế. Bến đó ở trong mộng tưởng của hai đứa mình đó. Nàng không háy chàng, chỉ bẽn lẽn. Chàng mời nàng dạo thuyền ở bến mơ. Nàng ngoan ngoãn nhận lời. Nhưng lo lắng, nàng không biết bơi. Chàng trấn an, nhỡ nàng té xuống nước, chàng sẽ nhảy ùm theo xuống, cứu nàng, cõng nàng lên lưng, đưa nàng vào bờ bình an. Hình ảnh trong tưởng tượng đó làm chàng cười tủm tỉm. Nàng vờ như không nghe.

Nàng chưa bao giờ đọc một trang sách kiếm hiệp. Dù vậy, chàng thấy nàng khôn lanh như những nhân vật nữ trong *Cô Gái Đồ Long*. Nàng thủ thỉ, chàng đôi lúc giống lãng tử. Chàng lim dim tưởng tượng chân dung của mình... *Người nghệ sĩ lăn lóc gió sương. Tơ đàn say đắm quên sầu thương.* Bỗng, chàng giật bắn người, nghe nàng dịch tiếng Việt ra tiếng Việt, lãng tử là chết lăng xẹt. Chàng nhận xét, khả năng "tư duy" của nàng ngang hàng với Châu Bá Thông.

Chàng và nàng nói chuyện với nhau trên cùng tần số. Các xưởng sản xuất pháo bông sẽ phải dần dà đóng cửa. Vì, những đối thoại của chàng và nàng là những bông pháo rực rỡ, biến mỗi ngày thành một sự kiện tươi đẹp, thăng hoa cuộc sống trần gian. Các nhà sinh vật học vinh danh con cóc, như một biểu tượng của ngôn ngữ tình yêu. Những bài thơ con cóc, chàng và nàng làm cho nhau, ngân vang như những giai điệu tuyệt vời làm chàng yêu nàng và yêu cả nhân loại. Những câu lục bát ngúc ngắc lại dìu dặt như những cung bậc du dương làm nàng yêu chàng và yêu cả thế gian. Các tự điển của hàn lâm viện càng lúc càng dày thêm. Vì trong mỗi lá thư chàng và nàng viết cho nhau, họ luôn sáng chế thêm chữ mới. Các sách viết về thần giao cách cảm thu hút sự chú ý của cả loài người. Y học, tâm lý học, triết học... đưa ra nhiều giả thuyết, lý luận, nhưng không có sự giải thích thỏa đáng cho hiện tượng này. Chỉ chàng và nàng và những người yêu nhau mới có đầy đủ chứng cớ. Có lần chàng sơ ý viết nhầm dấu hỏi, ngã. Như một cô giáo tận tâm, nàng cắt nghĩa rành mạch sự khác biệt, rồi nhắc nhở chàng: *Trời sinh tiếng Việt thiệt hay/ Hỏi ngã lộn xộn, có ngày chết tươi.* Thỉnh thoảng, chàng giả vờ lộn xộn, xem thử chết tươi dưới tay nàng như thế nào. Thật ra, với giọng Huế của nàng thì huyền, sắc, hỏi, ngã gì cũng thành nặng ráo trọi. Dù vậy, chàng thấy nàng quyến-rủ-mảnh-liệt. Chàng thích thú tưởng tượng vẻ lúng túng, cuống quýt của nàng. Chắc nàng sẽ không sửa chàng răng, rủ là rủ rê, mảnh đi chung với mai... Nhằm nhò gì ba lỗi chính tả, chàng nói sao nàng cũng hiểu cả.

Cứ thế, chàng và nàng cùng nhau viết những dòng, những chữ, ngay cả dấu chấm, dấu phẩy cũng đong đầy hạnh phúc trong câu chuyện cổ tích thật đẹp. Như kết cục của chuyện thần tiên, hoàng tử và công chúa sẽ bên nhau, thương yêu nhau, hạnh phúc cho đến trăm năm, ngàn năm sau, và, sẽ giữ đời cho nhau đến muôn kiếp...

Ví dụ hai: Ví dụ họ gặp nhau thế kỷ này

Xét về văn phạm, trường hợp này có thể xảy ra. Nhưng suy xét những yếu tố khách quan, liên hệ thực tại, câu chuyện vô cùng rắc rối, phức tạp, những khúc mắc dường như vô phương tháo gỡ. Chàng và nàng đang từng bước đi vào mùa thu cuộc đời. Mỗi người đều có đời sống đúng với chuẩn mực xã hội. Đã là những người lớn, xem như trưởng thành, mà đâu đó trong tâm hồn, họ vẫn như trẻ thơ. Do vài tình cờ đưa đẩy, họ gặp nhau. Họ thấy vui, vì nói cùng ngôn ngữ, phát thanh trên cùng làn sóng. Câu văn cuộc đời của cả hai đều đã trọn vẹn với dấu chấm tròn trĩnh. *Full stop, full* và *stop.* Như thi sĩ Nguyễn Tất Nhiên đã tỉ tê, *Nếu mình chọn đời nhau làm dấu chấm/ Mỗi câu văn đâu được chấm hai lần.* Cả hai không mảy may nghĩ đến một cuộc phiêu lưu nào cả. Khoa học kỹ thuật hiện đại đã tạo điều kiện cho họ gặp gỡ nhau trên liên mạng. Chàng và nàng công nhận rằng máy điện toán là phát minh kỳ diệu nhất của loài người. Họ cười đùa, chọc ghẹo nhau, mà không hề nhận ra sinh hoạt dần thành một thói quen. Ban đầu, là những trao đổi rất bình thường trên liên mạng. Chuyển tiếp thông tin vô thưởng, vô phạt. Những dược tính thần kỳ của cây nha đam. Những bài tập thể dục, để tinh thần được minh mẫn, để thể xác được tráng kiện, vân vân và vân vân. Dần dà, họ mong ngóng những điện thư gởi cho nhau. Họ dường như nhung nhớ tác giả của những lá thư. *Tình không chủ ý: tình cờ.* Tất nhiên, khởi đầu là trò chơi nhỏ, vô hại (chứ biết có hại, thì ai lại bắt đầu). Nàng yêu thích giọng ca của một nam ca sĩ. Chàng vờ chê, ông ca sĩ hát, mặt mày nhăn nhó như bị táo bón kinh niên. Nàng binh ông ca sĩ chằm chặp. Phải diễn tả với cả tâm tình như vậy mới tuyệt vời chứ. Chàng bỗng đâm ghen với ông ca sĩ. Bởi ông hay "ru" nàng, những khi nàng khó ngủ... *đừng bao giờ em hỏi/ vì sao ta yêu nhau...* Lời ru đã làm trái tim nàng nhũn ra. Nàng cắt nghĩa, khi xưa đi học, thầy dạy phân biệt chữ ghen và ganh. *Jealous* là lo bị mất những gì đang có. *Envious* là tức bực vì mình chưa có được. Chàng tỉnh bơ, chàng đích thị là *jealous,* chứ không phải *envious.* Vì ý nghĩ của chàng đã đi trước một bước. Nàng bối rối, phản đối kịch liệt. Nghe những băn khoăn của nàng, chàng thương nàng hết sức. Dù đôi khi chàng cũng bực cái tính "khó" và "dữ" của nàng. Chàng không thích thấy nét lo lắng nơi nàng. Nhưng chàng buồn rầu hiểu rằng, cả hai đang trong một *jeux interdit.* Tội nghiệp nàng, nàng quýnh quáng tìm nhiều cố vấn gỡ rối tơ lòng. Từ những cố vấn cao niên người Âu, cho đến những cố vấn đồng niên người Á. Chàng đồng ý để nàng và các vị cố vấn dùng trái tim chàng cho những nghiên cứu về tiềm năng và hệ lụy của đam mê. Nàng trách mình, trách tình cờ oái oăm, trách lung tung, trách tất cả những gì có liên quan đến sự gặp gỡ muộn màng. Bao nhiêu hàng rào, tường thành nàng dựng lên không cản được những tín hiệu con tim chàng gởi đến nàng. Nàng lắng nghe bản nhạc quen *why don't you come to your senses/ come down from your fences - open the gate.../ You'd better let somebody love you before it's too late...* Có lẽ, nàng sẽ liên lạc với những trung tâm sản xuất băng nhạc, nhờ họ tìm một nhạc sĩ viết bài Tương Tư 8 tặng cho chàng và nàng. Dù chàng đã có lần ê a:

Rằng xưa có gã Từ Quan/ Lên non thấy tháp chuông vàng kéo chơi/ Rằng nay có gã gan trời/ Hát Tương Tư 4 tặng người vô tâm. Nàng chỉ còn biết phản công yếu ớt: *Vô tâm nhắn nhủ gan trời:/Hát hò cắc cớ, gan thành... pa-tê.*

Nàng cám ơn tạo hóa đã sắp xếp trái đất có năm châu, bốn bể. Ít ra, yếu tố không gian có thể giảm bớt nhiệt lượng của ngọn lửa đam mê.

Ví dụ ba: Ví dụ họ xa nhau

Ví dụ này đúng ra là hệ luận của ví dụ hai. Nghĩa là phải xem giả thuyết thứ hai có giá trị, thì mới xét tiếp trường hợp này. Chàng đã bao lần thuyết phục nàng hãy đón nhận những khoảnh khắc hạnh phúc như những ân sủng quý giá của cuộc sống. Chàng nghe tiếng dạ ngọt ngào của nàng, tưởng như thấy được đôi mắt nàng rạng ngời yêu thương. Chàng nhắm mắt, tận hưởng những xao xuyến rất mực đằm thắm. Bỗng chàng giật mình vì tiếng thở dài của nàng. Chỉ mới tưởng tượng đến những giọt nước mắt của nàng, chàng cảm thấy hụt hẫng, như đang rơi, rơi đến đâu chàng không biết, chỉ biết sâu lắm. Sao chàng ghét vị quan tòa trong nàng kinh khủng. Chàng càng nghĩ, càng thương nàng hơn. Tội nghiệp nàng quá sức. Tại sao nàng sợ xuống địa ngục. Ở đó, nàng mới mong hát bài ca hạnh ngộ với chàng chứ. Chàng hát khẽ, *Em, rơi vào đời tôi/ tình yêu em khôn lớn trong dịu dàng...* Có lần chàng thắc mắc tại sao tiếng Anh lại dùng động từ *fall in love.* Có biết bao động từ khác vô hại hơn nhiều, chứ chữ *fall* hàm ý là tai họa, là... rơi. Chàng vỗ về, *Dù ta có đi trên nghìn thu đắng cay/ trên từng nỗi khốn cùng/ nhưng tình ta biết bao giờ nguôi...* Chàng có nhiều nỗi đoạn trường. Nàng có lắm mối vấn vương. Cách xa vạn dặm, nhưng dường như cả hai cùng xót xa với những bản nhạc tình buồn ray rứt, cùng cố giấu quanh, giấu quẩn nỗi buồn của nhau. Chàng cố quên, như lại càng nhớ. Nghe nhạc, chàng buồn nẫu người. Tưởng như nhạc sĩ diễn tả nỗi niềm của chàng: *Nếu không có người cuộc đời trôi về đâu/ Nếu không có người mặt đất quá hoang vu/ Và ta biết một điều thật giản dị/ Càng xa em ta càng thấy yêu em.*

Nàng tránh không làm điều gì nhắc nàng liên tưởng đến chàng. Nhưng hình ảnh chàng vẫn đây kia trong trí nàng. Cố nghĩ như một trường hợp đơn giản, chàng sẽ nói với nàng... *Xin gửi em một lời chào, một lời thương, một lời yêu, lần cuối cùng.* May thay, có một liều thuốc mầu nhiệm: thời gian. Như một định luật bất di, bất dịch, thời gian có thể chữa lành mọi vết thương. Với một thời lượng tương tự như chuyện *Tình Già* của cụ Phan Khôi, tính theo tuổi tác khách quan, họ đã thành cụ ông, cụ bà. Nhưng xét theo tuổi tác trái tim, vẫn có thể gọi họ là chàng, nàng.

Một chiều nào đó, khi nắng sang sông, nàng bỗng rộn ràng lục lạo ký ức của mình. *Nhớ tới mùa thu năm xưa gởi nhau phong thư...* Trong trí nhớ của nàng, mã số của từng "bộ hồ sơ" là nét chữ. Để coi, ngày xưa chàng chỉ dùng điện thư. Nét chữ thông dụng là *arial.* Nan giải! Rất nhiều hồ sơ có mã số loại này. Một tên đồng nghiệp, đã mấy lần thâm hiểm tìm cách đâm sau lưng chiến sĩ. Ô, không phải thư tình hắn gởi cho nàng, mà những dòng chữ gay gắt, hắn chụp mũ nàng, rằng nàng làm việc giẫm chân hắn. Chỉ nghe tên hắn thôi, cũng đủ bực mình cả ngày. Nàng phải cố tìm cách ném hồ sơ của tên này ra khỏi trí nhớ của mình. Hay là thư này, cũng mã số *arial.* Mới liếc qua mấy hàng, nàng toát mồ hôi hột. Đây là cảnh cáo của lão phù thủy kiểm toán nội bộ. Nàng đã linh động trong công việc. Ký giấy đồng ý giải ngân mấy chục ngàn *đô-la* từ hợp đồng tín dụng hàng trăm triệu. Có vậy thôi, lão hoạnh họe, bắt nàng "phê và tự phê", lằng nhằng kinh khủng. Ủa, muốn tìm ra mấy đoạn viết ngắn của chàng, mà chỉ thấy toàn thấy món mắc dịch. Sự bất quá tam, nàng mở bộ hồ sơ tiếp. Đây rồi, mở đầu thư, Thương ơi, Nhớ ơi. Chữ ư và ơ "dã chiến" đến bây giờ vẫn còn làm nàng bồi hồi. Sau chữ u và o có dấu hoa thị xinh xinh. Nàng thắc mắc, trí nhớ chàng có vấn đề hay sao mà chàng gọi sai tên nàng. Chàng cắt nghĩa vòng vo. Rằng khi trái tim chàng nghe tên nàng, "hắn ta" tự động chuyển ngữ thành thương, thành nhớ. Cặp chữ nào cũng êm tai, nàng liên tưởng đến bài hát... *Thương ơi, Nhớ ơi... ma belle, those are words that go together well.* Nàng đọc tiếp thư. Ủa, trình độ tiếng Việt của chàng chỉ gói ghém trong mấy chữ đó thôi. Còn lại, chàng viết tiếng Anh. Chàng còn cà tửng rằng, chàng viết tiếng Anh, nàng viết tiếng Em. Thiệt là hợp lý! Nàng có nghề tay trái là thông dịch. Nàng thường đi thông dịch cho tòa án và cảnh sát. Chủ yếu là các trường hợp bị khước từ đơn tị nạn, hoặc rút giấy phép cư trú, giấy phép làm việc... Trong bao nhiêu năm hành nghề thông dịch, nàng chưa gặp trường hợp nào liên quan đến tình cảm. Bởi thế, văn dịch của nàng mang nặng tính hình sự. Không chừng, những *love letters* ướt át của chàng, trở thành... *blackmail* qua bản dịch của nàng. Coi như mới "nhất sao" đã "thất bổn". Vậy, làm sao mà *đọc lá thư xưa, một trời luyến tiếc* được. Đó, phải chi hồi xưa, chàng thấy thiện chí của nàng, giúp chàng tập viết. Chàng chỉ quanh quẩn ngụy biện rằng, viết tiếng Anh cho nhanh, cho tiện. Xài bàn phím riết, không biết cầm cây viết ra sao... Nàng đã chẳng đề nghị chàng ghi danh chung với mấy đứa cháu nội, ngoại vào các lớp mẫu giáo để tập viết. Có công mài sắt có ngày nên... kẽm gai (đó là tục ngữ của chàng. Nàng không có văn chương cà khịa như vậy). Nàng rất muốn *cho yêu thương đó, em còn được giữ trong tâm hồn rất lâu.* Mà chàng không tạo điều kiện cho nàng nhận diện "hồ sơ đặc biệt". Trí nhớ của nàng lại dở, cứ cứng nhắc theo những nguyên tắc có sẵn, không có ngoại lệ nào cả. Uổng chưa, nàng cứ tưởng những lá thư "điên nặng" gồ ghề đó sẽ có chỗ đứng đáng kể trong ký ức của nàng. Biết làm sao hơn. Chàng ơi! Lười một ly, đi một dặm.

Ví dụ bốn: Ví dụ họ không bao giờ gặp nhau

Quả là một giải pháp tối ưu. Thật ra, trường hợp này xác suất xảy ra cao nhất. Cả hai đã sống bao nhiêu năm trong tỉnh lỵ nhỏ xíu. Nơi mà, đi hai, ba phút đã về chốn cũ. Khi còn nhỏ, chị thường đi ngang qua nhà anh, mỗi khi đến trường. Chị biết nhiều bạn bè của anh. Anh cũng nhẵn mặt nhiều bạn bè của chị. Lớn lên, anh hay lảng vảng tìm bóng hồng gần góc trường của chị. Anh thường xuyên có mặt ở khuôn viên đại học của chị. Bao nhiêu cơ hội như vậy, vẫn không thấy nhau, quả đúng là vô duyên. Thế thì làm sao tương ngộ được.

Chị cùng gia đình đi du lịch xứ xa. Buổi sáng, gia đình chị cùng gia đình người bạn ngồi trong nhà hàng, chờ những bún bò, bánh bèo đầy hứa hẹn cho buổi điểm tâm tuyệt hảo. Gia đình anh bước vào tiệm. Anh đưa vợ con an vị nơi bàn bên cạnh. Người bạn vẫy vẫy, chạy đến anh, bảo, tuần này bận, hẹn tuần sau. Khách khứa về, sẽ qua nhà anh uống bia, tán gẫu. Chị lơ đãng nhìn những thực khách bàn bên cạnh. Thấy họ có vẻ dễ mến, nhưng hoàn toàn xa lạ. Chị tự hỏi, phải chăng đó là hình ảnh tiêu biểu của một *American dream*. Ít ra là giấc mộng vàng của những người Việt tha hương nơi xứ này. Chị nhìn bâng quơ tấm thực đơn to tướng trên tường. Nghĩ thầm, ăn phở xong mình sẽ tráng miệng ly chè ba màu. Rồi thôi. Chị tận hưởng những ngày hè thật vui với gia đình. Chị bớt thành kiến với những người dân xứ hợp chủng. Trước đây, chị dám láo lếu, cho rằng đời sống văn hóa của họ không phong phú bằng dân lục địa chị ở. Hết nghỉ phép, chị trở lại với công việc chăm chỉ, năng động. Chị tính toán, hoạch định chương trình du lịch vào lễ phục sinh và vào mùa hè sắp tới...

Cuộc sống của hai thành viên trong số mấy tỉ người sống trên trái đất giữ nhịp bình thường. Bên này của trái đất, chị đều những bước vững vàng trong dòng đời phẳng lặng bên chồng con. Chị dành thì giờ không ngừng tăng cường kiến thức, để làm gì, chị không rõ lắm. Mọi giấc mơ, đúng hơn, mọi dự định cho tương lai, sẽ được thực hiện tuần tự. Không có sự kiện gì làm chị bối rối, bần thần. Chị là trường hợp kiểu mẫu của phụ nữ thế kỷ 21. Khi người khác trầm trồ về sự toàn hảo của đời chị, chị vờ khiêm nhường cám ơn. Nhưng nói thầm, tôi mà, đâu phải ai.

Chị vẫn thường nghe nhạc như một thói quen đã ăn rất sâu vào xương tủy của chị. Nhưng nghe nhạc luôn là hoạt động song song với xếp áo quần, rửa chén, nấu cơm... Chị nghĩ, chỉ ngồi nghe nhạc hoặc xem phim là... phi sản xuất. Người chị đa đoan, trăm công, ngàn việc, phải sử dụng thời giờ thật hữu hiệu. Chị đã học được tính tốt (?) này của người Âu châu. Đôi lần hiếm hoi trong dòng đời bận rộn, chị có lúc nghĩ vẩn vơ... *mình nhớ ai mà buồn chi lạ...*, như lần chị đi dự đêm nhạc thính phòng. Lòng chị xôn xao, khi nhạc sĩ trình bày một nhạc phẩm tâm đắc nhất của ông, giấc mơ tình yêu vĩnh cửu. Chị "cảm" bài hát, mà chỉ nhớ mỗi câu đầu tiên. Nhưng chị không có ý định tìm hiểu thêm về bài hát. Giấy phép hoạt động của con tim đã hết hạn từ lâu. Chị chẳng nghĩ đến việc gia hạn giấy phép. Phút bồi hồi nhanh chóng đi vào quên lãng.

Chị ra khỏi xe buýt, cùng với dòng người, đều chân tràn vào các khu văn phòng gần công viên Xanh và hồ Băng Giá. Trời đã lập đồng, cây trụi lá. Chị đi vòng qua cây cầu nhỏ, nhìn hàng cây, tự dưng chị nhớ đến câu hát chị rất thương, có lẽ do đã được sửa đi một chút... *những cây ghi dấu ngày em đến/ đã cằn khô vì nỗi nhớ thương...* Chị chợt muốn đi dạo một vòng trong công viên, ngắm trời đất chuyển mùa. Chị nhìn đồng hồ. Mười phút nữa chị có buổi họp qua điện thoại, chuẩn bị cho chuyến công tác dài ngày sắp tới. Sợ trễ, chị hối hả rảo bước vào khu văn phòng. Thầm nhủ, đến tháng tư, cây sẽ đâm chồi nảy lộc. Chị không để ý ngọn gió đầu đông đã về, báo tin mùa buốt giá sẽ đến, rất nhanh...

Bên kia của trái đất, anh là mẫu người lý tưởng của thời đại. Tiếp tục thăng tiến trong công ăn, việc làm, đạt được những kế hoạch, mục tiêu đáng kể, bao người trầm trồ. Sự nghiệp vững chắc, gia đạo yên vui. Trái tim anh thỉnh thoảng lỗi một nhịp. Ví dụ như khi anh thấy cô ca sĩ xinh xinh, có răng khểnh ca những bài hát về Hà Nội. Nhưng tim anh nhanh chóng vãn hồi trật tự. Anh thường nghe nhạc Việt. Lâu lâu thay đổi, anh mở *radio* nghe *country music*. Anh không thích những loại nhạc ồn ào, quá phô trương kỹ thuật âm thanh. Anh không lắng nghe mấy câu trong bài *Desperado* để nói với ai, *Give love a chance*. Anh càng không thể tưởng tượng rằng một nhạc sĩ *hard rock* như Gary Moore lại có những lời ca tuyệt vời, *I'm always gonna love you, if loving means forever, I don't think I could ever just forget the love we had...*Anh không có khái niệm nhiều về cây cỏ. Có thể anh sẽ liên lạc các nhà vườn chuyên nghiệp, yêu cầu họ thiết trí vườn cho anh, như mọi khu vườn bình thường của đất nước anh đang ở. Anh không biết rằng *hortensie* là hoa cẩm tú cầu, hay còn gọi là hoa mâm xôi. Anh cũng chẳng hề nghĩ là bụi *azalea* màu xác pháo bên nhà láng giềng có tên thật đẹp: hoa đỗ quyên.

Anh phải còn cày cấy hai chục năm nữa. Con đường trước mặt anh, rất bận rộn, nhưng xem ra thẳng tắp. Anh rẽ xe vào bãi đậu. Trời đã vào thu, một chiếc lá phong mắc kẹt nơi cây quạt nước. Anh bước ra, gỡ chiếc lá, cầm trên tay. Anh chợt nhớ đến bài hát anh từng yêu thích... *xin chiếc lá vàng làm bằng chứng yêu em...* Không phải là trường hợp của anh. Anh buông chiếc lá, tất tả vào hãng. Ngày hôm nay có mấy cuộc họp quan trọng. Anh không còn thì giờ để nhìn xem chiếc lá còn bay là đà, hay đã nằm chơ vơ đâu đó trên mặt đường?

Hoàng Quân

**Ví Dụ Ta Yêu Nhau của Nguyễn Thanh Trịnh*

Trích lời ca trong các nhạc phẩm:

A Time for Us by Andy Williams
Trả Lại Em Yêu của nhạc sĩ Phạm Duy
Lỡ Chuyến Đò của nhạc sĩ Anh Việt
Thuở Ban Đầu của nhạc sĩ Phạm Đình Chương
Như Ngọn Buồn Rơi của nhạc sĩ Từ Công Phụng
Điều Giản Dị của nhạc sĩ Phú Quang
Bài Không Tên Cuối Cùng của nhạc sĩ Vũ Thành An
Lá Thư của nhạc sĩ Đoàn Chuẩn
Michelle by The Beatles
Lệ Đá lời của thi sĩ Hà Huyền Chi nhạc của nhạc sĩ Trần Trịnh
Tương Tư 4 của nhạc sĩ Mặc Thế Nhân
Khi Người Yêu Tôi Khóc của nhạc sĩ Trần Thiện Thanh
K Khúc Của Lê thơ của thi sĩ Du Tử Lê nhạc của nhạc sĩ Đăng Khánh
Khúc Thụy Du thơ của thi sĩ Du Tử Lê nhạc của nhạc sĩ Anh Bằng
Desperado by The Eagles
Always Gonna Love You by Gary Moore
Em Đến Thăm Anh Đêm Ba Mươi thơ của thi sĩ Nguyễn Đình Toàn
nhạc của nhạc sĩ Vũ Thành An

sáng ra thay nước bàn thờ
thắp hương nhìn khói bay vào mênh mông
mường tượng ra khuôn mặt ông
còn bà không biết (trống không ảnh thờ)
chần chờ đứng ngó vu vơ
hôm nay, chút nữa đi mô chơi hè
ngày mai mùng một Tết về...
châungọc

THÀNH TÔN
Với Luân Hoán

Ta biết bạn làm hàng ngàn bài thơ
Và bạn có hàng vạn độc giả
Bạn đã trải hết lòng mình cho thiên hạ
Có khi nào chạm đến nỗi hư vô

Ta biết bạn có vợ đẹp con ngoan
Bạn lại có nhiều thân tình khác phái
Cứ ray rứt hoài nay mới dám hỏi
Có khi nào hoạn nạn giống ta không

Ta biết bạn gửi một chân trên chiến trường Quảng Ngãi
Đứng vững vui-đời chỉ một chân thôi
Bạn đau nhức hoài hoài ngoài đoạn chân còn... khi giá rét
Có giống ta đau đáu một nỗi lòng ở chốn... ngoài quê hương

Nghe nói độ này bạn hay buồn
Và lấy tám-tám làm mốc đến cùng thơ
Ta thích bạn rất-bi-quan-thi-sĩ
Thơ-muôn-đời – chỉ thay đổi cách-xưng-hô

Ta không nói văn chương luôn cao cả
Nhưng ít ra đủ diễn tả được nét đẹp của tâm hồn
Có kẻ bảo chúng ta loài dại người khác phái
Mà quên đi trái táo ngọt... Adam đã từng trao

Nghĩ cho kỹ, mọi người đều có đam mê
Và khai thác nỗi đam mê đến tận cùng cái đẹp
Xin được chết theo dòng thi pháp đã
Làm nên câu thơ lung linh cùng ngày tháng nồng nàn

Có những luận bàn rồi bỏ ngỏ...
Để mà chi, trong một kiếp rong chơi
Với nhà thơ thân yêu, bạn Luân Hoán
Là-con-người làm sao tránh đụng nỗi-cô-đơn ∎

ngày đó tuổi xanh vừa mới lớn
môi chưa son phấn
sắc tường vi
những hạt sương mai
ướt mầm tiểu phụng
tà áo như sương
một đời nhớ em
nói gì đây tình tôi chấn động
lại mơ em trời đại nội phương vinh
chỉ mơ thôi
cuộn lấy hồn nguyệt bạch
lá võ vàng hơn trước
tiếng vỡ chiều
sợi mưa nghiêng
sợi lép sợi tròn
sợi cam lồ cứu độ
công huyến rơi vội một cung trầm
phương tôi ơi
tóc mây mấy lọn suôn tròn
hoa thủy trầm mấy độ
chiều hồ tịnh
thơm ngát một đoạn đường em qua
anh về đây mấy mùa chinh chiến cũ
màu sen vàng lặn lội
chiều cấm cung
vàng lạnh mấy đời xa
thấy lại em tôi bên sông đồng khánh
nghìn thu mùa gió nổi
âm vang xa lạ một cung đàn
cổng trường xưa khóa trái
lộng lẫy tiểu thư mắt tím phủ thừa ∎

NGUYỄN HƯNG QUỐC
CHỤP ẢNH

Em hơi nghiêng đầu tạo dáng
Gió lùa mấy lọn tóc bay
Sửa chiếc mũ lệch trên trán
Nắng chiều vương vấn cuối ngày

Bờ mi cong cong chớp nhẹ
Tia nhìn một thoáng trời mây
Thấy em qua khung ngắm bé
Mà tim đập nhịp vơi đầy

Nhánh cây tay ngà vin khẽ
Em cười bên nụ hoa vàng
Nét chụp tay ta ấn lẹ
Sợ rằng khoảnh khắc kia tan

Sự việc trong đời ghi lại
Thời gian rồi sẽ nhanh trôi
Xuân sắc đâu ai còn mãi
Ta lưu chút kỷ niệm thôi

Một hôm ngồi xem ảnh cũ
Niềm vui hòa lẫn ngậm ngùi
Bao người, ta luôn thương nhớ
Mà đời biết mấy pha phôi! ∎

HOÀI HUYỀN THANH
Vẫn Không Là Bậu Chẳng Là Qua

Vẫn
chập chùng
trong nỗi nhớ
ảo ảnh mông lung
gió bấc chào tháng chạp
lúa mùa đỏ ngọt ngọn cơm
nắng vàng óng bánh phồng bánh tráng
chích chòe đãi thóc trên những cọng rơm
én ríu rít chuyền trên cành mai tuốt lá
Tết quê nhà lang thang đong đưa trí nhớ
nhớ làm sao mắt biếc, tóc đuôi gà
bao nhiêu năm nàng không là Bậu
ta vẫn mãi chẳng là Qua
thèm làm sao lời trách
Qua nói Qua qua
ủa mà sao
hổng tới
ôi!

Nhớ
chỉ vậy!
chỉ vậy thôi
mòn mỏi bao năm
buồn! Tóc đã hoa râm
mãi đằng đẵng đợi và mong
chiều xuân viễn xứ lạnh căm căm
có người viễn khách lòng buồn tự vấn
sao chúng mình không là Bậu chẳng là Qua!

rét buốt xứ người bên dòng sông ảo ảnh
níu lòng ta triền lau trắng quê nhà
làm sao! Biết làm sao có được!
ơi! Chút nồng nàn con nắng
con nắng ấm phương xa
đìu hiu vật vờ
bông tuyết trắng
bay bay
buồn! ∎

LÊ HỮU MINH TOÁN
THIẾU PHỤ MÔI SON

Em hát giữa trời cao lồng lộng
Hỡi em, người thiếu phụ môi son
Bóng ngày đã nhuộm vàng sắc nắng
Có em ta nốc cạn tuổi mòn

Này em đừng bước đi nhún nhảy
Hồn ta chao đảo mấy mùa ngâu
Hãy níu tóc mây từng sợi cháy
Em và ta chung một mối sầu

Có khi nào em nghĩ đến ta
Như trời hạn hán chút mưa qua
Bóng chiều đã ngả sắc nhờn nhợt
Hãy cùng nhau chung chén hoan ca

Rượu mềm môi và em mềm môi
Hình như em muốn nói đôi lời
Mắt em, ôi! Cả trời giông bão
Hãy lặng thinh nghe tiếng đêm rơi

Ta vén đời nhau rất nên thơ
No nê chút mộng hóa mơ hồ
Mai sau đời có chia trăm ngả
Đừng nhắc chi hai tiếng đợi chờ ∎

BT ÁO TÍM
TRO THAN KỶ NIỆM

Chia tay từ lúc sương giăng trắng
Tóc hãy còn xanh mộng vẫn đầy
Cứ ngỡ ra đi rồi trở lại
Nào hay chìm khuất dấu ngàn mây.

Người xa mang cả hồn tươi trẻ
Một thuở thanh xuân mộng ngút trời
Kẻ còn ngồi nhặt thời gian úa
Lặng lẽ hiên đời sắc hương rơi.

Heo may để dáng trên cành lá
Sao chợt se lòng một sớm mai
Nghe cay cay mắt, buồn không nói
Lặng giấu trong ta tiếng thở dài.

Thôi về gom góp hương ngày cũ
Đốt cháy tro than kỷ niệm buồn
Để khi trở bấc hơi mùa chướng
Không thấy tim bầm những vết thương…∎

LƯU LĂNG KHÁCH
BUỔI ẤY NGƯỜI VỀ

(Viếng hương hồn cố thi sĩ Lâm Anh)

Buổi ấy người về thăm cố quận
Xóm nhỏ bùng lên ngọn lửa hồng
Đêm lạnh tẩy trần môi cạn mãi
Thắm tình huynh đệ bấy thu đông

Tiếng thơ vắt vẻo hồn vạn cổ
Ngân vọng về chao cốc rượu đầy
Tết ấy giao thừa không pháo nổ
Rượu tràn trên chiếu khói thơ bay

Người rời xứ đọa quên thương tích
Nhấm nháp tình xuân những mấy nhà
Chẳng cữ kiêng chi đêm trừ tịch
Mấy thằng quấn mãi rứt không ra

Một tối ta về ngang buổi ấy
Ấn Trà côi tiếng vạc kêu mưa
Lòng buốt đêm xuân ai lẻ bạn
Bỗng trào lên chiếu rượu giao thừa

Đại bàng gãy cánh đêm tháng chạp
Đất trích đành chôn một kiếp người
Ta rưới lên vần thơ vĩnh biệt
Linh hồn của buổi ấy ai ơi!

Hồn nao lạnh lẽo trời cố xứ
Đường chiều xao xác tiếng chuông ngân
Gió đuối từ âm dương cách biệt
Nổi cuồng phong quất xuống thật gần

Chớm bốn mươi năm hờn đáy cốc
Lòng hiu như cổ tự bên rừng
Hồn say ngất ngưởng nơi đầu gió
Nhớ người mái phố cũng rưng rưng ∎

DZẠ LỮ KIỀU
ĐÙM NỢ ÂN TÌNH

Mưa như trút nước trong đêm
Cô đơn một cõi oằn thêm phận người
Tình xa… chắc hẳn quên rồi
Ngày xưa ai đã hẹn lời thủy chung

Giày Saut, áo trận khắc lòng
Ra đi bảo vệ người dân an lành
Đời lãng tử vẫn vẹn tình
Chờ ngày hết giặc chúng mình chung tay

Bốn mùa trận mạc bủa vây
Đèo cao, rừng thẳm… đâu ngày rong chơi
Nào ngờ, thế sự buông xuôi
Lệnh tan hàng! Trả lại thời chinh nhân…

Đau thương đày ải lên rừng
Thân tàn, lực kiệt! (Rau rừng, muối tranh…)
Hai mươi năm hết mộng lành
Đành chôn kỷ niệm ngày xanh thuở nào!

Tình như sóng biển lao xao
Cơn buồn lẻ bóng trôi vào giấc mơ…
Còn chăng… chỉ những câu thơ
Đùm bao kỷ niệm ngày xưa qua rồi! ∎

CNP, 12-11-2021

HUỲNH THỊ QUỲNH NGA
Mất Phố

Ta lắng nghe khung trời bên ô cửa
Chạm bàn tay xanh màu mắt thời gian
Em vội xếp giấu chiều vào ký ức
Bình minh xanh qua kẽ lá rộn ràng

Con chim lạ hát gì bên trời rộng
Nghe mùa xưa rơi xuống mấy phím đàn
Ta nắm níu trên tay làn hương mỏng
Nghe hương bay chạm giấc phố nồng nàn

Em biền biệt như câu kinh thánh cũ
Chợt quay về với màu mắt nâu xưa
Và đêm ấy cành ngọc lan chớm nụ
Phố hay người vừa lau mắt sau mưa..!

Người hay phố mà rưng rưng mắt đợi
Nghe bàn tay từng đường lá xanh rì
Em về lại xin em đừng đi nữa
Đêm phố vàng ta thao thức xanh mi... ∎

HOÀNG XUÂN SƠN
TÚ ĐẠI OÁN

thả
xuống một giấc
mù đời
ngồi câu từng chặp mưa rơi
điếng nùi
tiếng lặng thầm. ngậm
bờ
    thui

nửa chen kiếp bạc
nửa vùi con đen
nằm. giấc đỏ tợ máu
lền
ai mang linh thứu
về trên lũ cuồng
ngậm ngùi
nước xiết thuồng luồng *
mai còn mắt biếc hạnh lương cho đời
lạy xác, thần
đình
động
trôi
về ngang cửa mả
khấu trời oan mê ∎

28-10-21
**Thuồng Luồng Mắt Biếc, Nguyễn Minh Nữu*

LÊ VĂN HIẾU
Em Giòn Khi Mơn Man

Vành tai em như mộc nhĩ
Mộc nhĩ trắng tinh và lạ
Anh không nỡ nhai
Dù biết nó giòn giòn

Bàn tay búp măng em vừa ngọt
Không nỡ gia vị rau thơm và đậu phộng
Dù món đó rất hao rượu

Anh bỗng thèm theo em
Bát canh tập tàng mười sáu món

Như giậu mồng tơi bên bờ rào
Chiều chiều nhớ em mà vẩy nước

Như bụi rau ngót vừa nõn lá
Anh hay vò khi đứng trước em

Anh vừa giã cho em chén muối ớt
ớt hái từ cây ghen
chỉ một thoáng qua là xé lưỡi
em hít hà chưa em

anh không thể cắn vành tai em như mộc nhĩ
anh thích giòn khi mơn man... ∎

MÃ LAM
MUỐN ĐỐT MÌNH CHÁY SÁNG, HÔN TỶ TỶ TRÁI TIM

Ta là con:
 Lạnh, nóng, đói, no, khỏe, yếu...
Ta là người:
 Vui, buồn, hạnh phúc, khổ đau...

Ta chan tình
Vào môi em diệu vợi
Ta vung lời ca
Tặng bài hát tràn đầy

Ta siết nỗi buồn
Đến ngưng thánh thót
Ta chôn niềm vui
Trong lòng thật sâu

Ta muốn làm hoa
Để biết vui khi nở
muốn thân làm tảng đá
Để dãi dầu triệu năm

Ta muốn làm gió thơm
Bay thăm nhiều tinh tú
Muốn đốt mình cháy sáng
Hôn tỷ tỷ trái tim ∎

NGUYỄN HẢI THẢO

Thắp Nắng

Thắp nắng lên
sưởi ấm tim tôi
một sớm mai xám

Thắp nắng lên
xua tan hắt hiu
một góc phố buồn

Thắp nắng lên
soi rõ mặt người
lẫn lộn thiện ác

Thắp nắng lên
soi rọi thân tâm
quán chiếu vô thường

Thắp nắng lên
vẫy gọi mặt trời
về với nhân gian... ∎

TÂM KHÔNG VĨNH HỮU

Ôm Đàn Chiều Cách Ly

Ôm lên rồi đặt xuống
Buồn rơi rớt ngoài sân
Phơi bao điều không muốn
Đàn muốn nói lại câm

Tiếng xưa vừa vọng lại
Ngân nga dạ khúc thiền
Nhịp tử sinh sự đại
Mắt phàm phu nhắm nghiền

Ngoài kia không binh lửa
Mà hoang vắng đường qua
Lặng nhìn qua khung cửa
Chốn từ đường bỗng xa...

Thương bao người hấp hối
Xót những khách xa quê
Mong bình minh ngày mới
Ôm huyền cầm khảy lên

Gửi đời từng nốt nhạc
Luyến láy âm nguyện cầu
Gửi lời kinh câu hát
Mong ngày sáng nhiệm mầu... ■

TRẦN DZẠ LỮ
NUNG NẤU

tặng NTHT

Anh nung nấu tình em
Gần hết đời rồi đó
Gặm tháng năm vò võ
Em cứ bay như chim.

Từ cổ tích là em
Áo dài xưa lồng lộng
Như là tranh Thái Tuấn
Em đi ngang đời anh…

Thả trái chín loanh quanh
Anh gã khờ chết sững
Mùa thiên di trời rộng
Tay vói mộng chưa thành

Ước gì là của anh
Để dành thương và nhớ
Nụ hôn nào lớ quớ
Trên môi tình thiên thanh…

Đêm nằm cứ đinh ninh,
trăm năm của chúng mình
Cứ ngỡ em là vợ
Tựa đầu vào vai anh.

Phải chăng là Triệu Minh,
của chàng Trương Vô Kỵ?
Thật tình anh rất muốn
kẻ lông mày cho em…■

TRẦN HẠ VI
Mười Hai Năm

có người chạy xe 213 cây số
một lần
hai lần
thêm mười lần nữa
rẽ phải rẽ trái chạy thẳng đến nơi
cột chặt trái tim em trên vô lăng
đỡ em ngày khớp vai rời rã
tỉ mẩn gắn từng sợi dây
xung điện thương yêu

người chồng em không biết nói nhiều
những lời tình tứ lãng mạn
câu chữ lấp lánh vàng trau ngọc chuốt
chỉ biết yêu em
với tất cả trái tim mình

mười hai năm gắn bó
mười hai năm ân tình
một con giáp quay vòng
đến hạn lại mười hai

phải tụ bao nhiêu duyên
bao nhiêu nợ
phải tu bao nhiêu kiếp
thuyền khẳm đầy
kết nối bền dây
con người tự do con người dựng xây
con người tự do vì con người là bản sao của Chúa

chia nhau cùng giữ lửa
yên ấm nếp nhà
con chim nhỏ hòa ca
líu ríu

chiều nay trên một con phà
lồng lộng sóng
choàng vai nhau chúng ta đứng ngắm
đại bàng bay

chiều nay trên một chặng đường
ngồn ngộn tuyết
anh chở trái tim phóng xạ đỏ rực
cất giấu lại cho mình
nụ hôn gặp mặt
mười hai năm ∎

10.02.2021

TRỊNH BỬU HOÀI
KHOẢNH KHẮC

Tôi đi tìm gương mặt khả ái mỗi sớm mai
Để có một ngày đáng yêu
Để có một người đáng nhớ
Trong dòng đời cuộn chảy

Tôi giữ trong lòng mình vẻ đẹp suốt ngày hôm ấy
Mặc cho thời gian trôi
Mặc cho nắng gió bên trời
Chỉ mình tôi trong sương khói cuộc đời

Có điều gì đó thật mong manh
Mà ta không hủy hoại được
Có điều gì đó thật vĩnh hằng
Tan biến trong lòng nhau khoảnh khắc…∎

TRẦN THỊ CỔ TÍCH
Nơi Con Người Chưa Đến

thế giới của chúng ta
là phần tối mặt trăng
nơi con người không thể nhìn thấy từ trái đất
nơi con người chưa từng đặt chân
anh bế em trên đôi tay biển cả
mượn đôi giày thần Hermes*
cỡi gió bay lên

trong tịch lặng siêu phàm
mình xuyên thấu nhau
nhận ra tình nhau rõ nhất
dù không thể nào hiểu hết được nhau

quỳ giữa tịnh không
bàn tay chắp xá
nhờ núi lửa triệu năm
cử hành thánh lễ tình yêu ∎

6.10.2021

** Thần Hermes trong thần thoại Hy Lạp, với đôi giày có cánh, có thể
bay đi khắp nơi.*

ĐỖ HỒNG NGỌC

"ĐÊM THƠM NHƯ MỘT DÒNG SỮA..."

(ĐÊM, thi tập Khánh Minh, tháng 11, 2021)

Bỗng dưng nhớ *Đêm thơm như một dòng sữa* của Phạm Duy (Dạ lai hương) khi nhận được Thi tập ĐÊM của Nguyễn Thị Khánh Minh.

Hiu hiu hương tự ngàn xa
Bỗng quay về dạt dào trên hè ngoài trời khuya...

Đêm đâu là chốn quê nhà

Trăng ngỡ nhà ta xưa
Gần hơn trăng nơi này

Mộng hơn trăng nơi này
Nên trăng vàng khắp ngõ
Hỏi trăng gần, trăng xa
Đâu là chốn quê nhà...

Tìm trong đêm, mây trắng
Hỏi xem nhà ta đâu
Đêm cúi nhìn im lặng

Đêm guốc mùa đi tất tả

Năm tháng năm buồn thủ thỉ
Hằn vai quang gánh nỗi niềm
Tiếng guốc vẹt mòn kiệt phố
Lắng vào đêm tiếng chân quen
Năm tháng năm buồn lựng chín
Lời ru hồn phố chắt chiu
Tiếng guốc mùa đi tất tả
Hội An thức ngủ về theo
... lục tàu xá... lục tàu xá...

Bỗng nhớ "Hội An đêm" của Đỗ Nghê:

Hội An đêm

Bập bềnh cơn sóng dợn
Nghìn lồng mắt chao nghiêng
Những linh hồn thức dậy
Thở cùng Hội An đêm
(ĐN)

Đêm hai nửa điệu cong

Trăng trên kia
Một đường cong sáng
Nếu xóa đi không gian
Sẽ có được một vòng tròn đâu lại
Tôi và trăng

Hai nửa điệu cong
Mềm mại.

Thân đêm nồng nắng ủ
Mật ngọt. Lừ chiêm bao
Một giây bừng vĩnh cửu
Thầm thì, tan trong nhau...
Gợn lên từ hơi ấm
Tận cùng. Dâng hiến đất
Cúi xuống. Bao la trời
Trao nhau. Đêm diệu mật..

Chàng mở mắt
Và trái đất có bình minh
Nàng hỏi bằng ánh mắt thơ ngây nhất
Và đêm có đêm rằm
Trong phút giây hạnh phúc
Nàng nhắm mắt
Và. Đêm. Trăng mật

Đêm tiếng bước thời gian

Đêm qua anh cùng em
Dặm đường nghe gió biếc
Đêm nay em nhìn lên
Thấy một vầng trăng khuyết

Nhớ chuyện kể hình như của Tagore: người chồng có chuyến buôn xa, từ biệt vợ, nàng âu yếm đôi lần bảy lượt dặn đừng quên lúc về mua cho nàng một tấm gương tròn sáng như vầng trăng vành vạnh kia. Ngày về, chàng nhìn lên trăng, thấy một vầng trăng lưỡi liềm cong vút, vội vã mua một chiếc lược ngà…

Lại nhớ Trịnh: "Em đi qua chuyến đò, ối a con trăng còn trẻ/ Con sông đâu có ngờ, ngày kia trăng sẽ già" (Biết đâu nguồn cội). Một nhà thơ nữ lẽ nào "đâu có ngờ" như con sông kia nhỉ?

Đêm rộn lòng dâu bể

Không rộn lòng dâu bể
Tỉnh thủy vô ba đào
Nếu mà không hạt lệ
*Thử tâm chung bất dao...**
Nếu mà không trăng sáng

Làm sao nối xưa sau...

Cho nên Đêm Nguyễn Thị Khánh Minh đầy "rộn lòng dâu bể", đầy hạt lệ yêu thương, cha mẹ, vợ chồng, bè bạn... quê hương xứ sở, dịch bệnh, phân ly, kỳ thị, ngăn cách, xót xa, giấc mơ em nhỏ châu Phi, giấc mơ em nhỏ Việt...

Ở Khánh Minh, thơ không chỉ là thơ mà còn là tiếng nói, còn là hạt lệ... còn là vòng tay, còn là hơi ấm từ trái tim biết đau xót nỗi đau chung:

Người đem theo nụ cười
Đi vào những biên giới
Những biên giới đôi co
Những biên giới gào thét
Bỗng nhận ra mình
Những phân chia hổ thẹn

Để rồi:
Nhìn trời. Thấy cái đồng không
Hét to. Lại thấy nỗi mông quạnh ngày
Sao tự nhiên đứng ở đây?
Một nơi rất lạ, cõi không nụ cười
Ngây ngô họ xúm gần tôi
Chỉ trỏ vào nụ tôi cười, ngạc nhiên
Quệt vào tôi những ánh nhìn
Hỏi tôi hạt nước mắt tìm ở đâu
Thưa, tôi nhặt ở tim đau..

Rồi quay về chính mình:
Soi gương thảng thốt mặt mày
Mở hai con mắt không đầy được tôi
Thốt lên ngọng nghịu những lời
Bóng trong gương hỏi, tiếng người đó chăng?

Đêm trái tim diệu mật

Nghe gió thỉnh hồi chuông
Từ trái tim diệu mật
Chắt chiu tâm Phật
Chuông giờ lành
Trái đất đầu thai

Trong thơ Khánh Minh, ngọn cỏ với Ta là một, cùng uống ánh mặt trời, cùng tỏa ngát hương thơm, cùng rúng động vì tiếng

chuông chùa trên núi xa kia để hòa vào vũ trụ mênh mông không còn
phân biệt bởi căn-trần-thức nữa!

Cỏ nhé. Ta nằm xuống
Cỏ nhé. Ta cùng uống
Vô lượng ánh mặt trời

Cỏ nhé. Ta đầy hương
Của nồng nàn thơm giấc
Đưa nhau đến ngọn nguồn...

Không thể không nhớ lữ khách nửa đêm nghe tiếng chuông
chùa Hàn San làm xao động giấc mơ…

Cô Tô thành ngoại Hàn San tự,
Dạ bán chung thanh đáo khách thuyền.
[Thuyền ai đậu bến Cô Tô
Nửa đêm nghe tiếng chuông chùa Hàn San]
(Phong Kiều Dạ bạc, Trương Kế)

oOo

Đêm thơm không phải từ hoa

Lung linh trăng lại về nữa
Cánh gió đưa hương ngả đầu mây phất phơ...
Đêm thơm không phải từ hoa
Mà bởi vì ta thiết tha tình yêu Thái Hòa...
 (Dạ lai hương, Phạm Duy)

Phải, "mà bởi vì ta thiết tha tình yêu Thái Hòa…" đó vậy./.

Đỗ Hồng Ngọc
Saigon, 24.11.2021

* *Ý đạo, Nguyễn Du*

LƯƠNG THIỀU VĂN
CẢM NHẬN VỀ TẬP THƠ 98
CỦA TRẦN HOÀNG VY

Gặp lại nhà thơ Trần Hoàng Vy ở Sài Gòn anh vui vẻ ký tặng tôi tập thơ mới của anh viết cho thiếu nhi: 98 BÀI THƠ THIẾU NHI. Đây là tác phẩm thứ 11 anh viết cho lứa tuổi thần tiên này (gồm cả thơ và truyện). Cầm tập thơ nhỏ nhắn trong tay, tôi nhớ cách đây không lâu anh cũng gởi tặng tôi vài tác phẩm của anh trong đó có tập tản văn "CẢM NHẶT TRI ÂM". Tập tản văn ghi chép lại những cảm nghĩ của anh dọc đường văn học ở nhiều thời điểm khác nhau, trong đó có bài "GÓP NHẶT DỌC ĐƯỜNG VĂN HỌC THIẾU NHI" anh đã cho tôi thấy lòng yêu quý thiếu nhi của anh và mục đích anh theo đuổi đam mê viết cho thiếu nhi. Tuổi thơ anh trải qua nhiều khó khăn giống như tất cả trẻ em miền Nam trong thời kỳ chiến tranh nên anh hiểu rõ những thiệt thòi mà thiếu nhi gánh chịu. Miền Nam thời ấy hầu như không có khái niệm về "Văn học thiếu nhi", các nhà thơ làm thơ cho thiếu nhi hình như không có, sách báo viết cho thiếu nhi cũng rất ít, thường dành cho tuổi mới lớn như Tuổi Ngọc, Tuổi Hồng, Ngàn Thông… Niềm say mê văn chương đã làm anh mong muốn viết nhiều về đề tài thiếu nhi, chính lòng yêu văn học thiếu nhi đã làm anh trở thành cộng tác viên của nhiều tờ báo thiếu nhi như Nhi Đồng, Mực Tím, Khăn Quàng Đỏ và hai phần ba tác phẩm của anh xuất bản là dành cho lứa tuổi thiên thần này: "... mỗi lần đọc một tác phẩm viết cho thiếu nhi, hay tự mình sáng tác cho thiếu nhi, tôi vẫn thấy tâm hồn mình trong trẻo, thanh thản. Và tôi bắt gặp một thế giới tuổi thơ lung linh, huyền ảo. Bao kỷ niệm cứ tràn về lay động mãi không thôi." (trang 117).

Thơ viết cho thiếu nhi đừng nghĩ rằng dễ dàng. Nhà thơ không chỉ làm cho các bạn nhỏ nhận ra, khám phá những hình ảnh, sự việc, môi trường xung quanh mà còn giúp cho thiếu nhi có những nhận thức về giá trị cuộc sống ở lứa tuổi thiếu nhi khi được tiếp nhận các tác phẩm văn chương, cái đẹp của thiên nhiên, tạo được thẩm mỹ góp phần giáo dục hình thành trong tâm hồn non trẻ của các em. Như nhà văn Bùi Việt Phương trên báo Tổ Quốc có nhận xét: "Văn học vốn có một chỗ đứng vững chắc với đối tượng đọc ở độ tuổi thiếu nhi. Bởi đơn giản, với các em, đọc không chỉ là một trong các nhu cầu về tinh thần như với người trưởng thành mà đó còn là con đường bước ra với thế giới. Mỗi trang sách, mỗi bài thơ là cái ấn tượng "thuở ban đầu" đã thành sâu sắc, mở lối bằng sự dìu dắt của ngôn từ, cho cách tri nhận, cảm quan về thế giới:

Em nghe thầy đọc bao ngày
Tiếng thơ đỏ nắng, xanh cây quanh nhà
Mái chèo nghiêng mặt sông xa
Bâng khuâng nghe vọng tiếng bà năm xưa
Nghe trăng thở động tàu dừa
Rào rào nghe chuyển cơn mưa giữa trời...
(Nghe thầy đọc thơ - Trần Đăng Khoa)

Những ấn tượng đó được nhà thơ ghi lại không chỉ xuất phát từ cảm tính cá nhân mà là sự nhận thức về giá trị cuộc sống của lứa tuổi thiếu nhi khi được tiếp nhận các tác phẩm văn chương. Thế giới xung quanh không bàng bạc, vô vị mà đầy sắc màu (đỏ nắng, xanh cây); không chỉ ồn ã, náo nhiệt mà tinh tế, lắng sâu: *nghe trăng thở động tàu dừa*. Thế giới ấy không thể chỉ nhìn bằng mắt mà còn phải cảm bằng tâm hồn: *Mái chèo nghiêng mặt sông xa*. Bởi thế, bổn phận của người cầm bút với những độc giả nhỏ tuổi là sự khai mở tâm hồn bằng chính sự hồn nhiên, trong sáng mà chúng ta đem tới chứ không đơn thuần là sự phản ánh, sự ký thác những ý tưởng, triết luận đơn thuần. Hay nói cách khác, thách thức với người viết nằm ngay ở cách tiếp cận với đối tượng đọc của mình. Đó cũng là nguyên nhân dẫn tới sự thất bại của những ai ngộ nhận về sự ngô nghê, giả tư duy trẻ thơ; tới sự mất dạng của nhiều tác phẩm đạt giải trong các cuộc vận động sáng tác về đối tượng thiếu nhi."

Chúng ta đều biết, thế giới tuổi thơ luôn gần gũi với thiên nhiên, những trò chơi trẻ nít hồn nhiên, những khao khát khám phá thế giới xung quanh, muốn lý giải những điều mới mẻ, nên người làm thơ thiếu nhi phải nắm bắt được điều này trong sáng tác của mình và phải viết thành thật như chính các em đang viết.

Đọc thơ Trần Hoàng Vy ta có thể cảm nhận được được điều đó. Hình ảnh thiên nhiên, hoa trái, loài vật, mưa nắng... được đề cập đến không chỉ bằng những hình ảnh tự nhiên mà còn đầy sáng tạo, nó không chỉ gần gũi mà còn đem đến những ngạc nhiên cho tuổi thơ, từ thú vị này đến thú vị khác, từ hình ảnh, màu sắc, mùi hương của cây cỏ, loài hoa trong các bài Hoa cỏ hôi, Hoa dã quỳ, Thạch thảo, Hoa mồng gà, Hoa lan hài, Hoa đồng tiền...

Ngày đưa hạt mưa đi xa
Vòi hoa nghiêng xuống vỡ òa nụ xanh
Bao nhiêu tơ đỏ giăng mành
Lọc trưa vàng nắng hoa thành giọt hương.
(Lộc vừng)

Hình ảnh hoa mồng gà cũng được miêu tả thật ngộ nghĩnh đúng như cái tên của nó:

Tội nghiệp hoa mồng gà
Sợ ướt mà trốn đâu?
Cái chậu bé như thế
Lá làm sao che đầu?
(Hoa mồng gà)

Những con vật thân thuộc không chỉ là những con vật với những thuộc tính, bản năng của nó mà là những người bạn, anh em cùng đùa vui, gắn liền với tình cảm không thể quên của các bạn nhỏ như các bài thơ Con dế, Con vạc sành, Dê con bú mẹ, Mèo khoang. Con gà tre, Tiếng cu gáy...

Hình ảnh chú cho Mi-lu bơi thi với cậu chủ là hình ảnh thật thú vị, một lời chỉ dạy ân cần của người anh với đứa em nhỏ bé của mình:

Thi bơi cùng với Mi-lu
M-lu bơi... chó, ứ ừ chẳng nhanh
Phải bơi sải giống như anh
Mi-lu tập mãi lại thành... Mi-lu!
(Mi-lu bơi...)

Cũng biết cảm thông với chú Dế lạc lõng giữa phố phường phồn hoa đô hội đầy đèn xanh đèn đỏ:

Lạc nhà dế gáy gọi anh
Bay nhầm đèn đỏ, đèn xanh phố phường
Lơ ngơ đứng ở... ven đường
Dường như nước mắt hay sương... ướt mềm?
(Con dế)

Thơ Trần Hoàng Vy còn có những cảm nhận sâu sắc về âm thanh của cây cỏ, loài vật không phải là những âm thanh không có ý nghĩa, hỗn độn mà là bản hợp xướng, một dàn đồng ca sinh động đầy mê hoặc đối với các bạn trẻ sống ở nông thôn không lạ lẫm gì nhưng với trẻ thơ sống ở thành phố chưa bao giờ được nghe thì thú vị và hào hứng biết bao. Dàn kèn ếch, Nhạc khúc vườn, Ban nhạc đêm, Hòa âm vườn giúp các em khám phá những âm thanh tuyệt mỹ của muôn loại:

Bắt đầu tiếng trống Uềnh Oang
Vĩ cầm của Dế, tiếng đàn của Ve
Nhạc đêm trình diễn sau... hè
MC... cậu Cóc tiếng nghe đều đều.

Vạc Sành tiếng hát nghe phiêu
Con Xiên Tóc vỗ... cánh điều hoan hô
Fan là chuối với tần ô
Lá trầu, bụi sả, chậu ngò, rau răm...
(Ban nhạc đêm)

Tập thơ còn có nhiều bài thơ nói về tình cảm gia đình, sự gắn bó giữa các thế hệ, tình yêu ông bà, cha mẹ qua những bài thơ nhẹ nhàng nhưng đầy thấm thía Ông đi nhà... trẻ, Bố làm con ngựa, Quà của ba, Cái ipad...:

Cháu xa quê, lần về thơ thẩn
Ngắm khói, ngắm bà tóc như mây
Sợ khói bay, sợ bà... đi mất
Nên chụp ảnh bà giữa khói cay...
(Khói bếp)

Hay:

Bố làm con ngựa
Đeo lục lạc vàng
Mỗi lần con khóc
Quanh nhà hí vang.
(Bố làm con ngựa)

Thơ Trần Hoàng Vy còn có nhiều bài có tính cách giáo dục về tình yêu người, tình bạn, tình yêu quê hương, yêu Tổ Quốc như các bài: Người hành khất, Dì lao công, Những viên kẹo bảy màu, Cô giáo bệnh, Em vẽ đảo Hoàng Sa, Chú ở Trường Sa...

Gom chung, bảy sắc, bảy mùi
Chia ra thêm được niềm vui bảy màu
Cộng vào chẳng thể vui lâu
Chia ra mỗi bạn mỗi màu thích ghê.
(Những viên kẹo bảy màu)

Nghe kể chuyện lịch sử
Em vẽ đảo Hoàng Sa
(Kẻ xấu đang chiếm giữ)
Ta phải đòi đảo ta.
(Em vẽ đảo Hoàng Sa)

Tôi chợt nhớ đến lời phát biểu của nhà văn Nguyễn Nhật Ánh trong buổi nói chuyện với sinh viên Đại Học Hoa Sen ngày 29/7/2010 mà nhà thơ bác sĩ Đỗ Hồng Ngọc đã ghi lại trong bài "Nghe nhà văn Nguyễn Nhật Ánh nói về đọc và viết..." có đoạn như sau:

"Ta thấy vai trò và trách nhiệm của nhà văn - nhất là nhà văn viết cho tuổi thơ – quan trọng như thế nào để hình thành nhân cách, đạo đức, cảm xúc của cả một lớp học giả đang lớn, đang phát triển thể chất lẫn tâm hồn!" *

Và nhà văn cũng chân tình chia sẻ: Mình viết được như vậy là nhờ luôn NUÔI TRONG MÌNH MỘT CHÚ BÉ CON KHÔNG LỚN để viết cho tuổi mộng mơ. Đúng thế! Muốn viết văn hay làm thơ cho thiếu nhi đọc phải luôn nuôi dưỡng tâm hồn mình luôn trong trẻo, hồn nhiên của cái tuổi mới lớn chứ không phải tuổi "Cưa sừng làm nghé" thì không thể lôi cuốn, hấp dẫn các bạn trẻ được vì nó không phải là những nghĩ suy, tình cảm tâm lý của thiếu nhi. Trần Hoàng Vy không chỉ là nhà thơ mà còn là nhà văn có nhiều tác phẩm viết cho thiếu nhi như: Ngủ Giữa Vườn Tiếng Chim (thơ), Miền Thơ Ấu (truyện), Thơ gởi tuổi học trò (thơ), Vương quốc ve sầu (truyện)… nên có lẽ anh hiểu rõ điều này hơn ai hết. Những tác phẩm của anh tìm được sự đồng cảm, yêu thích của các bạn nhỏ cũng như sự tin tưởng của nhiều phụ huynh khi mua sách cho con em mình đọc. Để có thể dễ nhớ, dễ thuộc anh đã dùng thể thơ bốn chữ, thơ lục bát, như những bài đồng dao mới hấp dẫn bạn đọc dễ thuộc. Mong trong thời gian tới tập thơ sẽ được sự ủng hộ, tìm đọc và anh sẽ còn thành công trong những đề tài viết về thiếu nhi, để thơ anh có nhiều cơ hội đi vào đời sống trẻ thơ góp phần giáo dục lòng yêu thiên nhiên, con người, quê hương, bởi vì một khi tâm hồn tuổi thơ không có nơi ươm mầm đạo đức, có những va vấp với hiện thực xã hội tha hóa, phức tạp rất dễ dàng bị cuốn hút vào lối sống lệch lạc, tiêu cực mà thôi.

Lương Thiếu Văn
(Bên bờ sông Hậu, tháng 9 năm 2015, Viết lại ở Kênh Tẻ, tháng 11-2021)

** trang 118 trong tác phẩm NHỚ ĐẾN MỘT NGƯỜI của Đỗ Hồng Ngọc*

xưa xuân nhật ba ngày
chừ tăng thêm mấy bữa   nhà quan khác nhà dân
thêm vui hay đắng cay   lộc làm khác hối lộ
tùy theo số lượng của   cộng sản đã như không
                chủ nghĩa rơi xuống hố

NGUYỄN THIẾU DŨNG
SỨ GIẢ VĂN LANG

Người Việt Nam khó ai quên vị "Sứ giả Văn Lang" trong truyền thuyết Phù Đổng Thiên Vương: "Giặc Ân xâm phạm biên giới, Hùng Vương sai sứ giả đi khắp nơi tìm hiền tài, tới làng Phù Đổng huyện Tiên Du có cậu bé đã ba tuổi chưa biết nói, không ngồi dậy được, nghe tin sứ giả tới, người mẹ nói giỡn với con: "Con sao chỉ biết ăn, không biết đánh giặc để báo đáp công ơn nước nhà". Đột nhiên cậu bé nói lớn, "Mẹ gọi sứ giả đến đây". Sứ giả tới cậu bé nhổm dậy bảo sứ giả về tâu với vua, "Đúc cho ta con ngựa sắt cao mười tám thước, một thanh kiếm dài bảy thước, một roi sắt và một nón sắt, ta sẽ đánh lui giặc, vua đừng lo nữa". Sứ giả về báo lại, Hùng Vương làm y theo lời dặn. Khi có đủ chiến cụ cậu bé vươn mình đứng dậy cao lớn phi thường, ăn không biết bao nhiêu mà vẫn không đủ no, mặc bao nhiêu vải vẫn không đủ kín thân, phải lấy hoa lau quấn thêm vào, tự xưng là thiên tướng phi ngựa sắt ra trận. Giặc Ân kinh hãi bỏ chạy, vua nhà Ân chết trong trận. Đi đến Sóc Sơn thiên tướng cõi ngựa bay lên trời. Hùng Vương nhớ ơn phong là Phù Đổng Thiên Vương" (Theo Lĩnh Nam chích quái).

Không chỉ khi có giặc sứ giả mới xuất hiện. Sứ giả là gạch nối giữa Hùng Vương và nhân dân. Sứ giả thường mang thông tin đến cho mọi nhà, truyền rao những yêu cầu, những huấn dụ của nhà vua đến cho mọi người. Sứ giả là nhân vật quen thân và không thể thiếu được trong những ngày hội lễ.

Sứ giả không chỉ đến trong truyền thuyết, sứ giả còn xuất hiện rất nhiều trên trống đồng Đông Sơn.

Sách "Những trống đồng Đông Sơn đã phát hiện tại Việt Nam" (Viện Bảo tàng Lịch sử Việt Nam xb 1975) xác quyết: "Quê hương của những trống đồng cổ nhất là miền Bắc bộ và phía bắc Trung bộ nước ta, ở đây, có thể vào sáu, bảy thế kỷ trước công nguyên, đã là vùng trung tâm sản xuất trống đồng" (tr 113).

Các trống đẹp nhất, lớn nhất, xưa nhất của nền văn hóa Đông Sơn là Ngọc Lũ I, Hoàng Hạ, Sông Đà đếu có khắc rõ hình ảnh các vị SỨ GIẢ VĂN LANG.

Trong ba trống chỉ có trống Sông Đà vẽ hình sứ giả rõ nhất.

Hình mà tôi gọi là sứ giả thì các tác giả sách đã dẫn gọi là vũ sĩ và họ mô tả như sau: "Phần giữa thân trống có những băng hoa văn hình học, gồm sáu vành: vành 1 và 6 là những đường chấm nhỏ, vành 2 và 5 là những đường gạch chéo song song, hai vành 3 và 4 là vòng tròn chấm giữa và có tiếp tuyến. Những băng hoa văn này bố trí theo chiều thắng đứng, chia phần giữa thân trống thành những ô không đều nhau; trong mỗi ô có một hình vũ sĩ thể hiện theo tư thế bước đi. Tất cả tám vũ sĩ này đều đội mũ có gắn hình đầu chim, tay trái cầm mộc giơ ra phía trước, phía trên mộc có trang sức lông chim. Tay phải có hai cách xử lý: bốn người cầm dao găm (hoặc mũi nhọn); còn bốn người kia xòe bàn tay ra làm động tác múa, giống với bàn tay người múa trên mặt trống Ngọc Lũ I.

Phía dưới những hình người múa này là một băng hoa văn hình học gồm sáu vành tương tự như băng hoa văn ở phần trên của tang trống (sđd, tr 37).

Nói về tư thế thì những sứ giả đều có chung một tư thế, họ đứng song song với cái được gọi là mộc, mắt chăm chăm nhìn vào mộc, miệng ở tư thế như muốn phát âm, rõ ràng là họ đang đọc chứ không phải là múa. Cái gọi là mộc cũng không phải là mộc vì không thẳng cứng như gỗ, cũng không phải là vải lụa vì nó đứng thẳng không cần giá đỡ nếu là vải thì đã rũ xuống, đây chỉ có thể là giấy vì vừa thẳng lại vừa uyển chuyển không rũ. Những sứ giả này đang đọc thông báo, đọc lời tuyên cáo hay phủ dụ của vua.

Ba cái sọc trên đầu được gọi là lông chim, thật ra không phải là lông chim mà là quẻ Càn (ba hào liền). Đây là sứ giả của vua nên họ mang biểu tượng chỉ họ là người của vua. Trên đầu họ có gắn liền một biểu tượng đầu chim, đây không phải là đầu chim thông thường dùng để trang sức mà là dấu chỉ họ đang vận dụng ngôn ngữ của

DIỆC (tức Kinh Dịch). Chú ý đi theo con mắt chim thường có bốn vạch ngắn, một vòng tròn có chấm ở giữa và bốn vạch ở dưới rất gần với chữ Dịch trong hình tượng con Tích Dịch người Trung Hoa gọi là Dịch để chỉ Kinh Dịch, tất nhiên đây không phải là chữ Dịch mà nó chỉ gần giống với chữ Dịch, nhưng vì nó là biểu tượng của (Kinh) Diệc nên giúp cho người Trung Hoa mau chóng đồng hóa Diệc thành Dịch một cách hợp lý và không sai nguyên gốc.

Những khối hình hoa văn hình học mà các tác giả cho là chỉ thuần hoa văn trang trí thì đó lại chính là ngôn ngữ của Dịch, các tác giả chỉ đếm được mỗi khối có sáu vành hoa văn, vì họ tưởng những vạch trắng những rãnh đi kèm hoa văn chỉ có giá trị phân cách các vành hoa văn, thật ra nó cũng có giá trị ngang vành hoa văn vì đó đều là các hào của quẻ Dịch, như vậy là có tất cả mười một vành, đúng ra là mười hai vành nhưng vì hai vành đó nằm chính giữa khối mà lại giống nhau (cùng một hào âm) nên được nhập làm một để tạo thành cái trục bản lề cho những vành còn lại đối xứng với nhau qua trục. Khối hoa văn đó chính là hình trang trí cách điệu của hai quẻ Lôi Thủy Giải và Thủy Sơn Kiển có nghĩa là "cầu giải ách kiển nạn". Khối hoa văn dưới chân sứ giả tuy trang trí có khác nhưng cũng cùng nội dung là hình trang trí của quẻ Lôi Thủy Giải và Thủy Sơn Kiển.

Đến đây tôi xin mở ngoặc để nói thêm một điều, theo cách trình bày này ta thấy người Văn Lang rất uyển chuyển trong cách thiết kế quẻ Dịch. Không như người Trung Hoa suốt hai ngàn năm giữ mãi hình thái quẻ Dịch theo chiều ngang, còn Văn Lang đầy tinh thần Dịch lý, với họ quẻ có thể có nhiều phong cách, nhiều hình thái, có thể nằm ngang có thể đứng theo chiều dọc, có thể mang trong lòng hào của nó nhiều họa tiết khác biệt.

Vậy thì các SỨ GIẢ VĂN LANG đã đọc gì trong các bản cáo thị đó?

Trong bài 'Chiếc gậy thần - dạng thức nguyên thủy của hào âm hào dương" (cùng tác giả - nguồn Thanhnienonline) tôi đã chỉ ra hào âm nguyên thủy của Văn Lang là hào có nhiều chấm (nhiều lỗ), người Trung Hoa đã nối các chấm đó lại chỉ chừa ở giữa một lỗ thành hào âm có vạch đứt, hào Dương thì giữ nguyên.

Theo đó trên đầu chim hay đầu bảng cáo thị ta có thể tìm thấy hai quẻ: Trạch Hỏa Cách và Trạch Thiên Quải. (hình 2, tr .190; hình 2 tr .191, sđd).

Trạch Thiên Quải gồm có ở trên là một hào âm nhiều chấm và dưới là năm hào dương vạch liền. Đây là thời mà các quân tử (năm hào dương) quyết tiêu diệt kẻ tiểu nhân (hào âm) có thể diễn dịch như sau: "Hỡi những người chân chính (những người quân tử), thời cơ đã đến, (bọn tiểu nhân chỉ còn một hào âm ở hào thượng lục) hãy cùng nhau quyết tâm tiêu diệt cái xấu cái ác, tiêu diệt kẻ hại nước hại dân."

Trạch Hỏa Cách (hình 3 tr. 190, hình 1 và 4 tr. 191, sđd): Hào 6, hào 2 là hào âm nhiều chấm; hào 5, 4, 3, 1 là hào dương. Lửa dưới đầm làm nước sôi, thời của sự thay đổi biến cách. Nghĩa là "phải thay đổi cái xấu cái ác, phải biến cách để thay đổi cuộc diện hầu đem lại đời sống tốt đẹp, hạnh phúc cho mọi người".

Trên bảng cáo thị ta tìm được:

1) Quẻ Thiên Trạch Lý và Hỏa Thiên Đại Hữu (h.1, tr.190)
2) Quẻ Thuần Càn (h.1 và 4 tr.190); (h.2, tr 191)
3) Quẻ Càn (đơn), Quẻ Thiên Hỏa Đồng Nhân (h.1, tr.191)
4) Quẻ Thuần Càn, Quẻ Hỏa Thiên Đại Hữu (h.3, tr.191)
5) Quẻ Hỏa Thiên Đại Hữu và Quẻ Thuần Càn (h.4, tr191)

Quẻ Lý Trời ở trên, đầm ở dưới là biểu tượng cho sự phân minh, vật gì ra vật nấy, chuyện gì ra chuyện đấy. Đây là cách thế ở đời những người muốn phụng sự quốc gia dân tộc phải có sự rạch ròi trong cách nghĩ cách làm, không thể hành xử trắng đen lẫn lộn. Quẻ này cũng cùng một ý với quẻ Thủy Hỏa Ký Tế thể hiện trong hình tượng mặt trời khắc giữa trống đồng làm việc gì cũng phải giữ hai chữ trung chính, vua ra vua, quan ra quan, dân ra dân, ai nấy đều phải chu toàn trách nhiệm đúng theo cương vị của mình. Điều này cũng phù hợp với lời di huấn của tổ tiên Văn Lang ghi lại trong ngày húy kỵ (Xem Ý nghĩa ngày giỗ Tổ - cùng tác giả - nguồn Thanhnienonline). Nói gọn lại Quẻ Lý là Đạo lý trị quốc.

Quẻ Càn, Thuần Càn là phương pháp hành xử, khi chưa đủ kinh nghiệm thì phải ẩn tàng (Tiềm Long vật dụng), ra sức học tập, khổ luyện (chung nhật càn càn), đợi khi thời cơ đến thì thi thố tài năng (phi long tại thiên). Nói chung Lý – Càn: là phương cách thi hành đạo trị quốc theo một tiến trình sáu bước: 1. Khiêm tốn tu dưỡng (binh giáp tàng hung trung). 2. Chọn đúng chủ (chủ thuyết, minh chủ) (lợi kiến hầu). 3. Tự cường bất tức (chung nhật càn càn). 4. Chọn đúng thời cơ (hoặc dược). 5. Thực hiện (phi long). 6. Cảnh giác, biết hạn chế không đi quá đà (kháng long hữu hối).

Thiên Hỏa Đồng Nhân: Thực hiện lý tưởng Đại đồng, hòa hợp giữa người với người, giữa người với vũ trụ (hợp quy luật).

Hỏa Thiên Đại Hữu: Mục tiêu: giàu có (giàu có về vật chất và giàu có cả về tinh thần). Lý - Đại Hữu: Đạo lý trị quốc là đem lại sự giàu có, đầy đủ về vật chất, phong phú về tinh thần.

Nói cho cùng những hình khắc trên trống đồng Đông Sơn lâu nay được mệnh danh là hình các vũ sĩ đang múa phục vụ cho lễ hội chính là hình các SỨ GIẢ VĂN LANG đang truyền rao những huấn dụ của các vua Hùng, họ sử dụng hình tượng quẻ Dịch (Diệc Thư Văn Lang) để giao tiếp, đó là một những loại ngữ hiệu của thời đại Hùng Vương, điều này chứng tỏ Kinh Dịch đã có ở thời đại Hùng Vương chậm nhất cũng từ thế kỷ thứ 6 thứ 7 trước công nguyên nhưng thế vẫn sớm hơn Trung Quốc mà tư liệu lịch sử chỉ có sớm nhất vào thế kỷ thứ 5, thứ 6 trước công nguyên (thời Khổng Tử). (Chưa kể quẻ Dịch đã xuất hiện trên đồ gốm Văn hóa Phùng Nguyên từ 1000 năm trước công nguyên).

Dùng ngôn ngữ Diệc (Dịch) để giao tiếp là một đặc thù của văn hóa Hùng Vương, nó thể hiện tính cách của chủ nhân Kinh Dịch, cách thế này không thấy có ở Trung Quốc.

Qua ngôn ngữ kinh Diệc các SỨ GIẢ VĂN LANG đã thể hiện trong bảng cáo thị lý tưởng của các nhà hiền triết Văn Lang muốn đạt đến trong thời đại của họ. Cá nhân phải từ bỏ những lề thói ích kỷ, nghĩa là họ phải tự mình làm cách mạng với chính bản thân để ngày một hoàn thiện vì con người là nhân tố quyết định, là những viên gạch góp phần xây dựng tòa nhà chung lý tưởng Đại đồng. Cộng đồng hội tụ những cá nhân, cá nhân chuyển hóa buộc cộng đồng phải chuyển hóa sao cho ngày một hoàn thiện hơn, bấy giờ cái riêng giảm thiểu, cái chung phát triển. Mọi người thông cảm nhau, thương yêu nhau, cùng nhau tiến đến xã hội đại đồng.

Với hình vẽ như thế, cách thể hiện chỉ tập trung ở các quẻ Lý, Đại Hữu, Đồng Nhân, Thuần Càn có thể nói trên trống đồng Ngọc Lũ I, Hoàng Hạ, Sông Đà các SỨ GIẢ VĂN LANG đang đọc TUYÊN NGÔN VĂN LANG của các vua Hùng:

1) Lý tưởng của nhà nước Văn Lang: Tiến tới xã hội Đại Đồng (h.1 tr.191) (Quẻ Đồng Nhân).

2) Đạo Lý trị quốc của nhà nước Văn Lang: Mục tiêu giàu có, đầy đủ về vật chất, phong phú về tinh thần (h.1, tr.190) (Quẻ Lý)

3) Phương cách xử lý theo 6 bước: (Quẻ Càn)

- Khiêm tốn tu dưỡng (tiềm long vật dụng)

- Chọn đúng kế sách, đúng người lãnh đạo (lợi kiến hầu)

- Tự cường bất tức (chung nhật càn càn)
- Tính đúng thời cơ (hoặc dược)
- Thực thi hiệu quả (phi long tại thiên)
- Luôn cảnh giác không được thái quá (kháng long hữu hối). (h.2, h.3 tr 190), (h.2 tr. 191).
4) Phải quyết tâm diệt trừ cái xấu, cái hại để đem lại hạnh phúc cho mọi người (Quẻ Quải) (h.2 tr.190 và h.2 tr. 191).
5) Phải tự đổi mới (Quẻ Cách) (h.1 tr.191).

Quẻ Càn + Quẻ Hỏa Thiên Đại Hữu   Quẻ Hỏa Thiên Đại Hữu + Quẻ Càn

Nguyễn Thiếu Dũng

em đi em đứng bên hoa
sắc hoa sắc áo ngỡ hài hòa chung
    hoa có cánh em có lưng
tôi len lén ngó tìm xuân nơi nào
    thật tình lẩm cẩm tào lao
    xuân trời đất khác chiêm bao tôi mà
em có xuân mà thiếu hoa ‖ còn hoa lại thiếu người ca ngợi tình
và tôi đơn độc đứng nhìn ‖ vụng tay rớt nụ lung linh thơ vàng

châungọc

NGUYỄN CHÂU
Gió Cuốn Bay Đi

Út Nga vô tư cười ha hả, chị vô tư như suốt đời được sung sướng sống trong lầu son gác tía. Ba Dân xì một tiếng, ngó lơ mà đôi mắt như rưng rưng:

- Đến bây giờ mày cũng còn làm đầy tớ cho con mẹ "lựu đạn" đó hả? Trả "dìa" cho thằng con trời ơi của bả. Mày không nghe lời, tao bỏ mày luôn!

Ba Dân nói xong cầm luôn cái giỏ lát, phủi đít nói đi về dưới.

- Anh chưa nghe tui kể chuyện ni mới "dzui"...

Bà già "lựu đạn" là vợ nhỏ của ông Sum - ông già anh em Ba Dân. Hồi trước ổng làm thầu khoán ăn nên làm ra, mẹ Ba Dân thường đi buôn gạo ra tận miền Trung, có khi nửa tháng mới về. Trong nhà tôi tớ đôi ba đứa, nhưng Hai Thơm siêng năng được ông bà chủ tin cậy hơn hết, nghe đâu quê Hai Thơm ở miệt Châu Đốc – An Giang, gái miền Tây gạo trắng nước trong, làn da trắng bóc. Dáng Hai Thơm thon thả mình dây thanh tú, dù không đẹp lắm nhưng khuôn mặt dễ nhìn, nhất là cặp mắt đen huyền với làn mi rậm, lại ít nói ít cười. Từ ngày có Hai Thơm nhà cửa như sạch hẳn ra, đồ đạc áo quần ngăn nắp đâu vào đó.

Đôi khi ông Sum so sánh Hai Thơm với bà vợ đen đúa tảo tần khuya sớm của ông. Ý nghĩ chợt thoáng qua vậy thôi nhưng khi nhìn hai đứa con, lòng ông ngậm ngùi thương cảm bà. Hai Thơm ân cần chăm sóc cho ông Sum như con gái lớn trong nhà, biết từng sở thích khi ông đi sớm về khuya, miếng chanh, trái ớt đến cọng hành ngò trong tô mì bốc khói. Có lần Hai Thơm đứng sau lưng ông Sum với tay để ly café đen trên bàn, vô tình hay hữu ý cạ bộ ngực đẫy đà của gái một con vào lưng, khiến tay ông nổi da gà.

Thằng Khôi, con lớn ông Sum mới vào lớp sáu, hắn khôn tổ trời, nghịch ngợm có tiếng ở khu cống Bà Xếp – Hòa Hưng. Một lần đi học về vô tình hắn thấy ông Sum đè ngửa Hai Thơm trên lan can cầu thang, mái tóc Hai Thơm buông xõa, chiếc áo vải phin đen bật tung khuy áo lộ ra làn da trắng nõn nà. Hắn sè sẹ nhón gót quay lui…

Hắn không dám kể cho ai, mỗi lần bà Sum về hai anh em tụi nó chỉ được gần mẹ đôi ba ngày. Khôi ngần ngừ định kể cho mẹ nghe nhưng hắn thấy lòng không nỡ. Ánh mắt mẹ luôn đăm chiêu suy nghĩ chuyện gì lung lắm thường ít tỏ ra âu yếm anh em nó, Dân mới lên hai, mẹ lại tất tả ra đi.

Bà Sum mở cổng, đêm đã khuya ánh đèn đường vàng úa xuyên qua cành lá cây hoàng lan tỏa hương thơm dìu dịu. Con chó berger to lớn choàng hai chân lên vai bà gừ gừ, lắc đuôi mừng rỡ, bà nhẹ nhàng đi vào phòng…

Cảnh tượng trước mắt khiến bà xây xẩm mặt mày, ông Sum và Hai Thơm lõa lồ nằm bên nhau trên chiếc giường đệm lò xo trong phòng ngủ của bà. Bà như điên dại, tiếng hét và tiếng vỡ của lọ hoa như cộng hưởng thành tiếng sấm trong đêm. Bà cầm phần đế lọ thủy tinh định đâm nát mặt Hai Thơm nhưng cái đạp phũ phàng của ông Sum bắn bà vào góc tường, đầu va vào cạnh chiếc tủ gỗ lim, bà ngất đi với dòng máu phun trào…

Vừa ra khỏi nhà thương, bà về tìm lại hộp nữ trang bằng vàng và hột xoàn trên chiếc tủ đầu giường, tất cả đều là giả. Điều kỳ lạ, Hai Thơm không hề tỏ ra ngại ngùng hay sợ sệt khi giáp mặt với bà, còn tỏ ra thách thức. Cơn giận dữ và uất ức trào dâng khi ông Sum và Hai Thơm vu khống bà đem của cho trai khiến bà như điên như cuồng. Bà cầm dao phay chém vào vai Hai Thơm, vết chém bằng sống dao không chạm vào xương nhưng công lý đã quy tội cho bà cố sát. Bà bị tống giam vào khám Chí Hòa khi Út Nga mới được hoài thai sáu tháng.

Những ngày sắp lâm bồn, bà xin tại ngoại nhưng không được phép. Cơn đau âm ỉ kèm theo chấn thương lần trước khiến bà như người mất trí, Út Nga ra đời trong sự hoảng loạn của mẹ và tình thương của các bạn tù.

- Mày có biết anh Khôi đi đâu biệt xứ vì sao không?

Sắp thi tú tài ảnh bênh vực mày khi bị mụ già "lựu đạn" hành hạ vì mấy trái chuối. Mày đi học về không có cơm ăn, tao cũng đói nhưng lại sợ ông già, tau bị mấy cái đá...

- Bả khóc bù lu bù loa nói tụi mình hỗn!

Em đi học về đói bụng lại phải lau nhà, thấy nải chuối chín vàng ươm em ăn trộm một trái, mới nuốt ngang cổ họng bả động luôn vô miệng, em muốn ngạt thở. Mấy trái còn lại bả quăng xuống đất chẹp bẹp nhưng em lén gói vô tờ nhựt trình cho anh ăn đó!

- Anh Khôi bị ông già đày hay tại ảnh buồn tình bỏ học đăng lính rồi mất tích. "Dzậy" sao bây giờ mày đem bả về nuôi?

- Tui xuống Châu Đốc thăm, thằng con riêng trời ơi của bả trách bả bỏ rơi hắn khi còn đỏ hỏn, đẩy bả ra ngoài đường ăn xin. Thương tình tui rước về nuôi...

Không biết có phải vì mình không có con với ông Sum hay ganh ghét bà Sum mà Hai Thơm ra tay hành hạ Út Nga thậm tệ. Dù thương con nhưng không thể bênh vực Út Nga trước mặt Hai Thơm, ông đành gởi Út Nga vào trường nội trú Bác Ái của các sơ. Mới mười lăm tuổi, Hai Khôi ra vẻ đàn anh thấy rõ, đám cô hồn choi choi khu Nguyễn Thông nối dài ngưỡng mộ tánh lầm lì ít nói nhưng hào hiệp và sòng phẳng của Hai Khôi, sẵn sàng bênh vực và giúp đỡ kẻ thế cô nhưng Khôi đành bất lực nhìn Hai Thơm ngược đãi em mình mà không làm gì được, Khôi nghiến răng cầm dao chặt đứt nửa ngón tay giữa của mình trước mặt Hai Thơm. Nhìn Khôi cầm phần ngón tay đầy máu bỏ vào miệng nhai trệu trạo, Hai Thơm kinh hồn ngất xỉu.

Nghe kể lại chuyện nhà, ông Sum vò đầu bứt tóc. Với thế lực của ông, chuyện xã hội ông giải quyết cái rụp nhưng đầu óc ông rối bời khi Hai Thơm trách móc ông không biết dạy con và nằng nặc thu dọn hành trang ra đi. Dân đang gào khóc gọi mẹ, ông Sum trút nỗi bực dọc bằng cái tát tai nổ đom đóm lên má, khiến Dân lăn cù xuống bậc tam cấp.

- Mày có thấy mặt tao bên to bên nhỏ không Út Nga?

Cú trời giáng đó tao bị bể quai hàm. Mẹ nghe tin, bồng tao về gởi cho cậu. Chà, con nhà cậu sáu đứa cộng tao là bảy, miền sông nước chẳng có đứa nào học hành chỉ quen tát đìa, suốt ngày vùi mình đi bứt cọng súng, ăn cá nhiều hơn cơm...

- Ừ, trên này mấy người giúp việc cũng bỏ đi hết.

Ba nghe lời bả không cho tui nội trú nữa. Tui làm hết chuyện nhà, con nhà giàu nhưng đố tui biết gói xôi là gì. Khi nào hết việc tui quay nước mía cho cô Xíu Xẩm kiếm tiền. Mèn đét ơi! Cuốn luôn mấy đầu ngón tay tui, đau thấy mụ nội nhưng tui không nói ai hay. Ngày nào cũng phải giặt thau đồ chà bá! Nghĩ lại cũng "dzui" thiệt anh Ba… ha ha.

- Cuối cùng rồi mày với tao cùng tá túc nhà cậu.

Đến bây giờ tao cũng không biết lỗi do đâu, tại ba hay tại mẹ! Tờ báo Tin Sáng có đăng chuyện nhà mình. Nhưng thôi, mình phận làm con…

- Anh Ba nhớ không, tui ra chợ bán bông súng.

Bà Tư Ngây, bà già chồng tui bây giờ, cứ dòm tui lom lom, bữa kia bả hỏi: "Mày muốn dìa ở nhà tao không"? Tui thấy cảnh nhà cậu nghèo quá, muốn đi cho bớt miệng ăn, tui nói: "Nhà bác đông con hôn?", bả nói: "Có một mống thằng con trai, lớn hơn mày mấy tuổi, nếu ưng sáng mai con tao chèo ghe ra đón!". Tui về thưa với cậu, cậu nói: "Mày muốn ở đâu thì ở, vùng này ai cũng nghèo nhưng tốt bụng. Tao biết bà Tư Ngây…"

Sáng ra, tui thay bộ bà ba đứng bến sông chờ. Tui thấy có cậu học trò bảnh tỏn, ôm cặp bước lên bờ. Tui chạy tới cầm tay: "Anh đón tui hả, mình dìa!". Anh học trò mặt tái xanh, nhảy xuống ghe, giọng lắp bắp: "Tui đi học mờ…"

Tui tức cười đâm ra dạn dĩ: "Không phải con bà Tư hả?"

Ảnh chèo ghe đi tuốt.

- Thằng chồng mày cũng hiền đó chớ, chỉ hơi lù đù…
- "Dìa" nhà bà Tư Ngây tui cũng làm đủ thứ mệt muốn hụt hơi.

Tui với thằng chả giành nhau ăn thiếu điều muốn uýnh lộn, nhưng tối nào cũng ngủ chung. Hơn một năm sau, quen nước quen cái tui mới cho thằng chả làm chuyện vợ chồng. Cái thứ chi mà ham, đeo như sam…

Bà già "lựu đạn" tám mấy tuổi rồi, đêm nào cũng lần tràng hạt, tụng kinh. Trời cho bà minh mẫn để nhớ hay ăn năn chuyện đời? Đêm đã dần khuya, bóng chim ăn đêm bay vụt qua sân như ánh chớp khiến bà giật mình. Đời bà cũng vậy thôi, mới ngày nào… đứa con không mong muốn được sinh ra, đã gieo vào lòng bà bao khốn khổ. Một đêm mưa gió tối trời bà cuộn tròn thằng bé trong chiếc khăn rằn để trong chòi của thằng cha nó. Bà theo chuyến xe đò sớm lên Sài Gòn…

Cơ ngơi nhà ông Sum khiến thân phận như bà lóa mắt, ông Sum không cho bà an phận tôi đòi. Sự rạo rực và thèm khát trong cơ thể đã một lần sinh nở của bà cứ trào dâng nhất là những đêm về sáng. Sự mơ ước chiếm hữu theo bản năng lớn dần cho đến ngày ông Sum đồng lõa đưa bà vào vòng oái ăm của cuộc đời. Đến bây giờ bà cũng không hiểu vòng vàng, hột xoàn của bà Sum tại sao là giả! Vết chém dù còn nương tay của bà Sum đã tạo thêm động lực để bà quyết tâm chiếm trọn vai trò bà chủ bên ông Sum. Nói có trời, sau những lần dan díu bà yêu ông Sum thật sự. Sự ghê tởm và căm thù đàn ông từ sự hiếp dâm thô bạo đã nhường chỗ cho sự êm ái và thăng hoa cảm xúc bởi ông Sum, người đàn ông lịch lãm, mạnh mẽ và tế nhị trong tình trường khiến nhiều lần bà kêu rú lên, hai tay bắt chuồn chuồn...

Ý nghĩ cướp chồng khiến đôi lần tâm hồn bà chao đảo, sự thật thà và lương thiện của người con gái miền sông nước khiến bà cảm thấy tội lỗi với các đứa trẻ, càng tỏ ra chăm sóc lại nhận ngược về mình những tia mắt khó chịu và hằn học, bà có cảm giác chúng nó theo mẹ và căm thù bà. Từ đó, bà không còn tình yêu thương gì với những đứa con của ông Sum, chính bà cũng không hiểu được lòng bà.

Út Nga đi đâu về mặt mày tươi rói, tay cầm bịch hủ tiếu Nam Vang, cười hề hề:

- Má ăn rồi đi ngủ. Người ta nói ăn khuya, khỏe!
Cha mày, đi nhậu về hả con? Đàn bà con gái tối nào cũng nhậu!

- "Dzui" mà má, khi mấy đứa còn nhỏ con đâu chăm sóc má được, con cũng già gần bằng má rồi đây nè. Có nhiều điều mình không định được cho chính bản thân mình, kể cả cái chết. Chơi "dzui" đi má, mình còn sống được bao lâu!

Bà già "lựu đạn" lần tràng hạt, đôi mắt lim dim hướng về cõi tịnh yên, sự ấm áp từ tấm lòng của Út Nga lan tỏa len vào tâm khảm bà sự dịu ngọt của tình người. Dây tràng hạt bỗng đứt tung, những hạt gỗ màu nâu sậm rơi rơi lăn tròn, xoáy vào tim bà nỗi niềm ray rứt khôn nguôi.

Nguyễn Châu

năm xưa lưu lạc thăng trầm
Tết về cuốn gói về thăm quê nhà
bây chừ định cư nơi xa
chân treo một chỗ thèm ra phi trường
ngó về hướng có quê hương
thấy mây lừng thừng trên đường lang thang
chỉ vậy thôi, tâm bình an
châungọc

MÃN ĐƯỜNG HỒNG

NHÂN LÀNH QUẢ NGỌT

Chị Phượng thở dài thõng thượt, uể oải đứng dậy, rồi như sợ hãi phải chạm mặt đương đầu với điều gì đó thật khủng khiếp khi mình bước ra khỏi nhà, nên ủ rũ ngồi xuống lại trên chiếc ghế què quặt lung lay đặt sát tấm vách bằng cót chắp nối. Chán ngán. Nặng nề. Chị tưởng chừng như mình đã sức cùng lực kiệt khi mà muôn nơi ngoài kia, ngoài căn nhà ọp ẹp vá víu của chị, ngàn hoa đang rộ nở đón chào một mùa xuân mới. Đúng là năm cùng tháng tận. Trước mặt, sau lưng, chung quanh chị đều đã như cùng tận bế tắc, không còn một ngõ ngách nào dù là nhỏ hẹp cho chị len lỏi luồn lách qua. Nhưng mà dòng đời vẫn chuyển rung trôi chảy không một giây phút nghỉ ngơi, thì chị làm sao ngồi yên một chỗ, nằm dài một nơi cho thanh thản nhàn hạ được. Đã bao lần chị đã tuyên bố đầu hàng rồi mà chị có hề buông xuôi chịu chết đâu? Chị đã té đau, đã quỵ ngã và đứng lên bước tiếp một cách hiên ngang vào cuộc sống đầy cam go thử thách, đầy bạc bẽo dối gian, nhiều khi tự thấy mình chai lì sắt đá, và lắm lúc lại thấy mình nhão nhoẹt, mỏng manh, yếu mềm ẻo lả để rồi vẫn còn hít thở bụi khói trần gian cho đến bây giờ…

Không muốn sống cũng phải sống thôi. Cuộc sống quý lắm. Dù rằng trên hai mươi năm qua chị Phượng hầu như chỉ được nếm cay nuốt đắng, cam chịu biết bao đau đớn khổ nhọc cả thể xác lẫn tinh thần, phận hồng nhan ướt đẫm nước mắt, mồ hôi và máu huyết, chưa khi nào cười được một trận cho hể hả hân hoan, nhưng chị vẫn quyến luyến mến yêu cuộc sống này. Mỗi sớm mai thức dậy, chị luôn tự nhắc mình phải gieo hạt hy vọng, có hy vọng mới có được nghị lực để mà bước ra khỏi nhà, lặn hụp vào dòng sống đa đoan cay nghiệt. Chị tin vào nhân quả, theo kinh sách nhà Phật, rất tin, gieo gì gặt nấy, dù có trễ tràng đi nữa thì cái quả khi hội đủ cơ duyên cũng sẽ đến, có trốn chạy né tránh cũng không thoát, cũng phải nhận lấy tròn trịa bởi đó là phần của mình. Cay xè, đắng ngắt cũng phải nuốt. Ngọt lịm, thơm lừng có ớn thấu não cũng phải ngửi nhai. Chị tin vậy, nên chị đã sống với hy vọng và thất vọng, lấy hai thứ ấy để trộn chúng vào nhau thành một món ăn hằng ngày với đầy đủ gia vị buồn vui sướng khổ, ngọt đắng cay bùi, và mỗi ngày trôi qua nhìn lại thấy mình vẫn sống phây phây thì chị thở phào mừng, khen mình phi thường quả cảm. Chị biết, nếu như sống không tin vào nhân quả, không tin Pháp Phật nhiệm mầu, không biết phân biệt thiện ác giác mê, thì chị đã không dám liều lĩnh nhặt một đứa bé bị bỏ rơi dưới hàng dương bên bãi biển về nuôi nấng. Chị cũng đã không dám nhận một đứa trẻ bụi đời nằm co ro trên ghế đá chiều đông về cưu mang dạy dỗ xem như con đẻ của mình. Hai đứa nhỏ, một đứa được chị đặt tên Nhặt, một đứa tên Lượm, đã về sống với chị chung một cái tổ rách nát tiêu điều nhưng cũng rất ấm cúng, đỡ lạc lõng chơ vơ. Nhân quả, duyên nghiệp, luân hồi trả vay, đó là những điều nằm lòng, cũng như luôn vương bám trong trí óc của chị. Chị đã tin, và đã sẵn sàng chấp nhận, rồi đương đầu vượt qua…

Ngoảnh nhìn lại quãng đời đằng sau lưng, chị không khỏi rùng mình, cái đau xé lòng đan xen cùng niềm tự hào trong chị, chị không ngờ mình lại sống sót được, tồn tại được sau hơn hai mươi lăm năm thăng trầm lận đận. Hơn hai mươi lăm năm rồi, kể từ ngày đất nước hợp nhất, kể từ ngày chị bỏ nghề y tá, kể từ ngày chị bán căn nhà nhỏ của cha mẹ để lại mà theo sống rong ruổi đường dài với người đàn ông bội bạc… Số phận của một phụ nữ chân yếu tay mềm như chị phải gánh chịu bao nỗi đoạn trường bi ai. Người chồng đầu tiên hất hủi, xa lánh chị khi biết vợ mình vô sinh. Chia tay. Con thuyền không bến trôi giạt lên vùng kinh tế mới, gá nghĩa kết duyên với một người đàn ông cục mịch khác, chị nếm được mùi của bạo hành, chết đi sống lại bao lần sau những trận đòn thô bạo của người chồng thứ hai vũ phu và be bét rượu chè. Lại chia tay. Chị bỏ về lại thành phố xa hoa, sống lây lất trên vỉa hè, nằm đầu chợ cuối bãi, hằng ngày làm thuê gánh mướn kiếm chén cơm manh vải. Chính trong thời gian sống bụi đời gió sương, kiếm sống không đủ nuôi mình, chị lại nhắm mắt làm liều nhặt một đứa bé về nuôi, con bé Nhặt bây giờ đã tuổi trăng tròn, lớn mà không khôn, vì chưa hề được đến trường, chỉ biết lõm bõm mấy chữ chị dạy cho làm vốn. Trong đợt vận động những người vô gia cư sống quanh chợ trung tâm về khai hoang lập ấp tại vùng đất cằn khô ngập mặn, chị ôm đứa con nuôi tự nguyện leo lên xe của chính quyền địa phương về miền đất hứa, với hy vọng được hưởng một tương lai sáng sủa. Người đàn ông thứ ba bước vào cuộc đời chị ngay trên vùng đất đìu hiu quanh quẽ ấy. Chỉ là chung gạo nấu ăn, ngủ với nhau cho đỡ trống vắng lạnh lẽo, hợp sức nhau mà biến bốn sào đất xám ngoét trở thành ao vườn sinh động. Ba năm chung sống, tưởng đã yên bề gia thất, ai ngờ một sáng bừng mắt lên, tìm hoài không thấy bóng dáng người bạn đời của mình đâu nữa. Sau mấy tháng trời bặt vô âm tín, chị mới dám tin rằng người ta lại bỏ rơi mình, một mình ở lại với đứa con thơ trên mảnh đất đã đầu tư rất nhiều công sức nhưng chưa hề thu hoạch được mảy may hoa màu gì… Chị muốn ngã quy, nhưng quyết chuệnh choạng đứng lên, không thể chịu thua một keo nào nữa, vì chị cần có một mái nhà, một chỗ nương náu đi đi về về, cho dù nơi ấy chỉ là túp lều xiêu vẹo tả tơi. Chị thề không tin vào một người đàn ông nào nữa, cố quên đi những kẻ bạc tình, ôm chặt đứa con nuôi vào lòng để tìm nguồn vui sống. Quên bằng cách nào? Chị quán thân bất tịnh hằng ngày, rồi nghiền ngẫm về "oán tăng hội khổ" hay "ái biệt ly khổ", đủ thứ khổ khổ, để điểm mặt chỉ tên từng loại khổ mà vận dụng những điều học được trong kinh sách để chế ngự, khắc phục, xua đuổi, tránh xa những cái thứ khổ đó. Thôi thì, chị tự an ủi, tất cả những chuyện đau khổ hận buồn đến với đời mình bao năm qua, đó là những cái nghiệp báo mà mình phải gánh chịu trong cái kiếp hiện tiền này. Thiếu nợ thì phải trả cho sòng phẳng thôi. Ai biểu kiếp trước không tu hành cho giỏi vô. Tu cho tinh tấn thì kiếp này đã sướng rồi, biết đâu giờ này chị đang là một ni cô trong một ngôi chùa yên tịnh thanh khiết nào đó ở một miền quê êm ả. Chấp nhận, không than oán nữa làm gì. Và, chị được những người hàng xóm nghèo xung quanh giúp đỡ, có chút vốn nhỏ nhoi để hằng ngày đi bán dạo dọc theo bãi biển đầy rẫy khách du lịch…

Những tháng ngày vất vả mưu sinh, chắt bóp từng đồng, hôn hít trân trọng từng tờ giấy bạc ướt đẫm nước mắt và mồ hôi, chị đã nuôi được bé Nhật lớn dần, tập tễnh theo gót chân chị suốt ngày trên bãi biển nắng nóng, rồi mỗi đêm trở về cái tổ lụp xụp giữa đồng không mông quạnh với toàn thân rã rời… Ai cũng lắc đầu ngao ngán khi hay tin, khi thấy tận mắt chị mang thêm một thằng bé lem luốc gầy guộc về nuôi trong nhà. "Bà Phượng điên rồi!", người ta kháo với nhau như vậy. Chị mỉm cười, nghĩ mình điên thật, nhưng thà điên chứ không thể làm ngơ bỏ mặc thằng nhỏ lang thang cơ nhỡ nằm co quắp vì đói khát mà chẳng được ai màng cứu giúp. Chị muốn điên, điên với lương tâm không day dứt mà lại được an ổn thong dong, điên vì nỗi vui sướng khi thấy hai đứa trẻ cười đùa với nhau, chia cho nhau miếng ăn nhỏ bé, và tối tối nằm rúc vào người chị tìm hơi ấm. Chị chấp nhận điên như vậy, vì chị tin vào nhân quả. Hằng ngày, chị cùng hai con lặn lội dưới nắng, bươn chải dưới mưa để bán thuốc lá, kẹo *chewing gum*, bưu thiếp, vé số và báo chí cho khách dọc theo bãi biển dài ngoằng mang hình lưỡi liềm. Sẽ là đủ ăn trong ngày, nếu như bán đắt. Nhưng cuộc mưu sinh lắm cạnh tranh, hiền từ nhút nhát là thua thiệt, chị và hai đứa con luôn luôn thua kém đồng nghiệp nên chưa có ngày nào được no nê thỏa thích. Không đói là mừng lắm rồi. Chị chỉ cảm thấy ngột ngạt khó thở, thấy bế tắc hoang mang khi năm hết Tết đến. Những ngày cuối năm đối với chị thật nặng nề khủng khiếp. Với trăm mối lo lắng, trăm nỗi tủi nhục vây bám réo gào, chị không thể bình thản như mọi khi được. Năm này, con bé Nhặt đến tuổi dậy thì, đã biết tự làm đẹp, biết mắc cỡ đủ thứ chuyện, mới là mối lo nhất đối với một người mẹ như chị. Nuôi thì dễ, dạy mới khó, chị không được sơ suất, lơ đễnh, mà phải chăm nom gần gũi con gái hơn bao giờ hết. Lung tung chuyện nghĩ ngợi trong đầu, rối bung, làm cho chị sợ hãi khi bước ra khỏi căn nhà, về thành phố để chứng kiến cảnh thiên hạ tưng bừng chuẩn bị đón tân niên. Chị sợ lắm, nhưng biết chạy trốn đi đâu, và chạy trốn thì có giải quyết được gì? Hai đứa con đã đi trước chị hơn cả giờ đồng hồ rồi, mà chị vẫn còn nấn ná dùng dằng một nơi thật khổ sở. Chị đứng dậy, đội nón, bưng cái hộp gỗ đựng thuốc lá và kẹo *chewing gum* nhẹ tênh, bước đi như vùng vằng về hướng đông có bãi biển đã ngập tràn nắng mai…

Đã trưa nắng. Cát nóng rang, bỏng rát đôi bàn chân non của hai đứa trẻ. Chị Phượng xót lòng, bảo: "Hai đứa lên nghỉ dưới mấy cây dừa kia, chờ má đi mua bánh mì ăn trưa!". Chị nuốt nghẹn, giao cái hộp gỗ "hàng hóa di động" cho thằng Lượm bê, bước đi thất thểu dưới hàng dương xanh um, vừa đi vừa đếm xấp tiền nhàu nhò rút ra từ túi áo bà ba, nắm chặt từng tờ giấy bạc mà đếm như sợ chúng bay đi mất trước gió biển lồng lộng… Cả buổi sáng chẳng bán được gì nhiều, con nhỏ Nhặt lại nhăn nhó cáu kỉnh vì đang ngày "có chuyện", thằng Lượm cứ rên rát chân, thật là chẳng có chút gì làm vui. Chị mua ba ổ bánh mì chan nước thịt, xin thêm ít cọng hành, lát dưa leo cho có chút xanh tươi ngon miệng. Ba mẹ con ngồi lặng thinh, ăn ngấu nghiến cho xong bữa trưa, rồi trải tấm nhựa bạc màu ra mà nằm nghỉ lưng chợp mắt… Ngồi nhìn ra khơi xa tít tắp khi hai đứa con đã nằm ngủ ngon lành bên nhau vì mệt mỏi, chị không nghĩ ngợi được gì, đầu óc rỗng tuếch đến lạ kỳ. Bất chợt, chị nhìn thấy dưới bãi biển đang có một du khách bước ung dung trên cát nóng. Chị nhổm dậy, nhìn chăm chăm. Người khách kia đã ghé vào nằm dài trên chiếc ghế bố đặt dưới một cây dù ngũ sắc bắt nắng chói chang. Đó là một phụ nữ, ăn mặc rất... Tây. Khách "xịn" rồi, không thể bỏ qua, chị chộp lấy cái hộp gỗ đựng kẹo *chewing gum* và thuốc lá, lôi luôn xấp báo của thằng Lượm, bưng trên tay rồi lật đật lưởi đưởi chạy xuống bãi biển. Khách đang nằm với tư thế thư giãn, kính đen che hết đôi mắt, nên chị không dám khinh động sỗ sàng, mời nhỏ nhẹ:

"Chị Hai mua giùm em ít cây kẹo..."

Khách lắc đầu. Chị chìa mấy tờ báo, dịu dàng:

"Thôi, chị Hai đọc báo đi. Báo Công An nè..."

Khách bỗng ngồi bật lên, tháo vội kính đeo mắt, nhìn chị đăm đăm không chớp. Chị hơi hoảng, không biết mình thất thố điều gì mà vị khách trước mặt có phản ứng như vậy. Chị ngây người ra trong chốc lát. Khách như chồm tới gần sát mặt chị, đôi mắt đen láy vẫn chưa chớp đang hiện lên vẻ sửng sốt bàng hoàng. Chị giật mình, lùi ngay một bước, đề phòng gặp phải một khách điên loạn. Người phụ nữ kia vẫn chưa hết ngẩn ngơ, ngắm mặt chị thật lâu, rồi nước mắt lưng tròng long lanh, long lanh... Chị định thần nhìn kỹ lại gương mặt kiêu sa mỹ miều của vị khách xa lạ, tìm thấy được một chút nét gì đó quen quen, gần gũi nhưng lại mơ hồ. Khách lên tiếng:

"Có phải là... chị đó không? Phải chị đó không, chị Phượng?"

Chị giật bắn mình, mắt trố lên. Khách lắc đầu:

"Không lẽ là chị? Không lẽ không phải là chị sao?"

Chị lúng túng, cố gắng nở nụ cười xã giao:

"Tui... đúng là Phượng đây. Xin lỗi... chị là ai mà biết tên tui?"

Người phụ nữ kia chồm lên, bước lại ôm lấy chị mà siết thật mạnh. Chị vùng vằng, buông rơi cái hộp gỗ, xấp báo xuống dưới chân, hoảng hốt la lên:

"Chị... chị là ai? Là ai mà tui nhận không ra?"

Người phụ nữ kia tuôn trào nước mắt, nức nở:

"Trời ơi... vậy là đúng chị rồi. Em đã tìm được ra chị rồi... Chị ơi, em tìm chị bao năm nay... đã năm lần về nước, không lần nào em không đi tìm tông tích của chị..."

Chị ngơ ngơ ngác ngác, đẩy khách lui ra một chút để nhìn ngắm lại gương mặt đẹp mặn mà kia, mếu máo:

"Hơi quen quen... nhưng không nhận ra được là ai..."

Khách ôm chầm lấy chị, khóc rưng rức:

"Em là Vương Như Hoa đây. Chị đã nhớ ra chưa?"

Chị bỗng thấy người nhẹ tênh bay bổng. Như Hoa. Nhớ rồi.

Nước mắt chị đầm đìa ngay sau khi nhận ra cố nhân hơn ba mươi năm về trước. Hơn một phần tư thế kỷ xa nhau, đường ai nấy đi, không liên lạc, thì làm gì mà chị nhớ được người đã được chị ra tay cưu mang giúp đỡ những ngày tháng ngặt nghèo bi thảm. Hồi ấy, chị còn là y tá, nhà ở ngay trong khu dân cư tạp nhạp gần sở Mỹ, cô gái Như Hoa là một cô gái hành nghề "buôn hương bán phấn" tha hương lưu lạc. Những khi ốm đau, túng thiếu, đói khát, túi rỗng bụng không, thì Như Hoa và một vài cô gái làng chơi khác nữa, hay đến cầu cứu nơi chị. Chị rất nặng tình với Như Hoa, mến thương như một người em gái ruột rà, nâng đỡ cứu giúp cô ta cả về vật chất lẫn tinh thần. Biến động mùa xuân năm 1975, Như Hoa lên tàu đi cùng người chồng ngoại quốc bay ra nước ngoài. Hai người không còn gặp lại nhau từ khi ấy. Chị không ngờ có ngày hôm nay, một kiều nữ sang trọng ôm lấy một hình hài còm cõi và dung nhan héo úa nhăn nheo của chị mà khóc trong niềm vui sướng mênh mông. Như Hoa đưa những ngón tay mum múp trắng trẻo rờ rẫm từng nếp nhăn trên gương mặt khắc khổ sạm đen của ân nhân ngày xa xưa, nói trong tiếng nấc nghe đến xao lòng:

"Tội nghiệp chị quá. Em tìm gặp chị muộn quá… Bao năm rồi em cứ mất ngủ khi nghĩ nhớ về chị… Ơn chị đối đãi ngày xưa, em chẳng bao giờ quên, và đền đáp bao nhiêu cũng không đủ!"

Họ ôm nhau đứng trước biển nắng chói ban trưa. Gió thổi tung bay những tờ nhật trình. Chị đưa mắt ngắm nhìn cảnh vật chung quanh, thấy rõ ràng một mùa xuân tươi vui đang ập đến với đời chị, và hai đứa con đang còn ngủ say sưa dưới bóng mát hàng dừa.

Chị tin chắc rằng đã đến lúc mình được quyền đưa thẳng cánh tay xanh xao xương xẩu ra để hái lấy quả ngọt. Quả ngọt ấy, không phải bỗng dưng mà có, và nó đã đủ độ chín cho chị ăn vào để đổi thịt thay da…

Mãn Đường Hồng
(Nha Trang)

sân đất cùng dấu chân gà
hình ảnh tết nhất quê nhà thân thương
hè cà phê góc vũ trường
cũng là hình ảnh vui buồn đầu năm
tôi bao nhiêu lần cà làm
giàu bao nhiêu tuổi long đong ngọt ngào
năm nay ôm cái tuổi cao
càng thèm cái tết ngày nào trẻ con châungọc

NP PHAN
NGƯỜI CON DÂU NHÀ HỌ PHAN

1.

Thuở nhỏ, tôi cứ đinh ninh họ Phan nhà tôi toàn là người bên lương, không có ai và không có nhà nào theo đạo Thiên Chúa. Đối với tôi, những người bên đạo rất xa lạ bởi không cùng tín ngưỡng thờ cúng ông bà tổ tiên như mình, mặc dù làng tôi rất gần hai giáo xứ lớn của tổng Trung Châu, phủ Diên Khánh xưa: Giáo xứ Đại Điền và giáo xứ Cây Vông.

Vậy mà, có đôi lần, cha tôi đã dẫn tôi đi thăm những người (bà con) bên đạo ở làng Đại Điền Nam, thuộc xã Diên Sơn, nơi tọa lạc nhà thờ Cây Vông. Tôi chỉ còn nhớ hai người. Một người là một phụ nữ lớn tuổi mà cha tôi gọi là cô Ba (tôi gọi là bà Ba) và một người đàn ông cao lớn, mặt rỗ mà cha tôi gọi là anh Tư (tôi gọi là bác Tư). Bác Tư là một viên chức cảnh sát của chính quyền VNCH, mà hình như cha tôi đang có việc nhờ che chở. Ở cả hai nhà, tôi chỉ nhớ mang máng là có bàn thờ chúa Jesus rất trang trọng.

Tôi chỉ nhớ có vậy, không hề nghĩ là có mối liên hệ gì giữa họ Phan nhà tôi và những người bà con ấy. Tuổi còn nhỏ, chỉ lo học và chơi nên tôi chẳng quan tâm hay hỏi cha tôi về mối quan hệ này.

Bẵng đi hàng chục năm, tôi cũng quên đi những chuyến viếng thăm của hai cha con tôi thuở nào.

Mãi hơn hai mươi năm sau ngày thống nhất, qua lời kể của cha tôi và những câu chuyện góp nhặt từ những người lớn tuổi, tôi mới biết được mối liên hệ giữa họ Phan nhà tôi và những người bà con bên đạo kia.

Họ vốn là những người cháu của bà cao tổ (bà sơ) họ Phan nhà tôi, một tín đồ Thiên chúa giáo ngoan đạo.

2.

Ông bà cao cao tổ (trên ông bà sơ) chỉ sinh hạ hai người con. Người con trai đầu là ông cao tổ (ông sơ) Phan Văn Huân. Người con thứ hai là gái, mất sớm, không có chồng con.

Như vậy, ông sơ tôi là con trai duy nhất của người đứng đầu chi nhất của họ Phan.

Có lẽ đó là vào những năm giữa thế kỷ 19, dưới triều Nguyễn.

Dưới thời nhà Nguyễn, việc cấm đạo Gia tô (Thiên Chúa giáo) bắt đầu từ thời vua Minh Mạng (1791 - 1841) với các chỉ dụ cấm đạo năm 1833 và năm 1836 rất khốc liệt. Đến thời vua Tự Đức (1829 - 1883) việc cấm đạo, diệt đạo càng khốc liệt hơn. Năm 1851, nhà vua tiếp tục ban hành dụ cấm đạo trên cả nước, ngay trước mối nguy ngoại xâm của phương Tây.

Bà sơ tôi là con trong một gia đình theo đạo Thiên Chúa ở thôn Phú Ân Bắc, xã Diên Phú, phủ Diên Khánh. Trước sự truy nã gắt gao và bức hại khốc liệt của triều đình, giáo xứ Đại Điền mới hình thành không lâu hầu như bị xóa sổ: nhà nguyện bị đốt, người bị cột đá thả xuống sông, nhiều người bị giết, trong đó có mẹ con bà Nguyễn Thị Phiên bị đập đầu bằng đá đến chết rồi vùi lấp xuống cái giếng lạng ngay trong nhà thờ. Hiện nay trong nhà thờ vẫn còn ngôi mộ ngay trên cái giếng lạng xưa nơi hai mẹ con bà tử đạo, đã được xây dựng, có khắc bia đàng hoàng.

Bà sơ tôi là người sống cùng thời với bà Nguyễn Thị Phiên. Để tránh sự bắt bớ, giết hại của quân lính triều đình, bà phải trốn vào vùng Đại Điền, giáp với vùng núi Đại An. Chính tại nơi đây, bà đã gặp ông sơ tôi. Và cũng chính gia đình ông sơ tôi đã cưu mang, che giấu bà sơ tôi thoát khỏi sự truy đuổi của lính triều đình. Và, hai người, một lương một giáo đã nên vợ nên chồng.

Cho đến tận bây giờ, tôi cũng vẫn không hiểu được là tại sao, vào thời ấy, ông bà cao cao tổ nhà tôi lại có thể bao dung, che chở cho một người con gái bên đạo đang bị truy cùng giết tận bởi triều đình mà không sợ bị liên lụy và chấp thuận cho làm con dâu nhà họ Phan, làm vợ người con trai duy nhất của mình? Mãi mãi, đó là câu hỏi không có câu trả lời.

Cũng vì lấy vợ là một người có đạo mà ông sơ tôi suýt bị truất mất vị trí đích tôn của chi nhất họ Phan và suýt mất quyền thừa kế do âm mưu của những người đứng đầu của chi nhì đầy thế lực. May mà nhờ một tay bà sơ chống chọi, "dẹp loạn" nên ông sơ tôi vẫn đường hoàng giữ được từ đường hương hỏa của tổ tiên truyền lại từ mấy đời trước.

Tôi cũng nghe kể lại rằng, mỗi khi có cúng giỗ trong nhà, trong họ, bà sơ đã chuẩn bị chu đáo hết mọi thứ, giao lại cho ông tôi và con cái rồi lánh sang nhà hàng xóm chứ không ở nhà.

Bà đã sinh hạ cho ông sơ tôi tám người con: ba người con trai và năm người con gái.

Bà sống đến 75 tuổi, tuổi thọ hiếm hoi vào thời ấy.

3.

Trong khu mộ của gia tộc Phan (do cha tôi cải táng và sau đó tôi cùng với mấy anh em tôi trùng tu), có gần đầy đủ mộ của tổ tiên, từ ông sơ, ông bà cố, ông bà nội, ông ngoại tôi, bà cô tổ... Nhưng tuyệt nhiên tôi không thấy có mộ của bà cao tổ.

Hỏi ra tôi mới biết là trước khi bà sơ tôi mất thì bà có di nguyện để lại là muốn được trở về bên Chúa, nơi quê hương bản quán, bên người thân của bà. Bà được an táng ở khu nghĩa trang của giáo xứ.

Khi biết được điều này, tôi nảy sinh ý định là phải đi tìm thăm mộ bà cao tổ.

4.

Trong ngôi nhà từ đường, nơi tôi sinh ra và lớn lên có mấy đồ vật có từ nhiều đời trước, cứ ghi mãi trong ký ức tuổi thơ tôi.

Thứ nhất là bộ hoành phi gồm ba bức treo ở ba gian chính của ngôi nhà. Cả ba bức hoành viết bằng chữ Nho nên lúc đó tôi không hiểu gì. Chỉ duy bức ở giữa thì tôi có nghe một ông khách đến chơi đã đọc to lên khi đến thăm cha tôi và trầm trồ là chữ viết quá đẹp. Đó là ba chữ PHAN 潘 TỪ 祠 ĐƯỜNG 堂. Chính bức này, sau đó đã bị một mảnh bom từ trên mái nhà xuyên thủng, rách bươm.

Cả ba bức hoành sau đó đã bị gỡ xuống hết, phá bỏ hay đem đi đâu tôi không rõ.

Thứ hai là bộ ván ngựa kê ngay bên phải gian thờ. Bộ ván ngựa dày hơn nửa tấc, gồm bốn tấm, kê trên hai "con ngựa" cũng bằng gỗ. Bộ ván ngựa, chẳng có gì đặc biệt ngoài công dụng là chỗ ngủ, nghỉ ngơi của người lớn. Chỉ có chi tiết này: nó rất "linh", không được phép bất kính. Nghe nói rằng chính ông bác ruột của tôi, trong một lần năm ngủ đã bị quăng xuống đất. Và, chính tôi, tôi chứ không phải ai khác, lúc còn nhỏ khoảng bảy tám tuổi, trong một đêm cùng ngủ với cha tôi trên bộ ván ngựa này, cũng đã bị té lăn xuống đất, đau điếng, khóc bù lu bù loa. May mà không việc gì. Cha tôi phải dỗ dành mãi.

Thứ ba là những đồ tằm tang. Cho đến khi hơn mười tuổi, tôi vẫn thấy bỏ ngổn ngang phía sau chái nhà. Ban đầu, tôi chẳng biết là những vật này dùng để làm gì. Sau mới biết đó là những vật dụng cho nghề nuôi tằm, dệt vải. Nghề này của nhà họ Phan có từ bao giờ? Có mối liên hệ gì với bà sơ tôi không?

Cuối cùng là một cái rương gỗ to lớn, cao đến ngang ngực tôi, chiều dài khoảng mét rưỡi, rộng khoảng sáu tấc, màu xam xám, có bốn bánh xe bằng gỗ, cái khóa sắt rất lạ và chắc chắn. Đây là một cái rương đựng đồ đạc, của cải của những nhà có "của ăn của để" thời xưa. Chính cái rương này là nơi ông sơ đã giấu bà sơ tôi mỗi khi lính triều đình đi lùng sục bắt người có đạo.

Cái rương này cho đến bây giờ vẫn còn nhưng đã được di chuyển đến một nơi khác, không còn ở vị trí trang trọng như trước.

5.

Trời đã về chiều.

Nắng vẫn còn rát mặt.

Sau khi về thăm nhà từ đường thắp nhang cho tổ tiên, tôi đến thẳng nhà thờ Đại Điền.

Nhà thờ vắng vẻ vì là ngày thường. Tiếp tôi là vị linh mục của giáo xứ. Tôi lên tiếng chào hỏi và nói mục đích chuyến viếng thăm của mình:

- Thưa cha, con muốn thăm mộ của bà cao tổ nhà con. Bà là người Thiên Chúa giáo, mất cách đây đã lâu, có thể đã trên trăm năm rồi ạ.

Ông nhìn tôi dò xét rồi hỏi:

- Mộ bà chôn ở đâu?

Tôi mạnh dạn trả lời:

- Dạ, thưa cha, con nghe nói ở ngay phía sau nhà thờ này ạ!

Ông hơi xẵng giọng:

- Không có mồ mả gì trong nhà thờ này hết!

Tôi hơi bất ngờ về thái độ của vị linh mục nhưng vẫn nhã nhặn hỏi lại:

- Thưa cha, có thực là không có ngôi mộ nào trong khuôn viên nhà thờ này ạ?

Ông trả lời ngay:

- Không có. Anh không tin tôi sao?

Ngưng một lúc, ông nói thêm, giọng có vẻ bực tức:

- Nếu anh muốn tìm mồ mả thì hãy tới nghĩa trang Công giáo phía sau nhà thờ một quãng.

Ông đứng lên, có vẻ như không muốn tiếp vị khách bất đắc dĩ, đến làm phiền mình không phải lúc.

Tôi lễ phép cám ơn vị linh mục và chạy xe ra khỏi cổng, theo con đường bên hông nhà thờ, tìm nghĩa trang Công giáo.

Thì ra nghĩa trang chỉ cách nhà thờ một quãng ngắn.

Nghĩa trang không lớn, có vẻ như mới tạo lập khoảng vài chục năm trở lại. Cỏ dại mọc đầy, có vẻ ít được chăm sóc.

Tôi hầu như bỏ cả thời gian còn lại của buổi chiều để tìm mộ bà cao tổ. Tôi đã đọc những tấm bia của hầu hết các ngôi mộ cũ mới, lớn nhỏ, mộ chung hay riêng… trong nghĩa trang mà không hề có tấm bia nào mang tên bà NGUYỄN THỊ HUỆ, nhũ danh của bà cao tổ nhà tôi, mất vào khoảng những năm đầu thế kỷ hai mươi.

Trong khuôn viên nhà thờ không có.
Ở nghĩa trang Công giáo không có.
Vậy thì mộ của bà sơ tôi ở đâu?
Tôi cảm thấy hơi thất vọng.

6.

Có tiếng điện thoại reo. Tôi bắt máy.

Đó là cuộc điện thoại của đứa em, con ông chú họ, cùng chung ông cố với tôi.

- Anh Hai ơi, em Thuận con chú Năm Hòa đây.

- Thuận hả? Lâu quá không gặp em. Có việc gì không em?

- Em báo cho anh Hai tin này: Đứa em gái út của em lấy chồng theo đạo ở Diên Phú. Vừa rồi nó gọi cho em nói rằng nhà thờ Đại Điền đang chuẩn bị cải táng mồ mả phía sau nhà thờ để xây dựng nghĩa đường gì đó. Nghe nói rằng họ Phan mình có một ngôi mộ của bà tổ cao đời. Họ yêu cầu phải cải táng để đưa vô nghĩa đường. Anh về gấp để coi sự thể ra sao nha anh. Em bận lắm, không đi cùng với anh Hai được.

- Cám ơn em đã báo tin. Anh sẽ thu xếp về ngay.

Tôi rất mừng khi biết tin này.

Sáng hôm sau, tôi vội vàng về quê và đến ngay nhà thờ.

Tôi vào thẳng khu nhà khách và gặp ngay người phụ trách công việc của họ đạo đang ngồi ghi chép gì đó, chứ không phải vị cha xứ hôm trước. Tôi chào hỏi và biết được chú tên Thiền và là người quản lý công việc họ đạo. Ông rất niềm nở khi biết được mục đích của tôi. Ông đưa tôi ra khu đất phía sau nhà thờ rồi nói:

- Chỉ còn vài ngôi mộ ở đây. Anh ra xem, tìm ngôi mộ của bà và chuẩn bị cho công việc cải táng. Khu này sẽ xây dựng một nghĩa đường cho toàn giáo xứ và cho những gia đình nào có nhu cầu đưa tro cốt người thân đã mất của mình về yên nghỉ ở đây, bên Chúa.

Tôi cám ơn ông rồi bước ra khu mộ.

Quả thật, cả khu đất chỉ còn lại hai ba ngôi mộ, trong đó có ngôi mộ của bà cao tổ nhà tôi.

Ngôi mộ không có hình thù gì. Chỉ là mặt đất phẳng, cỏ mọc lưa thưa, trên có đặt một tấm bia đá màu vàng nhạt, cỡ 40 x 60 cm. Trên tấm bia ghi tên thánh MARIA và tên người mất là NGUYỄN THỊ CÚC!

Tôi bất giác hoang mang. Trong gia phả, tên của bà sơ tôi là NGUYỄN THỊ HUỆ. Sao tên trên tấm bia này lại là một tên khác. Sực nhớ lại, lúc nhỏ, cha tôi có lần nói ông phải xin một người không đặt tên CÚC cho con gái của họ vì đó là tên của bà cố (tức là bà sơ tôi). Tôi nhìn xuống các hàng dưới ghi quê quán, ngày mất theo âm lịch, (không có ngày sinh và năm sinh, năm mất), tuổi thọ và dòng cuối cùng: "Phan tộc đồng phụng lập" và khẳng định: Chính xác đây là mộ của bà sơ nhà tôi!

Thì ra, bà tôi ngoài tên thánh MARIA, bà có hai tên là NGUYỄN THỊ HUỆ và NGUYỄN THỊ CÚC, đều là tên hai loài hoa đẹp và ý nghĩa.

Tôi cũng có nghe kể lại rằng: họ Phan cũng đã có lần định cải táng mộ bà nhưng các ông em của ông nội tôi (nội tổ thúc) không dám tiến hành, chẳng hiểu vì sao.

Sau khi thăm mộ xong, tôi vào bàn với ông Thiền về việc cải táng bà tôi để đưa bà vô nghĩa đường.

Tôi báo cho người chú họ, đại diện cho họ Phan, chọn ngày giờ tốt để về nhà từ đường thắp nhang, xin phép tổ tiên cho chúng tôi được phép đưa bà về nơi an nghỉ mới.

Mọi công việc đều tiến hành thuận đối với anh em tôi, cho đến khi bà tôi được an vị nơi nghĩa đường vừa được xây dựng rất đẹp và trang trọng ở khu vực phía sau nhà thờ, nơi khu mộ cũ, trong một thánh lễ hết sức trang nghiêm và xúc động.

Tôi cũng không có ý định tìm gặp vị linh mục mà tôi đã gặp lần trước, khi tôi về nhà thờ để tìm mộ bà tôi.

Vợ chồng tôi, khi về quê vào dịp Tết mỗi năm, vẫn viếng thăm nơi an nghỉ của bà, cầu nguyện cho linh hồn bà mãi mãi bên Chúa và phù hộ cho con cháu họ Phan.

7.

Một buổi trưa, trong giấc ngủ chập chờn, tôi có một giấc mơ kỳ lạ.

Một người phụ nữ đã già, mặc một bộ đồ trắng, khuôn mặt phúc hậu, tay cầm thánh giá màu đen, nói với tôi bằng một giọng ôn tồn:

- Ta là bà sơ của con. Cám ơn con đã đưa ta về yên nghỉ nơi ngôi nhà của Chúa một cách đàng hoàng trong một thánh lễ trang trọng của giáo xứ. Cháu yêu của ta, cháu là đích tôn của chi trưởng họ Phan. Ta đã bỏ ra cả một đời để cố giữ cho được mồ mả tổ tiên, mảnh đất hương hỏa, từ đường của dòng họ thì con phải có trách nhiệm giữ gìn để dòng họ Phan vẫn giữ được gốc tích, không để rơi vào tay người ngoại tộc. Ta nghe có người còn mưu toan dời mồ mả tổ tiên, hạ giải nhà từ đường, phân chia đất đai hương hỏa làm của riêng. Họ không biết làm như vậy là có tội lớn với vong linh tiên tổ hay sao?

Tôi định cất tiếng trả lời thì bất giác giật mình tỉnh dậy, mồ hôi đầm đìa, bên tai vẫn văng vẳng lời dặn dò của bà cao tổ.

NP Phan

xuân nhật chẳng chi lì xì
em chừ cũng chẳng thích gì, nằm suông
vậy thôi, giữ lại nỗi buồn
của người có tuổi làm hương ngôn từ
viết hoài mà đâu đã dư
yêu em, yêu lắm tiểu thư họ Trần
(tên gì tùy ý tùy tâm thêm vào)
châungọc

LUÂN HOÁN
"CỎ HOA GỐI ĐẦU"
MỘT THI PHẨM KHÔNG LÀNH LẶN
TRONG ẤN LOÁT

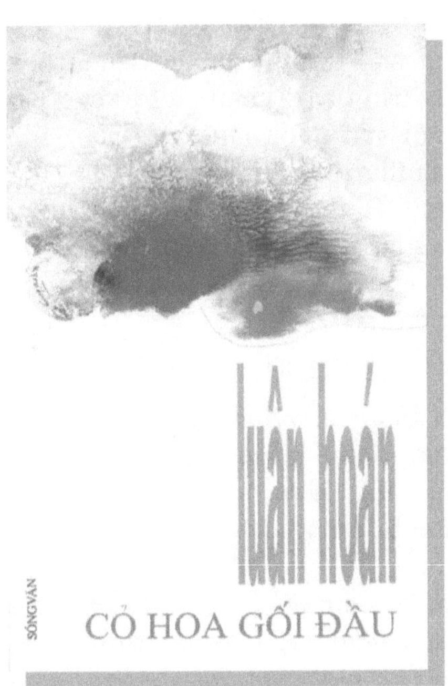

Năm 1997 nhà văn Nguyễn Sao Mai ở Hoa Kỳ thực hiện tạp chí văn học nghệ thuật Sóng Văn, tôi được anh rủ vào ban biên tập. Chơi chung với anh, ngoài góp thơ tôi còn bày trò phỏng vấn. Nhưng lần này tôi không thực hiện tương tự như thời làm cho tạp chí Sóng ở Toronto Canada của anh Nguyễn Tăng Chương. Thay vì gởi câu hỏi cho các tác giả, tôi dành sự trả lời cho những người phối ngẫu, vợ hoặc chồng. Điều này chưa ai thực hiện. Anh Nguyễn Sao Mai cũng thực hiện gần như cùng lúc hai sân chơi bằng Anh ngữ The Writers Post và Wordbridge. Báo của anh in bìa màu thật lộng lẫy trang nhã. Trong giai đoạn này anh gọi điện thoại viễn liên cho tôi gần như mỗi ngày, và cuộc gọi nào cũng thật ấm túi ông bưu điện Hoa Kỳ.

Một hôm, với tôi thật đẹp trời, anh đề nghị in tặng tôi một tập thơ, đứng tên nhà xuất bản cùng tên Sóng Văn của anh. Tuy không hẳn "buồn ngủ gặp chiếu manh" nhưng tôi vô cùng cảm động thích thú. Như vậy sau Tưởng Năng Tiến, Thái Tú Hạp để có Hơi Thở Việt Nam, Ngơ Ngác Cõi Người, Trương văn Nghĩa để có Chân Dung Thơ Luân Hoán, tôi có thêm một Nguyễn Sao Mai để trình làng Cỏ Hoa Gối Đầu. Một đề sách mà nhà văn Võ Phiến trong một thư gởi ghi một câu: "Nhất anh rồi có cỏ hoa gối đầu". Và không thiếu những bạn khác đùa rằng tôi chơi chữ.

Trước khi nêu lên những vết thương ở phần in ấn, tôi xin phép giới thiệu loanh quanh những gì Cỏ Hoa Gối Đầu có được:

1- Phần bìa tranh do họa sĩ vẽ riêng cho tập thơ, không dùng họa phẩm có sẵn. Quý hơn nữa anh tự tay trình bày, chọn chữ in cho tên sách. Tên Luân Hoán rõ to là điều tôi vẫn thích lâu nay (háo danh mà), câu Cỏ Hoa Gối Đầu chữ in bình thường nhưng sắp xếp hợp lý, một đường dài như nâng đỡ danh xưng tác giả ở trên. Khánh Trường vẽ hoa một cách siêu thực, không dạng hoa nhưng thật tuyệt. Tôi rất thích mẫu bìa tươi sáng thanh thoát này. Trái lại bìa sau, ảnh chân dung tôi, tôi chọn hơi màu mè qua chiếc áo.

2- Lời giới thiệu thi phẩm, nhà văn Nguyễn Sao Mai Viết:

" Có lẽ, từ cái chỗ đã đến được và không còn phải đi đâu, nhà thơ, trong cõi của riêng mình, tự tại, thong dong, hạnh phúc với đầy đủ cảm nhận của một người đang thực sống, nắm bắt đời sống bằng những chứng nghiệm rất riêng. Với Luân Hoán, cái chứng nghiệm rất riêng đó, nhiều nhất ở trong tình.

Tình yêu, thật ra đã bàng bạc trong hầu hết 16 tập thơ in riêng cũng như chung của ông trước và sau năm 1975, trong nước cũng như ở hải ngoại, nhưng đến Cỏ Hoa Gối Đầu, mê tình đã trở thành nỗi mê đời, trong đó, sống là nghe được từng hơi thở của nhịp sống, từng hơi thở của xương da, ngay trong những bất trắc, đa dạng của cuộc đời có, không, sấp, ngửa. Nhà thơ sống với nó, trong từng mỗi giây phút, những kinh nghiệm sờ mó được. Những kinh nghiệm đó không phải chỉ là bóng dáng của thực tại: cõi miên viễn, cõi vô cùng, cõi mông lung v.v... mà chính là thực tại. Cõi thơ Luân Hoán.

Trong cõi thơ đó, bởi vậy, không có những nghi vấn, những dò tìm. Khi đã đến được với nó thì còn gì để phải thao thức kiếm tìm? Còn gì để phải thắp đuốc viển vông chạy đuổi? Cũng vậy trong cách sử dụng thơ vần của Luân Hoán. Giữa cơn sốt đang trăn trở của những tìm tòi và khám phá mới về cách diễn đạt trong sinh hoạt thi ca, Luân Hoán vẫn, bằng những cách thế bình thường nhất, thơ vần. Có lẽ, gắn bó với thơ vần, đối với LH cũng không phải là điều quan trọng. Quen vẽ bằng cọ, thì cứ vẽ bằng cọ, thế thôi. Và cũng chính điều không coi là quan trọng này sẽ xóa bỏ biên giới giữa thơ và người làm thơ. Chỉ còn lại Luân Hoán thơ. Thơ Luân Hoán.

Cỏ Hoa Gối Đầu hầu hết là những bài thơ tình với bóng dáng của tình thường. Đó là nỗi mê đời. Đó là ở trong đời. Là chứng nghiệm thực tại. Thực tại chính là tim rung và máu chuyển, là nhựa trong cây, là tình trên lá, nhà thơ cần gì phải chống gậy thiền tăng tìm lật nghiêng sông núi?"
(trang 7 và 8).

3- Trong sách tôi có được ba phụ bản. Thay vì họa phẩm hay ảnh nghệ thuật, khác hơn ai từ trước, tôi được hai nhà văn và một người bạn thân cho ba phụ bản bằng thơ, có cả chân dung của đương sự.
Nhà văn Song Thao, viết và ký tên hồi chớm hạ 1997:
Tặng Luân Hoán
một chân chống chỏi cuộc đời
còn chân nào giữ cái nòi thần thơ
cái tim, cái ruột lơ mơ
cái hồn nghe nặng ơ hờ cỏ hoa.

Nhà văn Hồ Đình Nghiêm, vào giai đoạn này chỉ chơi văn xuôi, chưa làm thơ, viết thật đẹp, nguyên dạng phụ bản:
(góc bên phải: ảnh)
ngày đứng gió
cởi áo ngồi bất động
đêm thoát y
nóng một giấc mộng đè
chim khản tiếng
ngủ không yên lồng hẹp
vỡ câu thơ
dâng mê muội cho đời.

ký tên như viết hồ đình nghiêm (không viết hoa, bên dưới thòng thêm câu:)
gửi thi sĩ đại ca Luân Hoán.

Bạn thân Châu Văn Tùng:

tóc rối mở đường bay đi trước
thân cùng chân lạng quạng lê sau
không bầu, không túi, không khói thuốc
phấn bụi rã thành bèo bọt về đâu? – Châu!
Đà Nẵng 18-4-96
dán ảnh ký tên.

Cái thú vị là những bạn không chuyên về thơ mà cho thơ, không phải dễ!

4- Sau khi sách được phát hành, một số bạn văn đã ưu ái cảm nhận. Nhà thơ Thái Tú Hạp trong tác phẩm Giữa Trời Hoa Bay, anh có dành một tựa đề " Người Gối Đầu Cỏ Hoa" có đoạn:

"... Qua đến Cỏ Hoa Gối Đầu, người chủ trương tạp san Sóng Văn đã nhiệt tình tiếp tay thực hiện cũng bày tỏ chân tình: "*Cỏ Hoa Gối Đầu hầu hết là những bài thơ tình với bóng dáng của tình thường. Đó là những mê đời. Đó là ở trong đời. Là chứng nghiệm thực tại. Thực tại chính là tim rung và máu chuyển, là nhựa trong cây, là tình trên lá, nhà thơ cần gì phải chống gậy thiền tăng tìm lật nghiêng sông núi?*"
Thơ của thời điểm ông đang ngồi ngất ngưởng ở cửa tri thiên mệnh, nên thơ đã nhuốm vẻ thong dong mây trời, coi thường lẽ tử sinh của tạo hóa.

vẽ tâm vẽ dạng vẽ đời
từ sinh đến diệt treo chơi mấy ngày?
(Chân Tướng)
Thiên đàng một cõi riêng em
thành tâm đắc đạo ưu tiên tôi thờ
động vàng tiềm ẩn mạch thơ
ngấm vào thân thể tôi chờ khai hoa
em còn cõi niết bàn riêng
mình tôi tốt phước được quyền nhởn nhơ
ra vào kính cẩn làm thơ
sống vương giả bởi biết thờ phụng em
(Nghiệp Phúc)

Ông đã vượt ra ngoài cái tâm thức Bát Nhã, tiếng vọng lại bên kia trời Tử Sinh chỉ là cõi tâm động của tình yêu. Một thi sĩ Tây phương nào đó đã tận tình thi hóa mối tình thơ mộng của ông với người yêu Paris tóc vàng mắt biếc... *Anh sẽ khắc lên bia đá "Nơi nào em đến, nơi ấy là thiên đường"*

> *Cổ sáp ong vẫn thường đeo thánh giá*
> *tôi nhủ thầm: em ngoan đạo, từ tâm*
> *muốn với tới ngôi trời, tôi xem lễ*
> *Chúa của tôi là em ở trong lòng....*
> (Chúa tôi)

Thiên Đàng hay Niết Bàn cũng chỉ là nơi người tình thủy chung. Ông quả là một tín đồ ngoan đạo tình yêu, mà tình yêu trân quý cao đẹp nhất chỉ có một người thôi đi bên cạnh ông đến suốt đời.

Trong Cỏ Hoa Gối Đầu, ông xem như tặng phẩm ngọt ngào dành tặng cho người yêu, một vài ý tưởng thầm kín thơ mộng và bộc trực chân tình, ông quả can đảm và tế nhị hơn những nhà thơ nổi tiếng cùng thời với ông. Ông rất thực thà hồn nhiên với chính mình ông, nên lời thơ giản dị hài hòa, chất phác, gây cho đối tượng cảm kích một cách thoải mái vì giá trị tự ái được nâng cao như một hoàng hậu không ngai. Đôi khi ông không quan tâm chải chuốt ngôn từ. Yêu là nói yêu cái đã. Tỏ tình thẳng thắn, nhanh như ánh sáng, và con đường tình sử chỉ có từ đường thẳng duy nhất và gần nhất trong không gian một chiều. Tuy nhiên, trong thế giới thơ ông, phán xét, thẩm định toàn Tình Yêu suôn sẻ thì hơi quá hồ đồ, nông cạn, chẳng khác chúng ta nhìn bao quát đầy màu sắc rực rỡ của ngàn hoa, mà không hiểu những tư duy của đá, những thăng trầm của cổ thụ, những vô thường hư huyễn của khói sương suối nguồn? Thỉnh thoảng trong thơ ông cũng phảng phất hương vị cay đắng, ẩn ức những tiếng thở dài ngao ngán thế sự trầm luân, của tâm trạng u sầu lưu đày biệt xứ, ngơ ngác trong những thành phố lạ tha phương.

Giữa cõi sống mà mỗi ngày, chúng ta thường trực đối diện với thực tế phũ phàng, chạy đuổi theo miếng cơm manh áo, thử hỏi đâu còn chút để lắng nghe chính tâm thức mình vọng động những yêu thương khắc khoải? Giữ được tâm hồn thanh tịnh, an nhiên tự tại với thơ, cho thơ, tất cả trọn vẹn vì thơ như Luân Hoán, không phải nhà thơ nào cũng thực hiện được. Quả thật ông đã ngộ. Thơ được tôn sùng như một đạo giáo của Tình Yêu. Là một cõi Thiên Đàng hay Niết Bàn nơi trần thế tuyệt vời. Cảm ơn thi sĩ Luân Hoán đã tạo cho chúng ta cảm giác không biên giới giữa thực và mộng trong cảnh sống chói chan xô bồ, lạnh giá, cô đơn nơi xứ người

Thái Tú Hạp
(trích Giữa Trời Hoa Bay/ Sông Thu 2000)

Và còn những ai nữa?

* Nhà thơ Du Tử Lê:

"... Tôi muốn gọi ông là người tình nhân thủy chung của thi ca Việt Nam ở quê người. Tôi muốn gọi ông là trái tim Việt hẹn hò ở với tận cùng hơi thở Việt. Thật vậy, không kể hai thi phẩm tái bản ở hải ngoại, trong vòng hơn 10 năm, kể từ 1985, khi đặt chân đến thành phố Montreal trong chương trình đoàn tụ gia đình, Luân Hoán đã cho xuất bản bảy thi tập, mà Cỏ Hoa Gối Đầu là thi phẩm mới nhất... "
(Và Thơ Luân Hoán)

* Nhà thơ Đức Phổ :

"... Cái độc đáo của cách liên tưởng sự việc, tình cảnh... quả thật tài tình với những nét ẩn dụ quấn quít từng câu thơ, đoạn thơ. *'xăn quần, em thả gót hồng/ nghịch cho nước chảy lòng vòng quanh chân/ lòng tôi trong nước lăng quăng/ mon men tìm lỗ chân lông bám vào...'* "
(CHGĐ trang 55)

Hình ảnh ẩn dụ được anh lồng vào trong thơ lục bát, 'sex' lắm! Nhưng không trần truồng, dung tục... Dung nhan người nữ trong thơ Luân Hoán thường được anh vẽ lên bằng những nét gợi tình: *'gót hồng', 'em nằm phơi', 'lỗ chân lông', 'búp da trắng, búp thịt đào', 'búp đùi thánh thiện', 'cồn hoa', 'chân sen duỗi', 'em ngủ ở truồng', 'hai bàn chân khép'*... Đã làm cho anh cảm thấy *'trục trặc cái chi trong lòng'* khi *'thu nhãn lực viếng thăm ngọn ngành'* để rồi bộc bạch một cách tỉnh táo, không ngượng ngập rằng, *'cái tâm bằng phẳng là không phải người...'*
(các chữ nghiêng trích thơ trong Cỏ Hoa Gối Đầu)
(Đức Phổ - Hình ảnh ẩn dụ trong lục bát Luân Hoán)

* Nhà văn Lâm Chương :

"... Mấy mươi năm làm thơ vẫn vậy. Không khác chút nào. Nói rằng yêu, rằng thất tình nhưng lại diễn tả bằng thái độ bỡn cợt. Tất cả đều như thế, đều bình thường không có gì quan trọng lớn lối. Nhiều khi sự việc được nhìn dưới con mắt khôi hài, nhưng vô cùng sống động:
đêm nào tôi cũng nằm mơ
không mơ, chắc chắn xác xơ, bất thường
mơ em nằm ngủ ở truồng
hai bàn chân nhốt phấn hương mượt mà
còn tôi, ngồi ngắm cuống hoa...
(Mơ – trang 17).

Chẳng biết theo quan niệm của Luân Hoán, cái cuống hoa nằm ở chỗ nào trên thân thể của người đàn bà? Chứ riêng tôi, chưa chi đã nghĩ bậy rồi. Kể cả khi nói về quê hương, bè bạn, cuộc đời, Luân Hoán cũng không giấu được nụ cười ở phía sau lưng. Tôi tưởng tượng một hình ảnh Luân Hoán vui nhộn, đầy tính tiếu lâm, hiếu động... ”
(Lâm Chương – Tán ngẫu về một người làm thơ).

* Nhà văn nữ Thu Thuyền:
“... Mỗi lần đọc thơ anh Luân Hoán, là một lần khám phá thêm tài năng đùa cợt với chữ nghĩa. Anh Luân Hoán làm thơ dễ dàng như... rung đùi:

> *cái tâm trôi giạt về đâu*
> *để cho cái mộng lộn đầu lộn đuôi*
> *ngắm QUÊ TÌNH, khoái, rung đùi*
> *thả thơ vãi những ngậm ngùi đi quanh*
> *nửa đời trường mặn, thành danh*
> *nhà thơ của những gốc chanh, gốc cà?*

Qua Mấy Vườn Nam Trân
(Cỏ Hoa Gối Đầu - Sóng Văn 1997)

Tôi mượn thơ anh Luân Hoán để đặt biệt hiệu cho anh: nhà thơ của những gốc chanh, gốc cà. Anh nhìn sự vật bằng trái tim nhạy cảm đặc biệt, một tâm hồn bình dị và đôi mắt tinh nghịch. Những hình ảnh quanh anh được thi hóa hết sức sống động:

> *ở không dựa cửa ngó ra*
> *thấy em đi đánh đồng xa giữa chiều*
> *cánh phải đẩy nắng dập dìu*
> *cánh trái lùa gió phiêu diêu bềnh bồng*
> (Nhìn - Cỏ Hoa Gối Đầu - Sóng Văn 1997)
> (LH - nhà thơ của những gốc chanh gốc cà)

* Nhà thơ Quan Dương:
“... Hình như không có thứ gì hiện diện trong em trên đời này là không xảy ra trong lục bát Luân Hoán, từ hình ảnh em đi, đứng, ngồi, nằm, đến em thức, em ngủ, em ho, em cười, em khóc, em vân vân và vân vân, hễ anh ngửi được là anh thở ra lục bát.

thấy em thay áo tình cờ
lòng khi không mọc vạt thơ phiêu bồng
...

em nằm đợi gió ngủ quên
thơ ta quỳ gối bốn bên em nằm
(Bất Ngờ - Cỏ Hoa Gối Đầu)

Môi hương em nở dịu dàng
máu theo lưỡi cuốn lòng tràn âm thơ

...

lưu âm như cánh môi hoa
hồng từng vuông thịt chan hòa khói sương
(Đời thơm tiếng hát trầm hương – khánh hà CHGĐ).

Rõ ràng những chữ anh dùng trong lục bát toàn là những chữ đời thường đụng mặt nhau bôm bốp hằng ngày trong cuộc sống, thế mà khi anh tung vô thơ thì nó lại biến thành mới mẻ. Giống như cục đất sét xấu xí sau khi qua bàn tay nắn nót điêu luyện của một nghệ nhân thì nó biến thành những bức tượng đầy sinh động giá trị. Với tôi, nhà thơ Luân Hoán đúng là một nghệ nhân nắn lục bát... ”
(Quan Dương - Lục Bát Luân Hoán)

5- Nhạc sĩ Minh Duy, tác giả ca khúc "Bài ca chiến thắng", phổ biến rộng rãi ở Việt Nam ngày nào, đã chọn bài thơ Hoa đầu tập để phổ nhạc. Anh có cho thu âm với giọng ca Đình Nguyên tôi có để lên trang Vuông Chiếu.

...

Tôi đã gọi Cỏ Hoa Gối Đầu là thi phẩm không lành lặn ở ấn loát vì sao? Trước nhất tôi nhận lỗi về mình đã cẩu thả không xem lại bản để in. Những vết thương của thi phẩm cụ thể:

- Trang đầu tiên tên tác giả Luân Hoán thành Luân Loán
- Trang thứ 9 bài đầu tiên tên Hoa chỉ còn 5 câu như sau:

ngày xưa

hiện tại

mai sau

đều là

lộng lẫy phu du

bài thơ đầy đủ là :

Em là hoa
thơ là hoa
và tôi, có thể
cũng là...

biết đâu...

một chùm sống bám lẫn nhau
ngày xưa, hiện tại, mai sau
vẫn là
thơ là hoa
em là hoa
và tôi
có thể
đều là
phù du

phù du lộng lẫy phù du ‖

Sai sót trầm trọng thứ hai gây ngộ nhận. Bài Cõi Bến Tình Thơ, viết đề tặng nhà văn Lam Hồ (cây bút của Gió Mới ở Sài Gòn ngày nào) gồm 9 đoạn. Ở đoạn thứ 3 in thiếu câu đầu: *"Người yêu tôi ở Cầu Vồng..."*. Đoạn cuối cùng thiếu hai câu kết, ý chính của bài thơ :

"Người yêu tôi ở mọi nơi
nhưng chưa có được một người yêu tôi".

Nhạc sĩ Nhật Ngân vào thời điểm này đang tìm thơ của các bạn gốc Quảng Nam để phổ nhạc. Anh có liên lạc, tôi có gởi bài đúng nội dung anh yêu cầu, là bài này. Vốn chỉ là những nhắc nhớ từng vùng của Đà Nẵng nơi tôi trưởng thành. Anh Nhật Ngân gọi đề nghị tôi rút gọn cho vun vứt khổ nhạc sao đó và nhắc thêm vài hình ảnh, tôi đã sửa đổi xong gọi điện thoại cho anh ghi lại. Lời trong ca khúc do đó có vài chỗ, vài từ được thay đổi. Có bạn ngộ nhận điều này, nhưng tôi nghĩ chỉ vui thôi chơi nên không đính chính.

Việc đi văn tắt lại những cảm nhận (có trích dẫn) từ nhiều bạn văn, giúp có duyên hơn trong việc muốn khoe những đoạn thơ mình ưng ý. Nhưng với mục đích kể lại quá trình hình thành cuốn sách, tôi không dám lạm dụng và cần dành tài liệu chia đều cho các cuốn khác. Trích trọn vẹn một số bài cũng là cần thiết, với Cỏ Hoa Gối Đầu tôi chọn những bài ngắn ngắn sau:

TÔI NHÌN TÔI HÔM NAY

ngày xưa tôi giống như là...
bây chừ tôi giống như là ngày xưa

mới nhìn đã thấy khó ưa
nhìn lâu càng thấy khó ưa hơn nhiều ./

SỐNG

ở đây, buổi sáng trời mưa
buổi chiều trời nắng, buổi trưa trời mù
không tu mà cũng chẳng tù
nằm trong mớ chữ rối mù, sống chăng ?   ./

HỎI

nhớ xưa hồi mới lên mười
chiều chiều mưa tạt thềm, mời tắm mưa
chạy ra ngõ rợp tàu dừa
vuốt đầu, vuốt mặt, thì vừa gặp em

tóc tơ đã ướt chèm nhèm
hai bàn tay bụm cái thềm tinh hoa
em lên sáu, bảy thôi mà
sao hai con mắt tôi đà xốn xang?

mười năm sau, trở về làng
mưa, chiều, tôi núp dưới hàng keo xanh
em không tắm nữa, đã đành
cõi xưa, nhìn trộm, để dành cho ai?

ĐI NGANG

em nằm phơi rốn với chân
chiều đờ dẫn trải một sân nắng vàng
đúng vừa lúc tôi về ngang
hai con mắt níu hai bàn chân đi

đố em tôi đã nghĩ gì
hình như trục trặc cái chi trong lòng
nắng trời, ai bẻ cong cong
cái tâm bằng phẳng là không phải người

tại sao tôi phải hổ ngươi?
câu thơ chợt mọc từ đùi nắng thơm
em nằm, hương tỏa, hoa đơm

tôi thu nhãn lực viếng thăm ngọn ngành
mượn thơ thưa gởi loanh quanh
vẫn tôi giấu vụng cái manh tâm mình

THƠ TẶNG ÔNG CHÂU, BẠN TÔI

xưa ông ngụ đất Quảng Nam - phù trầm sương khói hai bàn chân ma -
chừ ông ở Canada - phất phơ bụi nám màu da phai dần = nếu như ông
chưa di dân - không chừng có được mộ phần đã lâu - khỏi cần vừa
sống vừa đau - tội hai lá phổi thay nhau than phiền =

trái tim bồ tát vẫn ghiền - hương hoa thí chủ thuyền quyên bốn mùa -
cái khôn, ông chẳng có thừa - cái ngu, ông có thua ai bao giờ = thức
làm thơ, ngủ làm thơ - mỗi vuông da thịt mỗi xơ xác đời - ham đi,
ham mộng, ham chơi - ông xưa nay vốn thảnh thơi hơn người = ngắm
ông, tôi chợt thấy tôi - thì ra nhân dạng muỗi ruồi giống nhau - chúng
ta đi bằng cái đầu - nói bằng cái nhớ, cái sầu trong veo - hồn ông
được đóng đinh treo? - hẳn tôi có được chút leo lét nồng?

PHÚC THƯ CHÂU VÀ TÙNG ĐÀ NẴNG

tao sẽ chưa về thăm mày được - bởi vì, giản dị, thiếu tiền thôi - sáu
con bốn chín (*) đều vô cả - cố quốc, về chơi, có mấy hồi =

đâu phải tao thèm mang áo gấm - vênh mày giữa đói rách bà con - túi
quần, tệ lắm vài trăm bạc - trả tiền nhậu nhẹt, trả tiền hôn =

chẳng lẽ để mày bao tất cả - như thời mang súng được hay sao - dù gì
tao cũng hai quốc tịch - mất mặt Việt kiều, thảm biết bao =

mang tiếng đi cày gần trọn giáp - về thăm, xơ xác, nghĩ sao cam -
ngửa tay giữa chợ còn coi được - ăn chực người thân mãi, dị òm =

cảm ơn mày hứa lo tất cả - suy đi, tính lại, thôi, Tùng ơi - quê hương,
bè bạn trong lòng cả - tao ngó lòng tao, tạm đủ rồi =

nói dóc, nói đùa hay nói láo - vẫn tin mày hiểu cái tâm tao - trái tim
còn đập, còn thương nhớ - đợi mươi năm nữa có là bao =

năm nay tao mới năm tư tuổi - truyền thống ông cha thọ rất cao - gắng
sống chờ tao lên chín chục - hồi hương, cụng chén, tán tào lao =

quên mất, nhờ mày thêm một việc - rao giùm trên báo mẫu tin vui:
các em kiều nữ mê Châu cũ - ta vẫn còn thương nhớ các người ...
(*loại vé số)

MỤC LỤC TOÀN TẬP:

Hoa - Viết – Chân tướng - Nghiệp phúc – Tôi nhìn tôi hôm
nay – Giá trị - Sống – Mơ - Đời thơm tiếng hát trầm hương –
Qua mấy vườn Nam Trân - Đọc thơ - Quyết định - Bất ngờ -
Hỏi – Đi ngang – Bên hồ nước – Bãi tắm Wildwood - Chợ
hoa Nguyễn Huệ - Sen hồ Tịnh Tâm - Chờ - Nhìn – Thơ tặng
ông Châu, bạn tôi – Ngày vu qui của chuột – Thành hôn - Trả
lời phỏng vấn Viên Linh – Bài mừng Nguyễn Đông Ngạc –
Hoa đoạn lục bát – Cõi bén tình thơ – Thơ đưa đám - Một thời
ấu thơ - Từ 1992 về sau – Mưa vẫn mưa ngày c4 – Chúa tôi -
Vẫn thấy mẹ về trong giấc mơ – Tháng giêng mưa – Phúc thư
Châu Văn Tùng – Đang ở thập niên 50 – Bài kỷ niệm tròn 10
năm ở Canada.

Luân Hoán

NGUYỄN LÊ HỒNG HƯNG

HẢI HÀNH MÙA ĐẠI DỊCH 9:
THỦY THỦ VỀ NHÀ

(kỳ 9)

Hơn mười giờ sáng rồi mà mặt trời còn ẩn sau lớp mây trắng đục, tỏa ánh sáng yếu ớt làm quang cảnh mù mờ, có chút sương pha nhưng trời êm ả lắm. Hồ nước đã được người ta cào rác rến và đám bông súng mới hôm kia còn bông vàng, bông trắng từng chòm và lá màu xanh nâu chiếc nào chiếc nấy lớn bằng cái mâm kề nhau phủ gần bít mặt hồ, tất cả đã được dọn sạch sẽ. Mặt nước phẳng lặng như tờ, nước hồ đã lóng trong màu vàng nhợt đủ cho cây liễu sum suê cành lá xanh xanh bên hồ soi tàn bóng nước.

Tôi với Trúc Thanh dẫn Kuma đi qua cây cầu bắc ngang hai bờ hồ. Thanh nói:

- Cảnh thanh bình quá.

Nói tới đây chợt bị thu hút bởi đàn vịt đang bơi qua, chúng tôi đứng lại vịn tay lên lan can cầu nhìn xuống. Không nhớ là tháng mấy, chỉ nhớ hôm đó là mùa xuân, vẫn là những con vịt cha và những con vịt mẹ với những con vịt con nhỏ xíu này bơi lội trên mặt hồ. Đương thong thả nhìn bầy vịt bơi, chợt giựt mình thoát khỏi sự trầm ngâm khi những con vịt đập cánh xuống làm nước văng tung tóe, ngó theo bầy vịt bơi ào ào làm khuấy động mặt nước êm ả giữa dạ cầu. Chợt thấy một chiếc xe chạy điện dành cho người tàn tật đã thắng đứng lại trước lan can giữa cầu từ lúc nào. Người phụ nữ ngồi trên chiếc xe, cầm mấy lát bánh mì trắng, tay xé bánh ra miếng nho nhỏ và liệng từng miếng xuống nước, bầy vịt nhào tới giành nhau nuốt chửng những miếng bánh mì đã ướt. Nhìn bầy vịt giành ăn, tôi mới nhớ ra, hẳn nhiên có nhiều điều đã đổi thay từ mùa xuân cho tới mùa thu. Mấy đứa con của cha, mẹ vịt giờ đã lớn khôn, chúng không còn ngoan ngoãn nữa, chúng có đôi cánh khỏe mạnh nhấc được mình lên khỏi nước và đôi chưn mạnh mẽ đạp chạy trên mặt nước như bay. Tôi khoa tay một vòng và nói:

- Ủa, mình sống một nơi rất yên bình, con người và muôn thú cũng được bình an. Mama thấy không, bầy vịt con mới mấy tháng trước còn nhỏ xíu, nay đã biết tự kiếm ăn và biết giành ăn, không lâu nữa chúng sẽ trở thành cha mẹ của bầy vịt con sau này.

- Phải rồi, trông chúng rất là vô tư, gần gũi với con người mà không biết sợ gì hết.

Người phụ nữ chăm chú cho vịt ăn, không để ý tới chúng tôi. Nhưng tôi nhìn cô ta rất kỹ, gương mặt phúc hậu, tóc cắt gọn gàng với chiếc áo khoác len dài màu nâu, mặc một chiếc váy bông cũng màu nâu lấp ló dưới chưn, rất hợp với đôi giày màu nâu sẫm, ước tính cô ta cũng trên dưới tuổi năm mươi. Cô ta bị bịnh gì không biết mà ngồi xe lăn? Trúc Thanh cũng trạc tuổi với người phụ nữ kia, tuy hai chân còn đi vững và sức khỏe đủ để làm việc nửa ngày, vì phẫu thuật mấy lần nên tinh thần không được mạnh mẽ cho lắm. Nghĩ tới đây tôi chợt nhớ tới những người đàn bà ở tuổi trên dưới năm mươi mà tôi quen biết, người nào cũng ăn mặc đẹp đẽ và sang trọng, có người làm chủ cơ sở kinh doanh, nhưng bên trong cái đẹp hào nhoáng ấy, phần đông đều chịu đựng những căn bịnh ngặt nghèo như: ung thư tử cung, ung thư vú, ung thư máu. Có vài cô đã qua đời ở lứa tuổi năm mươi, tuổi vào thu!

Tôi cũng liên tưởng tới hơn ba tháng qua, ở trên đất liền, tôi dự một buổi rải tro cốt của một ông anh và một buổi cầu siêu của một Phật tử mới qua đời. Tôi cũng có một anh bạn đang bịnh ung thư gan, bác sĩ cho biết anh ấy còn sống được vài tuần nữa. Mấy tuần trước, vợ chồng tôi và các anh chị em rủ nhau tới thăm, trông anh xanh xao, nhưng anh rất lạc quan, vẫn vui vẻ nói cười với anh em một cách bình thường. Mới đó mà chúng tôi đã sống trên đất khách quê người hết cả cuộc đời. Nhớ tới những ngày còn trai trẻ, người nào cũng có một hoài bão cao ngất trời, nên khi còn chân ướt chân ráo đặt lên xứ người thì anh chị em hợp nhau để thực hiện lý tưởng hoài bão đó. Những năm gần đây, sau mỗi chuyến hải hành trở về, nếu không nghe tin mất một anh hay một chị thì cũng nghe anh này bịnh, chị kia nằm nhà thương.

Mùa thu là mùa làm cho những người có tinh thần yếu đuối hay bị trầm cảm. Trúc Thanh nằm trong nhóm người này, tinh thần luôn bất an, vui hay buồn đều chảy nước mắt và cũng hay khóc mỗi khi nghe chuyện thương tâm. Cũng vì dễ bị tổn thương, nên có những ý nghĩ tiêu cực tôi để trong lòng chớ không dám nói ra. Tôi day ngang khèo Trúc Thanh và ra hiệu cho Kuma đi qua bên kia cầu. Những chùm lá già nua trên hàng cây xanh ven bờ hồ cũng đã đổi màu. Từ đây cho tới cuối tháng mười một mỗi ngày qua là tiết trời mỗi thay đổi, có thể nhìn được thời gian đi qua rõ ràng, nhứt là sự thay đổi ánh sáng mỗi ngày, nó giống như một cuốn phim quay chậm. Chúng tôi đi dọc theo con đường một bên là bờ hồ được đổ đá rất kiên cố và một bên đường trồng một hàng cây lá đã đậm màu, có vài chiếc lá đã điểm màu vàng và lác đác rụng trên thảm cỏ xanh. Trời im gió, không khí mát rượi, những bụi bông lục bình xanh dương hay tím tím, bông thủy tiên và bồ công anh với màu vàng tươi và kết hợp với những loài hoa màu trắng hoặc màu hồng của cá hồi; có loại lá to, loại lá nhỏ, lá gai, lá dài, lá ngắn; có mùi thơm hoặc không có mùi thơm... tất cả rộ lên trong những ngày mùa xuân mà giờ đây cũng đã đổi thay, không còn nhận ra dấu vết. Tôi cầm tay vợ, vu vơ nói:
- Bây giờ là mùa thu.
Thanh nói:
- Mùa dịch Cô-vít chớ thu gì.
- Dịch Cô-vít qua hơn một năm rồi và không biết chừng nào mới dứt, không phải là mùa nữa mà phải gọi là "trận" dịch Cô-vít.
Thanh rùng mình một cái:
- Ghê thiệt.
Chợt nghe gió lạnh, tôi ngó lên trời, day qua nói:
- Mây đen kéo về, trời sắp mưa.
Thanh nói:
- Ừ, dạo này mưa, gió thất thường, mình đi "dìa" được rồi.

Về nhà Trúc Thanh cho Kuma ăn, còn tôi pha hai tách trà gừng, chúng tôi rất thích trà gừng tươi, vì nó không chỉ là một thức uống ngon mà còn có nhiều lợi ích cho sức khỏe. Có một chị bạn là bác sĩ mách cho tôi biết, trà gừng tươi có tác dụng chống viêm, giúp giảm cân, tăng cường hệ thống miễn dịch và thậm chí bảo vệ chống lại ung thư ruột và bệnh Alzheimer. Ngoài ra gừng có tác dụng chống buồn nôn, ta có thể uống nhiều hơn so với một tách trà bình thường. Trong những trung tâm dinh dưỡng cho rằng, gừng cũng thích hợp trong thức ăn lành mạnh. Tôi bưng hai tách trà gừng đem ra bàn, lúc đó trời đã bắt đầu mưa. Tôi nói với Thanh:

- Ngồi trong phòng nhìn mưa, uống trà cũng ấm áp.

 Trúc Thanh day qua nói:

- Ờ hén, thấy cũng hay hay.

Tôi nhìn mưa tạt vào khung kiếng nghe rào rào, ngoài vườn cây cối lai rai nhả những chiếc lá già xuống sân. Tôi nói:

- Mama nhìn ra vườn sau coi, những chiếc lá dán xuống mặt gạch bị nước mưa làm ướt mem.

Trúc Thanh rụt cổ, nói:

- Lạnh thấy mồ.

- Mama lạnh vì bị thời tiết bên ngoài xâm nhập.

- Là sao?

- Mùa thu là mùa di chuyển chậm, thời gian đi từ từ, trời đất gần nhau, tuy nhìn bên ngoài lạnh nhưng nếu nhìn vào bên trong vẫn thấy được ấm áp.

- Trời đất như vầy mà ấm áp gì.

- Thì mình sống tự nhiên theo mùa, tư duy nên hướng vào nội tâm thì sẽ thấy được niềm vui ấm áp.

- Tui thấy càng hướng vào nội tâm càng dễ bị trầm cảm.

- Đó là tâm trạng của người bịnh, có khi nào mama gặp phải các triệu chứng như cảm lạnh, da khô hoặc táo bón trong mùa thu không?

- À, cái này có, nhưng...

- Nhưng sao?

- Cảm lạnh, da khô, táo bón ăn nhập gì nội tâm?

- Ăn nhập chớ, cũng nhờ nội tâm chỉ cho mình thấy được những triệu chứng đó.

- Mùa khác không có mấy triệu chứng này sao?

- Có, nhưng mùa thu thường xảy ra hơn.

- Vậy à?

Tôi chỉ tay xuống tách trà nói:

- Uống hết tách trà gừng đi, gừng ngừa Cô-vít đó.

Trúc Thanh bưng trà lên uống một ngụm, để tách trà xuống rồi nói:

- Ờ, không biết có ngừa dịch được không nhưng thơm và ấm thiệt.

Trúc Thanh cầm đồ bấm lên định mở truyền hình, thấy tôi nhìn qua, cô để đồ bấm xuống. Số là trước kia Trúc Thanh dành thời gian xem truyền hình rất nhiều, nhứt là từ khi đại dịch hoành hành ở Việt Nam, cô hay lên Youtube xem mấy clip bên nhà, phần đông là những chuyện thêu dệt cảnh thương tâm của mấy người làm clip, riết rồi bị trầm cảm. Thấy vậy tôi đề nghị với Thanh trong lúc ăn, uống cũng như giờ ngủ không xem iPad và không coi mấy cái clip tiêu cực của Việt Nam nữa. Ban đầu Thanh có hơi bất bình nên hỏi vặn:

- Tại sao?

Tôi giải thích:

- Tại vì truyền hình và mạng internet tin giả, thầy tu giả nhiều vô số, tệ hơn nữa mấy cái clip họ dàn cảnh đóng giả tràn lan, mama xem riết rồi bị bịnh đó.

Trúc Thanh nghe tôi giải thích, mới ngộ ra, nhưng cũng còn tiếc:

- Vậy thì ngoài những tin tức của đài phát thanh truyền hình có uy tín và nghe nhạc ra, tui không được xem cái gì nữa hết, phải không?

- Tui đâu có ra lịnh cấm mama, chỉ lưu ý thôi, nghe, xem tin tức thì phải biết chọn lọc, nếu không thì bị nhiễm mấy thứ tiêu cực trên mạng, nó cũng độc hại không thua nhiễm Cô-vít đâu.

- Nhưng làm cách nào để chọn lọc đây?

- Chỉ có cách là bỏ bớt không gian mạng và mấy đài phát thanh, nhứt là đài truyền hình của Việt Nam, đừng thấy mấy cô, mấy cậu biên tập viên người nào cũng ăn mặc sang trọng, đẹp đẽ và đọc nghe sướng cái lỗ tai mà tin theo là bị lầm chết. Còn YouTuber thì phịa tin giụt gân để thu hút mấy người nhẹ dạ cả tin.

- Ủa, sao họ phịa mà y như thiệt vậy đó.

- Bỏ đi! Tốt hơn hết là mình nên quay lại bên trong xem cơ thể mình nó có rầy rà không và sống cho phù hợp với thời tiết của một ngày là đủ rồi.

- Papa nói thử coi, sống sao cho phù hợp với thời tiết hôm nay đây?

- Theo y học cổ truyền Đông Phương thì phân ra năm yếu tố: mộc, hỏa, thổ, kim và thủy, nghĩa là: cây, lửa, đất, sắt và nước. Nếu có sự hài hòa giữa năm yếu tố này, thì sẽ có một sự cân bằng lành mạnh. Mỗi yếu tố liên quan đến một cơ quan, mùa thu gắn liền với nguyên tố kim loại. Cũng theo y học cổ truyền, hằng bao thế kỷ qua, mùa thu vẫn liên hệ với phổi và ruột già. Phổi đón nhận năng lượng mới dưới dạng oxy, ruột già đưa các chất cặn bã trong cơ thể của ta ra ngoài.

- Papa ngồi bên trời Tây mà nói chuyện bên trời Đông nhắm có hợp lý không?

- Cái này tui đọc qua báo Tây đó chớ. Bên Tây bây giờ tiệm thuốc Nam, thuốc Bắc thiếu gì. Mama là hội viên của tiệm thuốc Nam mà không biết sao?

- Ờ hén, nhưng thuốc thì trị thân thể thôi, còn cảm xúc thì sao?

- Cũng theo đông y, cảm xúc có liên hệ với phổi tạo ra nỗi buồn.

- Vậy là mùa thu là mùa buồn.

- Theo tui được biết thì ta nên cho nỗi buồn một không gian thoáng sẽ tạo ra một sự rộng rãi trong chính bản thân mình. Một khi năng lượng phổi được cân bằng thì có những suy nghĩ, giao tiếp với người ngoài cũng tích cực hơn, nhờ lọc bỏ những cặn bã và thong thả với những ý tưởng mới, có khả năng thư giãn mà phân biệt thật, hư rõ ràng. Còn nếu ai sống trong không gian hẹp, keo, bẩn thì năng lượng phổi thấp và suy tư kém cỏi, lúc đó sẽ gặp khó khăn hơn khi đối mặt với mất mát. Cũng như khó mà buông bỏ tiền tài, vật chất và dễ bị mắc kẹt trong những kinh nghiệm thành công hay thất bại đã trải qua trong đời sống. Cho nên cần làm sạch bên trong lẫn bên ngoài, theo nghĩa đen lẫn nghĩa bóng.

- Như vậy vào mùa thu thì nên thiền tập nhiều để hướng sự chú ý vào trong mình, xem những gì cần thiết để cho cuộc sống thêm phần ý nghĩa.

- Theo tui thì đó là tâm trạng còn phân biệt, không riêng gì mùa thu. Mọi thời, mọi lúc nên chú ý vào trong mình, để biết mình nên cần giữ điều gì có thể giữ và bỏ điều gì cần phải bỏ.

- Là sao?

- Là những khi rảnh rỗi ngồi yên điều hòa hơi thở, để loại bỏ chất thải trong tâm thức, cũng như chất cặn bã của ruột già. Nói chung, những gì trong cơ thể và tâm thức không còn sử dụng được nữa, ta nên thải ra cũng như trong đoạn cuối cùng của sự tiêu hóa.

- Tự dưng hôm nay vợ chồng nói chuyện có hơi khó hiểu. Thực tế chút đi, ăn uống làm sao cho phù hợp với mùa thu?

- Mama làm khâu phát triển sản phẩm trong xưởng sản xuất thức ăn tươi đóng gói cho siêu thị thì phải biết thức ăn của mỗi mùa chớ.

- Ờ, tui nhớ rồi, hôm kia trong hãng chuẩn bị đóng gói rau củ cho các món hầm và bí đỏ cùng gia vị cho món pompoensoep.

Tôi hớp một hớp trà nhìn qua Trúc Thanh hỏi:

- Chỉ có rau của món hầm và xúp thôi sao?

- Còn nhiều lắm, tui chỉ đưa ra mấy món tiêu biểu thôi.

- Vậy theo kinh nghiệm lâu năm của mama ra sao kể nghe đi.

Trúc Thanh ỡm ờ và hỏi:

- Kể cái gì bây giờ?

Tôi gợi ý:

- Đại khái văn hóa ẩm thực, tiêu biểu thực phẩm đúng mùa không chỉ chất lượng hơn mà rau thường ngon hơn, có thể mua nó với giá rẻ hơn và còn có những món ăn tiêu biểu của Hòa Lan, mình cũng nên biết chính xác loại rau nào có mặt vào mùa nào nữa.

Trúc Thanh liền nói:

- Rau, trái, củ hầu như mùa nào cũng có bao nhiêu thứ đó thôi, nhưng điển hình các loại rau, trái, củ phổ biến nhiều vào mùa thu như: củ dền đỏ, cần tây, cải xoăn, các loại bắp cải, các loại nấm, củ cần tây, bí rợ, tỏi và, bắp cải đỏ, cà rốt và cải chua; gia vị cay và nặng mùi như tỏi tây, quế, tiêu và ớt.

Tôi cười:

- Trúng nghề nên mama kể ra vanh vách.

- Đại khái vậy thôi, đặc biệt là những hương vị nhẹ nhàng, thường thì ăn các món hầm trong khí trời lành lạnh thấy ấm lòng hơn.

- Ừa, phải rồi, bí rợ thực sự là một trong những loại trái đặc trưng của mùa thu, nó có vị ấm và ngọt, có thể sử dụng tốt trong các món ăn thông thường hoặc nấu một món xúp ngon. Như pompoensoep là món xúp tiêu biểu mùa thu của Hòa Lan, nói chung là Âu Châu, món này gia vị hơi cay ăn với bánh nướng mặn hoặc bánh mì cây hợp với khí trời man mác lạnh.

- Papa là đầu bếp, chuyện ăn uống papa rành hơn tui mà.

- Ờ hén.

Tôi uống thêm ngụm trà gừng và nhìn ra ngoài trời mà ngẫm nghĩ. Thân thể con người ta cũng ngộ, ngay khi những chiếc lá rơi khỏi cây và khí trời lành lạnh, tự nhiên cảm thấy thèm thuồng những món ăn ấm cúng. Tôi day lại nói:

- Thực đơn ăn uống cho mùa thu thì nhiều lắm. Ngoài món xúp bí rợ, xúp đậu ra còn có các loại bánh quiche hoặc những món ăn chơi và món ăn truyền thống của Hòa Lan vào những ngày trời lành lạnh. Điển hình là món khoai tây luộc nghiền chung với cà rốt có tên là hutspot, hoặc nghiền chung với cải xoăn có tên là boerenkoolstamppot, nói chung là các món khoai nghiền tiếng Hòa Lan gọi là stamppot, những loại này ăn kèm với bò viên, thịt ba rọi chiên giòn và xúc xích Hòa Lan hun khói mới đúng điệu ẩm thực của Hòa Lan.

Trúc Thanh nói:

- Những món này theo khẩu vị của người Hòa Lan, gia đình mình sống ở đây lâu năm, tui mần trong xưởng chế biến, đóng gói thức ăn và nêm nếm mỗi ngày, còn papa là đầu bếp, mình cũng đã quen với khẩu vị Hòa Lan rồi, vậy mà ăn chỉ được vài ba món chơi cho vui thôi

chớ không mặn mà cho lắm. Nói chi tới người Việt mình, có được
mấy người nuốt cho trôi mấy món stamppot và xúp bí, xúp đậu...
Tôi cười hì hì:
- Theo tui thấy thì những người da trắng như Nga và các nước Đông
Âu ăn uống dễ thích nghi với mùi vị Hòa Lan. Còn In Đô, Phi Luật
Tân cũng như phần đông người Việt mình sanh sống ở Hòa Lan lâu
hay mau gì thì cũng khó ăn lắm.
- Dĩ nhiên rồi.
Nghe vợ xác nhận tôi chợt nhớ mấy hôm trước đây, Trúc Thanh với
một bà bạn hàng xóm người In Đô và một chị người Việt gần nhà rủ
nhau đi vô khu vườn trồng rau của miền nhiệt đới trong một nhà
kiếng rộng. Ở đó người bán và người mua tại vườn những loại rau,
trái, củ như: khổ qua, mồng tơi, rau muống, rau dền, bầu bí, mướp
hương, khoai lang, cà tím, mà người Việt mình dí dỏm gọi là "cà ông
giặc".
Tôi day ngang nói:
- Mama không nhớ sao, thường thì muốn cho có chút hương vị Việt
Nam, vườn rau nhiệt đới xa cả trăm cây số mà mama vẫn lái xe đi
mua vài trái khổ qua, mướp hương, bó rau muống và rau thơm. Mấy
hôm trước đây chớ đâu xa, khi nghe tin nhà vườn thu hoạch rau, củ,
trái cuối mùa bán giá rẻ, mama còn xông xáo gọi điện rủ mấy người
Việt gần nhà, ai đi không được thì hỏi coi mua rau gì mama ghi vô
quyển sổ để mua giùm. Còn kêu tui đi theo, tới nơi mấy bà tha hồ mà
hốt, rồi bắt tui rinh chất đầy nhóc cốp xe, mệt muốn ná thở luôn.
- Ờ, dù sao rau mua tại vườn cũng vừa tươi, vừa ngon.
- Nghe nói tươi ngon tui thấy đói bụng rồi đây. Vậy hôm nay mama
tính cho ăn món gì vậy?
Trúc Thanh day qua hớp một hớp trà và từ từ đứng lên đáp:
- Bánh xèo, trời mưa lành lạnh ăn bánh xèo cũng ngon.
- Ở lâu rồi tui chưa ăn bánh xèo, tưởng quên cái món quê hương này
rồi, nay nghe mama nói, phát thèm!
- Dĩ nhiên!
Nói xong Trúc Thanh bước qua mở tủ đựng đồ khô, lấy một bịch bột
gạo và vài gói gia vị rồi qua mở tủ bếp bày dụng cụ ra pha bột. Pha
bột xong, day qua tủ lạnh bưng tô nhân bánh xèo làm sẵn ra rồi day
qua nói:
- Papa soạn trong học tủ lạnh ra coi còn rau cải gì ăn bánh xèo không?
Tôi đi lại mở tủ lạnh, coi lại học rau:
- Rau cải của mama mua trong vườn hôm trước ăn cả tuần nữa còn
chưa hết.

- Vậy thì papa thấy rau nào ăn bánh xèo được lấy ra lặt, rửa xong rồi lột củ tỏi và gọt giùm hai củ cà rốt.

- Ô kê!

Tôi lựa rau cải ra rửa xong rồi hỏi Trúc Thanh:

Còn phụ làm gì nữa không?

- Papa lấy nước mắm rót ra hâm lại và dọn bàn ăn được rồi.

Trong khi Trúc Thanh đổ bánh, tôi rót nước mắm để vô lò vi sóng bấm nút ba mươi giây thì chợt nghe điện thoại báo. Tôi đi lại chỗ để điện thoại bấm nhìn xem, thấy có tin nhắn của hãng tàu. Tôi ngước lên nói với Trúc Thanh:

- Tui nghĩ hãng tàu kêu tui đi làm.

- Papa đọc coi họ nói gì?

Tôi đọc tin xong day ngang nói:

- Ồ, không phải đi làm, mà giấy chứng nhận sơ cứu của tui hết hạn rồi, họ kêu tui trở lại trường học ba ngày, để đổi chứng nhận mới.

- Vậy hả?

Tôi về nhà từ đầu mùa hè tới nay đã giữa mùa thu rồi. Cũng vì sợ Cô-vít nên chúng tôi không dám đi chơi xa. Hơn ba tháng trời, ngoại trừ mấy lần đi thăm vài người bạn cần thăm, tôi chưa ra khỏi vùng Flevoland, cứ luẩn quẩn ở Dronten, một thị trấn nhỏ nằm trong miền đất thấp hơn mặt nước biển của vương quốc Hòa Lan. Ở nhà không được tiếp xúc bạn bè, không nói chuyện với ai ngoài vợ nói chồng nghe, chồng nói vợ nghe, lắm khi nhàm chán rồi cãi qua cãi lại. Trước đại dịch, nếu tôi còn ở trên bờ, mỗi khi thấy trời chợt mưa, chợt nắng và gió lành lạnh lướt qua hàng cây trước nhà thì lòng tôi rạo rực, trong ý nghĩ dấy lên một chút lãng mạn rằng mùa thu là mùa lên đường và nôn nao chờ đợi ngày đi. Đối với tôi thì ở trên bờ hơn ba tháng có hơi lâu và phát hiện ra, thời gian qua tâm tư cũng có ít nhiều thay đổi. Năm nay tôi đã trên sáu mươi tuổi rồi, nghiệp đoàn có gởi thư thông báo, nếu muốn thì cuối năm tôi có thể nghỉ hưu, có lẽ cũng vì bức thư nghỉ hưu làm tôi để ý tuổi tác, sức khỏe của mình. Dù sao đi nữa trong những ngày ở nhà nhàn rỗi, tôi để ý mùa màng một cách tường tận hơn. Thiệt tình mà nói tôi có thể tận hưởng thời tiết trước mặt trọn vẹn không cần phải ngong ngóng phương xa. Nhưng khi nhớ lại có vài thủy thủ già đã nghỉ hưu và còn sức khoẻ, bèn xin trở lại hải hành ngắn hạn. Theo họ thì hải hành để tránh sự nhàm chán trên đất liền và cho đỡ nhớ biển! Sức khỏe tôi so ra thì cũng còn khá, nghĩ tới đây trong lòng tôi phân vân. Trong lúc chưa biết phải nên tiếp tục hải hành hay là như nhiều người đã khuyên "nên nghỉ ngơi để hưởng thụ cái tuổi già"? Bây giờ được tin tuần sau tôi phải về trường tập huấn, tôi mới nảy sanh ra một ý nghĩ. Tôi đi lại bếp vừa phụ Trúc Thanh dọn bàn vừa nói:

- Trong ba ngày vô trường thực tập, có môn bơi dưới nước cho trực thăng tới vớt lên và nhảy từ trên cao xuống nước, có hơi nặng, nếu tui vượt qua được hai đoạn này thì tui sẽ tiếp tục làm việc thêm năm năm nữa.

Trúc Thanh xúc bánh xèo ra dĩa vừa nói:

- Lấy chứng nhận xong rồi hẳng tính, bây giờ ăn bánh xèo cái đã.

(còn tiếp)

Nguyễn Lê Hồng Hưng
Dronten, 29-9-2021

ĐẶT MUA DÀI HẠN
Tạp chí NGÔN NGỮ
Phát hành 2 tháng 1 kỳ

Ở Hoa Kỳ:

$120 US/1 năm
$20 một số
Liên hệ: Lê Hân, han.le3359@gmail.com - tel: (408) 722-5626

Ở Canada:

$138 CAD/1 năm
$25 một số
Liên hệ: Lê Hân, han.le3359@gmail.com - tel: (408) 722-5626

Ở Pháp:

Mua qua www.amazon.fr
Liên hệ: Lê Hân, han.le3359@gmail.com - tel: (408) 722-5626

Ở Đức:

Mua qua www.amazon.de
Liên hệ: Lê Hân, han.le3359@gmail.com - tel: (408) 722-5626

Ở Việt Nam:

150.000 đ một số
Liên hệ: Nguyễn Thành, vanhocunescom@gmail.com
tel: (84) 0903385141

NGUYỄN VĂN GIA
LÊ HÂN
TIN SÁCH

Chúng tôi tiếp tục mục này như đã có từ Ngôn Ngữ số 9, vậy các bạn có sách mới xuất bản, nhớ gởi cho tòa soạn chúng tôi để tiếp tục giới thiệu vào số tới. Đây là những sách đã có mặt trong tháng 9, 10, 11 và 12 năm 2021:

A. TẠI VIỆT NAM

1. Cơn Mộng Mị

Tác giả: Phạm Viết Thiên
Thể loại: thơ
Sách dày 99 trang
Bìa: Hoàng Đặng
NXB Đà Nẵng - 3/2021
Giá bìa: 99.000 đồng

2. Ngày Sinh Của Gió

Tác giả: Hồ Sĩ Bình
Thể loại: thơ
Sách dày 130 trang
Bìa: Hoàng Đặng
NXB Hội Nhà Văn - 6/2021
Giá bìa: 90.000 đồng

3. Giọt Nắng Trong Sương

Tác giả: Nguyễn Châu
Thể loại: tập truyện
Sách dày 286 trang
Bìa: Lê Hồng Thái
NXB Hội Nhà Văn - 10/2021
Giá bìa: 140.000 đồng

4. Rồi Cũng Trăng Về

Tác giả: My Thục
Thể loại: thơ
Sách dày 128 trang
Bìa: Đinh Cường
NXB Đà Nẵng - 10/2021
Giá bìa: 120.000 đồng

5. Nắng Mới

Tác giả: Tiểu Nguyệt
Thể loại: truyện ngắn
Sách dày 125 trang
Bìa: Đinh Cường
NXB Hội Nhà Văn - 5/2021
Giá bìa: 120.000 đồng

6. Hạt Cỏ

Tác giả: Nguyễn Trí Viễn
Thể loại: bút ký
Sách dày 248 trang
Bìa: Lê Hoàng Quý
NXB Hội Nhà Văn - 5/2021
Giá bìa: 120.000 đồng

.

7. Thơ

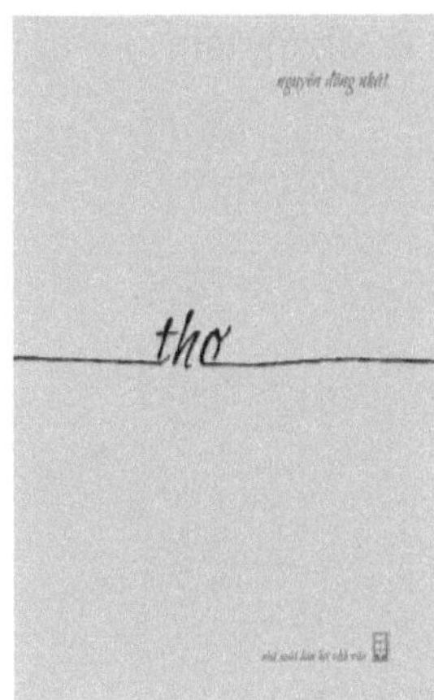

Tác giả: Nguyễn Đông Nhật
Thể loại: thơ
Sách dày 208 trang
Bìa: Nguyễn Nguyên Khang
NXB Hội Nhà Văn - Quý III/2021
Giá bìa: 130.000 đồng

8. Tạp Văn

Tác giả: Nguyễn Đông Nhật
Thể loại: tản văn & tạp bút
Sách dày 208 trang
Bìa: Nguyễn Nguyên Khang
NXB Đà Nẵng - Quý III/2021
Giá bìa: 130.000 đồng

.

9. Đọc & Viết

Tác giả: Nguyễn Đông Nhật
Thể loại: điểm sách
Sách dày 192 trang
Bìa: Nguyễn Nguyên Khang
NXB Đà Nẵng - Quý IV/2021
Giá bìa: 120.000 đồng

10. Tạp ghi

Tác giả: Nguyễn Đông Nhật
Thể loại: phóng sự, ghi chép & nhàn đàm
Sách dày 248 trang
Bìa: Nguyễn Nguyên Khang
NXB Đà Nẵng Quý IV/2021
Giá bìa: 132.000 đồng

B. SÁCH DO NHÂN ẢNH XUẤT BẢN TRONG THÁNG 9, 10, 11 VÀ 12 NĂM 2021:

1. Nốt Nhạc Vút Cao

Tác giả: Cao Thu Cúc
Thể loại: hồi ký
Bìa: Uyên Nguyên Trần Triết
Tranh bìa: Lê Hà
Dàn trang: Nguyễn Thành
Nxb Nhân Ảnh - 11/2021
Sách dày: 182 trang
Sách có thể mua qua Amazon
hay liên lạc: cucthcao@gmail.com

2. **Phiếm 27**

Tác giả: Song Thao
Thể loại: phiếm
Bìa: Khánh Trường
Dàn trang: Tạ Quốc Quang
Nxb Nhân Ảnh - 12/2021
Sách dày: 392 trang
Sách có thể mua qua Amazon
hay liên lạc: tatrungson@hotmail.com
Giá bìa: $25 US

3. **Sợi Vắn Sợi Dài**

Tác giả: Hoàng Quân
Thể loại: tập truyện
Bìa: Uyên Nguyên Trần Triết
Tranh bìa: Hoàng Thanh Tâm
Dàn trang: Nguyễn Thành
Nxb Nhân Ảnh - 10/2021
Sách dày: 230 trang, in màu
Sách có thể mua qua Amazon
hay liên lạc: hoangthingocthuy@hotmail.com
Giá bìa: $25

4. **Duy Tân, Hoàng Tử Vĩnh San**

Tác giả: Nguyễn Phước Bảo Vàng
Thể loại: biên khảo
Bìa: Uyên Nguyên Trần Triết
Dàn trang: Nguyễn Thành
Nxb Nhân Ảnh - 12/2021
Sách dày: 308 trang
Sách có thể mua qua Amazon
Giá bìa: $20

5. Giáo Dục Tiềm Năng Con Người

Tác giả: Maria Montessori
Dịch giả: Nghiêm Phương Mai
Thể loại: giáo dục
Bìa: Uyên Nguyên Trần Triết
Dàn trang: Nguyễn Thành
Nxb Nhân Ảnh - 12/2021
Sách dày: 148 trang
Sách có thể mua qua Amazon
Giá bìa: $15

6. Trong Cuộc Đao Binh

Tác giả: Nguyễn Hữu Thời
Thể loại: bút ký
Bìa: Nguyễn Thành
Dàn trang: Nguyễn Thành
Nxb Nhân Ảnh - 11/2021
Sách dày: 190 trang
Giá bìa: $15

7. Sài Gòn Ngày Trở Lại

Tác giả: Đào Như
Thể loại: truyện dài
Bìa: Uyên Nguyên Trần Triết
Dàn trang: Lê Hân
Nxb Nhân Ảnh - 12/2021
Sách dày: 190 trang
Sách có thể mua qua Amazon
Giá bìa: $20

8. Dự Đoán Không Gian Trong Tarot

Tác giả: Philippe Ngo
Thể loại: biên khảo
Bìa và dàn trang: Philippe Ngo
Nxb Nhân Ảnh - 12/2021
Sách dày: 182 trang
Sách có thể mua qua Amazon
Giá bìa: $18

9. To Our Grandchildren With Love

Tác giả: KimOanh Nguyen-Lam, Luu
Nguyen Dat
Thể loại: gia đình
Bìa: Uyên Nguyên Trần Triết
Dàn trang: KimOanh Nguyen-Lam
Nxb Nhân Ảnh - 12/2021
Sách dày: 84 trang, in màu, bìa cứng
Sách có thể mua qua Amazon
Giá bìa: $35